கர்னலின் நாற்காலி

எஸ்.ராமகிருஷ்ணன்

தேசாந்திரி பதிப்பகம்

தேசாந்திரி பதிப்பக வெளியீடு: 79

கர்னலின் நாற்காலி குறுங்கதைகள்

எஸ்.ராமகிருஷ்ணன்

முதல் பதிப்பு: டிசம்பர் 2020

தேசாந்திரி பதிப்பகம்,
டி-1, கங்கை அப்பார்ட்மெண்ட்,
110, 80 அடி ரோடு, சத்யா கார்டன்,
சாலிக்கிராமம், சென்னை 600 093,
தொலைபேசி: 044 23644947.
விலை: ரூ.350

KARNALIN NAARKAALI
Shortstories

S.Ramakrishnan ©

First Edition:December 2020, Pages: 344
Size: Demy 1x8, Paper: 18.6 kg maplitho

Published by :
Desanthiri Pathippagam
D-1, Gangai Apartments,
110, 80-Feet Road, Satya Garden, Saligramam,
Chennai - 600 093, Ph: 044 2364 4947
Email : desanthiripathippagam@gmail.com
www.desanthiri.com

ISBN: ISBN: 978-81-949796-1-6
Wrapper Design: Manikandan
Book Design: Manikandan
Printed by: Ramani Print Solution, Chennai.

Price: Rs.350

முன்னுரை

இந்த ஊரடங்கு காலத்தில் 125 குறுங்கதைகள் எழுதியிருக்கிறேன். குறுங்கதை எழுதுவது பெரிய நாவல் எழுதுவதை விடவும் மிகச் சவாலானது

குறுங்கதை எனும் வடிவம் இல்லாத நாடேயில்லை. அதை மிக அதிகமாக மதம் பயன்படுத்தியிருக்கிறது. கதை சொல்லாத ஞானியே இல்லை.

நாட்டுப்புறக்கதைகளில் குறுங்கதை வடிவமே பிரதானமாக உள்ளது. எழுத்து மரபு உருவானபிறகு தான் குறுங்கதைகள் நீட்சியடைந்தன.

நவீன இலக்கியத்தின் முக்கியப்படைப்பாளிகள் பலரும் குறுங்கதை வடிவத்தைப் பரிசோதனை செய்து பார்த்திருக்கிறார்கள். மெய் தேடல், தத்துவம் மிகை புனைவு. மயா யதார்த்தம், கனவுத்தன்மை, புதிர்தன்மை, அறிவியல் குறுங்கதைகள். பாலியல் குறுங்கதைகள். பயணக்கதைகள், யதார்த்தக் கதைகள் எனப் பல்வேறு விதமாகக் குறுங்கதைகள் எழுதப்பட்டுள்ளன.

நான் குறுங்கதை வடிவத்தைக் கவிதைக்கும் கதைக்கும் இடைப்பட்ட ஒன்றாகக் கருதுகிறேன். கவிதை தத்துவத்தைக் கையாளுவதைப் போலவே குறுங்கதைகளில் தத்துவம் கையாளப்படுகிறது. குறியீடுகள். உருவகங்கள். கவிதை போலவே செயல்படுகின்றன.

நகுலன் வீட்டில் யாருமில்லை என்ற குறுங்கதைகளின் தொகுப்பினை பத்து ஆண்டுகளுக்கு முன்பே வெளியிட்டிருக்கிறேன். அதன் அடுத்த கட்ட நகர்வே இந்தக் கதைகள்.

குறுங்கதை வடிவத்தையும் அதன் கருப்பொருளையும் பல்வேறு நிலைகளில் கலைத்தும் சிதறியும் சிதறடித்தும் ஒன்றுசேர்ந்தும் சுழலவைத்தும் மாறுபட்ட குறுங்கதைகளை எழுதியிருக்கிறேன்.

இந்தச் சவாலை அன்றாடம் எதிர் கொள்வது எழுத்துப்பணிக்கு முக்கியமானது. சிறியதே அழகு என்பது குறுங்கதைகளுக்கு மிகப்பொருத்தமான வார்த்தை.

குறுங்கதைகளைப் பற்றிப் பலரும் புதுப்புது விளக்கங்கள். வியாக்கியானங்கள் கொடுத்து வருகிறார்கள். அவை எனக்கு முக்கியமில்லை. தனக்குத் தெரிந்த கதை சொல்லும் கலையைக் கொண்டு ஒரு சிறுவன் விதவிதமாகக் கதைகளைச் சொல்லிப் பார்க்கிறான். அதைப் போன்றது தான் என் எழுத்தும்.

எனது இணையதளத்தில் வெளியான இந்தக் கதைகள் அன்றாடம் மூவாயிரம் முதல் பதினைந்தாயிரம் பேர்களால் படிக்கப்பட்டது. இதனைப் பற்றிக் குறைந்தபட்சம் இருபது மெயில்கள் வருவதுண்டு. இயக்குநர் வசந்தபாலன் நூறு குறுங்கதைகள் குறித்து அழகான விமர்சனம் ஒன்றை எழுதியிருக்கிறார். சிலர் அன்றாடம் இக்கதைகளைப் படித்து என்னோடு தொலைபேசியில் பேசுவது வழக்கம்.அவ்வகையில் இக் கதைகள் நிறைய இளைஞர்களால் படிக்கப்பட்டிருப்பது மகிழ்ச்சியானது.

இக்கதைகளை வாசித்து உற்சாகம் அளித்த கவிஞர் தேவதச்சன். ஆசான் எஸ்ஏபி, மனைவி சந்திரபிரபா, சுபாஷினி, உஷா, ஹரிபிரசாத், சண்முகம், ஆடிட்டர் சந்திரசேகர், கவிஞர் ஷங்கர ராம சுப்ரமணியன், தயாஜி, ஸ்ரீதர் உள்ளிட்ட பல்வேறு நண்பர்கள், வாசகர்கள் அனைவருக்கும் நன்றியைத் தெரிவித்துக் கொள்கிறேன்.

என்னையும் எழுத்தையும் நேசிக்கும் அன்பு மனைவி சந்திரபிரபா, பிள்ளைகள் ஹரி, ஆகாஷ், என்னை வழிநடத்தும் கவிஞர் தேவதச்சன். தோழர் எஸ்.ஏ.பெருமாள். அண்ணன் டாக்டர் வெங்கடாசலம். நூலை வெளியிடும் தேசாந்திரி பதிப்பகம், நூலாக்கத்திற்கு உறுதுணை செய்து வரும் மணிகண்டன், உள்ளிட்ட அனைவருக்கும் மனம் நிரம்பிய நன்றிகள்.

சென்னை　　　　　　　　　　　　　　　மிக்க அன்புடன்

03.12.2020　　　　　　　　　　　　　எஸ். ராமகிருஷ்ணன்

எஸ். ராமகிருஷ்ணன்

எஸ். ராமகிருஷ்ணன், விருதுநகர் மாவட்டம் மல்லாங்கிணறு கிராமத்தில் 1966இல் பிறந்தார். முழுநேர எழுத்தாளரான இவர் தற்போது சென்னையில் வசிக்கிறார்.

சிறுகதைத் தொகுப்புகள்: எஸ். ராமகிருஷ்ணன் கதைகள், நடந்து செல்லும் நீரூற்று, பதினெட்டாம் நூற்றாண்டின் மழை, அப்போதும் கடல் பார்த்துக்கொண்டிருந்தது, நகுலன் வீட்டில் யாருமில்லை, புத்தனாவது சுலபம், வெளியில் ஒருவன், காட்டின் உருவம், தாவரங்களின் உரையாடல், வெயிலைக் கொண்டு வாருங்கள், பால்ய நதி, மழைமான், குதிரைகள் பேச மறுக்கின்றன, காந்தியோடு பேசுவேன், நீரிலும் நடக்கலாம், என்ன சொல்கிறாய் சுடரே.

நாவல்: உப பாண்டவம், நெடுங்குருதி, உறுபசி, யாமம், துயில், நிமித்தம், சஞ்சாரம், இடக்கை, பதின்.

கட்டுரைத் தொகுப்புகள்: விழித்திருப்பவனின் இரவு, இலைகளை வியக்கும் மரம், என்றார் போர்ஹே, கதாவிலாசம், தேசாந்திரி, கேள்விக்குறி, துணையெழுத்து, ஆதலினால், வாக்கியங்களின் சாலை, சித்திரங்களின் விசித்திரங்கள், நம் காலத்து நாவல்கள், காற்றில் யாரோ நடக்கிறார்கள், கோடுகள் இல்லாத வரைபடம், மலைகள் சப்தமிடுவதில்லை, வாசகபர்வம், சிறிது வெளிச்சம், காண் என்றது இயற்கை, செகாவின் மீது பனி பெய்கிறது, குறத்தி முடுக்கின் கனவுகள், என்றும் சுஜாதா, கலிலியோ மண்டியிடவில்லை, சாப்ளினுடன் பேசுங்கள், கூழாங்கற்கள் பாடுகின்றன, எனதருமை டால்ஸ்டாய், ரயிலேறிய கிராமம், பிகாசோவின் கோடுகள், இலக்கற்ற பயணி, செகாவ் வாழ்கிறார், ஆயிரம் வண்ணங்கள்.

திரைப்பட நூல்கள்: பதேர் பாஞ்சாலி—நிதர்சனத்தின் பதிவுகள், அயல் சினிமா, உலக சினிமா, பேசத்தெரிந்த

நிழல்கள், இருள் இனிது ஒளி இனிது, குற்றத்தின் கண்கள், பறவைக் கோணம், சாமுராய்கள் காத்திருக்கிறார்கள்.

குழந்தைகள் நூல்கள்: கால் முளைத்த கதைகள், ஏழு தலைநகரம், கிறுகிறு வானம், லாலிபாலே, நீளநாக்கு, தலையில்லாத பையன், எனக்கு ஏன் கனவு வருது, காசுகள்ளன், பம்பழாபம், சிரிக்கும் வகுப்பறை, அக்கடா.

உலக இலக்கியப் பேருரைகள்: ஆயிரத்தொரு அரேபிய இரவுகள், ஹோமரின் இலியட், ஷேக்ஸ்பியரின் மெக்பத், ஹெமிங்வேயின் கடலும் கிழவனும், தஸ்தாயெவ்ஸ்கியின் குற்றமும் தண்டனையும், லியோ டால்ஸ்டாயின் அன்னா கரீனினா, பாஷோவின் ஜென் கவிதைகள்.

வரலாறு: எனது இந்தியா, மறைக்கப்பட்ட இந்தியா.

நாடகத் தொகுப்பு: அரவான், சிந்துபாத்தின் மனைவி, சூரியனைச் சுற்றும் பூமி.

நேர்காணல் தொகுப்பு: எப்போதுமிருக்கும் கதை, பேசிக்கடந்த தூரம்.

மொழிபெயர்ப்புகள்: நம்பிக்கையின் பரிமாணங்கள், ஆலீஸின் அற்புத உலகம், பயணப்படாத பாதைகள்.

தொகை நூல்: அதே இரவு அதே வரிகள் (அட்சரம் இதழ்களின் தொகுப்பு), வானெங்கும் பறவைகள்.

ஆங்கிலத்தில் வெளிவந்துள்ள நூல்கள்: Nothing but water, Whirling swirling sky.

இணையதளம்: www.sramakrishnan.com

மின்னஞ்சல்: writerramki@gmail.com

சமர்ப்பணம்

அன்புமிக்க நண்பர்
பி.ஜி.பிரபாகரன் அவர்களுக்கு

உள்ளே...

1	அரசனின் தூண்டில்	13
2	சிறு ஓசை	16
3	பறவைகளின் தையற்காரன்	19
4	கனவுகளை விதைப்பவன்	22
5	எவரது கண்ணீர்	25
6	பச்சைக் காதுள்ள முயல்	28
7	சாலை ஓவியன்	31
8	கனவின் நடனம்	34
9	அம்மாவின் புத்தகம்	36
10	சண்டைச்சேவல்	39
11	போர்வீரனின் சூரியன்	41
12	இரண்டு பிரார்த்தனைகள்	43
13	பெருங்கோபம்	45
14	புதுக்குரல்	48
15	உடைவாளின் பாடல்	50
16	நினைவுகளின் குடுவை	53
17	அந்தச் சிறுவன்	56
18	சிறைச்சாலை மலர்கள்	59
19	பிரார்த்திக்கும் ரோபோ	62
20	புத்தரைச் சந்தித்த கழுகு	64
21	வண்ணங்களின் தாய்.	66
22	இனிப்புப் பொட்டலம்	69
23	வீடென்பது	72
24	தபால்காரன்	74
25	பாவம் மனிதன்	76
26	அன்பின் வெளிச்சம்	78
27	காதலுற்ற சிற்பங்கள்	81
28	மொசார்ட்டின் வயலின்	83
29	சிரிக்கும் நட்சத்திரம்	85
30	குற்றத்தின் மலர்	87
31	கூட்டலை மறந்த மனிதர்	89
32	நிர்கதி	91

33	மொழி அதிகாரம்	93
34	சூட்கேஸ்	95
35	பெருக்கல் குறி	96
36	கூந்தலில் வழியும் அருவி	98
37	பிரியாத் துணை	100
38	பேரனுபவம்	103
39	நாவலின் விதி	105
40	காவல் கோபுர மனிதன்	107
41	சிவப்பு ஸ்வெட்டர் அணிந்த பெண்	109
42	கடைசிப் பரிட்சை	112
43	சாப்பாட்டுக் கணக்கு	115
44	ஒரே பெரிய வீடு	117
45	இளமையின் படிக்கட்டுகள்	120
46	உறவென்பது	122
47	26ஆம் பக்கம்	125
48	அன்னாகரீனினா பொம்மை வாங்குகிறாள்	127
49	சாப்ளினின் கண்ணாடி	130
50	ஒரு துளி கண்ணீர்	132
51	மூன்று கிளிகள்	135
52	சிற்பியான எலி	138
53	பூச்சரம் சூடிய குரங்கு	141
54	இது வேறு ஜன்னல்	144
55	கணிதப்புதிர்	147
56	உலகம் கேட்கிறது	150
57	நீராக மாறியவர்கள்	153
58	காதல் பறவைகள்	155
59	கானலை அருந்தும் யானை	158
60	பெயர் எழுதப்பட்ட கால்பந்து	161
61	பேசாத்துணை	164
62	சிறியதே அழகு	166
63	கூட்டாஞ்சோறு	168
64	ரிங் மாஸ்டர்	172

65	கர்னலின் நாற்காலி	175
66	கப்பல் நூலகம்	178
67	பாஷோவின் தோழி	181
68	முற்றுப் பெறாத ஓவியம்	183
69	சிண்ட்ரெல்லாவின் நரை	186
70	ஒரு சொல்	189
71	வாஸ்கோடகாமாவின் அடிமை	192
72	ஆரஞ்சு நிறப்பந்து	196
73	முயல் பொம்மை	199
74	கோவில் யானை	202
75	ஒரு வழக்கு	205
76	தந்தையும் மகளும்	209
77	மறதியின் காப்பகம்	212
78	இந்தியா எனும் கனவு	215
79	ஐந்தாம் தேதி	219
80	மனக்கண்	222
81	மறு சந்திப்பு	225
82	இரவில் நடப்பவர்கள்	229
83	சந்தன சோப்	232
84	மறு உத்தரவு	236
85	ஓடிப்போனவன்	238
86	குடும்பச் சண்டை	241
87	காதல் கவிதை	244
88	வஸ்திரம்	247
89	சினிமா பார்த்தவன்	249
90	கோபாலன் வீடு	252
91	காதலில் விழுந்த புலி	255
92	பேப்பர் கேமிரா	258
93	தலைமறைவு	261
94	இப்படியும் ஒரு காதல்	264
95	சுவரை ஒட்டிய கிளை	267
96	சுழலும் கிண்ணம்	269

97	கிணற்றடி பதுமைகள்	271
98	சந்தோஷமான முடிவு	273
99	முறையீடு	275
100	கடிகாரத் திருடன்	278
101	அவனது விளையாட்டு	281
102	கவிதையின் வரவேற்பரை	283
103	ஒரேயொரு கவிதை	284
104	சதி	287
105	அரைநாள் மனுஷி	290
106	மனசாட்சியின் படிக்கட்டுகள்	292
107	விமானத்தில் ஒரு அழகி	296
108	பாடும் சுவர்கள்	300
109	பொம்மைக் கல்யாணம்	302
110	நின்றபடி உறங்குபவர்	305
111	ஒற்றைக்கை	307
112	சொற்கள் இல்லாத புத்தகம்	310
113	பூக்களை வரையும் சிறுமி	312
114	புலியின் சல்யூட்	314
115	கசந்த உறவு	316
116	விளையாட்டுச் சிறுவன்	318
117	தொலைந்த பொருட்கள்	320
118	கல்லின் குழந்தைகள்	322
119	கனவுகளின் கணக்கெடுப்பு	324
120	இரட்டையர்கள்	327
121	புத்தனின் நினைவு	330
122	இரண்டு கோமாளிகள்	332
123	சிறியதொரு கிரகம்	335
124	பெரிய தோசை	337
125	கவலைகளின் குளியலறை	340

1

அரசனின் தூண்டில்

ஆண்டுக்கு ஒருமுறை மன்னன் மீன்பிடிப்பதற்காக நளா ஆற்றிற்குச் செல்வது வழக்கம். புதிய மன்னராகப் பதவியேற்றுக் கொண்டபிறகு துங்கன் மீன்பிடிப்பதற்கு ஆர்வம் காட்டவேயில்லை. தனது எல்லையற்ற அதிகாரத்தை உலகம் அறியும்படியாக அவன் குரூரமான தண்டனைகளை அறிவித்து வந்தான். மக்களுக்குத் துங்கனின் பெயரைக் கேட்பதே அச்சம் தருவதாகியிருந்தது. துங்கனின் மூன்று மனைவிகள் ஒரே நேரத்தில் உயிருடன் எரித்துக் கொல்லப்பட்டார்கள். கள்ள உறவு குறித்த சந்தேகம் தான் காரணம் என்றார்கள். அவனது விருப்பத்திற்காக ஆண்டு முழுவதும் அவனது மாளிகை மீது மழை பொழிவதற்கு ஏற்பாடு செய்யப்பட்டிருந்தது. இதற்காக முந்நூறு பணியாளர்கள் இரவு பகலாக வேலை செய்து தண்ணீரைப் பீய்ச்சியடித்தார்கள். தான் இயற்கையை வென்றுவிட்டேன் என்று பெருமிதம் கொண்ட துங்கன் அந்த ஆண்டு நளா ஆற்றுக்கு மீன்பிடிக்கப் போவதாக அறிவித்தான்.

மன்னர் வருகை தரும் நாளில் ஆற்றில் எவரும் எங்கேயும் மீன்பிடிக்கக் கூடாது என்று முரசு அறிவித்தார்கள். இருபத்தியாறு வைரக்கற்கள் பதித்த கீரிடம் அணிந்து சீனப்பட்டு உடுத்தி துங்கன் யானை மீதேறி மீன்பிடிக்கச் சென்றான். நளா ஆற்றங்கரை முழுவதும் காவலர்கள் நியமிக்கப்பட்டிருந்தார்கள். அவனுக்காகத் தங்கத் தூண்டில் தயார் செய்யப்பட்டிருந்தது. துங்கன் அமர்ந்து மீன்பிடிக்கத் தேக்கில் செய்த மர இருக்கை செய்யப்பட்டிருந்தது. துங்கன் தனது தூண்டிலை வீசுவதற்கு முன்பாக ஆற்றில் துள்ளியோடிக் கொண்டிருக்கும் மீன்களைக் கண்டான். மீனைப் பிடிப்பது எளிய விஷயம் என்று நினைத்தபடியே தூண்டிலை வீசினான்.

அவனது தூண்டில் அசைவற்றிருந்தது. தக்கையில் சலனமேயில்லை. பொறுமையில்லாமல் அவன் அடிக்கடி தூண்டிலை இழுத்துப் பார்த்தபடியே இருந்தான். தூண்டிலில் மீன் சிக்கவேயில்லை. நான் பேரரசன் துங்கன். இந்தச் சிறுமீன்கள் என்னைத் துச்சமாக நினைக்கின்றனவே என்றபடியே அவன் தூண்டிலை ஓங்கி வீசினான். மீன் அகப்படவில்லை. அன்று மதியம் வரை அவன் தூண்டில் வீசிப்பார்த்தும் ஒரு மீன் கூடத் தூண்டிலில் விழவில்லை. ஆத்திரம், கோபம், இயலாமை ஆகிய மூன்றும் ஒன்று சேர அவன் அரண்மனை திரும்பினான்.

தனது கட்டளையை மதிக்காத மீன்களைக் கொன்று குவிக்கும்படி கட்டளையிட அவனது நாவு துடித்தது. ஆனால், 'மனது எப்படியாவது ஒரு மீன் தூண்டிலில் மாட்டாமலா போகும். நாளை திரும்ப மீன்பிடிக்கப் போகலாம்' எனச் சொன்னது. அன்றிரவு எப்படி மீன் பிடிப்பது என்பதற்காக ஆலோசனைக் கூட்டம் ஒன்றை நடத்தினான்.

மறுநாளும் அவன் தூண்டிலில் மீன் அகப்படவில்லை. மீன்களுக்கு அவன் அரசன் என்றோ அவன் அதிகாரம் வானளவு பெரியது என்றோ தெரிந்திருக்கவில்லை. துங்கன் தனது அதிகாரம் இவ்வளவு தானா எனக் குழம்பிப்போனான்.

தொடர்ச்சியாக ஏழு நாட்கள் மீன்பிடிக்க நளா ஆற்றுக்கு வந்தான். ஏழு நாளும் மீன் கிடைக்காமல் திரும்பிப் போனான். அரண்மனையில் அவனால் உறங்கமுடியவில்லை. அரசன் தூண்டிலில் மீன் குஞ்சு கூடச் சிக்கவில்லை என்பது தேசத்தின் கேலிப்பேச்சாக மாறியது.

இனி மீன்பிடிக்காமல் அரண்மனை திரும்ப மாட்டேன் என்று துங்கன் நளா ஆற்றின் கரையிலே கூடாரம் அமைத்துத் தங்கினான். ஒவ்வொரு நாளும் விடிகாலை முதல் இரவு வரை தூண்டிலோடு காத்துக் கிடந்தான். ஒரு மீனும் அவன் தூண்டிலைத் தொடவேயில்லை. மீனின் கண்கள் அவனைப் பரிகசிப்பது போலவே இருந்தன. ஆரம்ப நாட்களில் கோபமும் ரௌத்திரமும் கொண்ட துங்கன் பின்பு மாற ஆரம்பித்திருந்தான். நீண்ட யோசனை செய்தான். கவலை கொண்டான். சில வேளைகளில் அவன் எதையோ பிரார்த்தனை செய்வது போலத்

தெரிந்தது. ஆற்று நீருடன் பேச ஆரம்பித்தான். பின்பு ஒரு வார்த்தை பேசவில்லை. மௌனம். மகாமௌனம்.

துங்கன் தனது அரசபோகத்தை விட்டு எளிய மனிதன் போல உடையணிந்து ஆற்றின் கரையில் எளிய மூங்கில் தூண்டிலோடு நிற்பதை நாடே வியப்புடன் பார்த்தபடி இருந்தது. ஏமாற்றியோ, பணம் கொடுத்தோ, உத்தரவிட்டோ, தந்திரங்கள் செய்தோ மீனைத் தூண்டிலில் விழச்செய்ய முடியாது என்பதைத் துங்கன் உணர்ந்து கொண்டான்.

உணவும் உறக்கமும் மறந்து போக ஆரம்பித்தான். நாட்கள் கடந்து போயின. வருஷங்களும் கடந்து போயின. ஆட்சி கைமாறியது. அவனது தமயன் அரசனாகினான். எதையும் துங்கன் கவனம் கொள்ளவேயில்லை. அவன் தண்ணீரை வெறித்துப் பார்த்தபடியே இருந்தான். அவனது உரு ஒடுங்கியிருந்தது. தாடி அடர்ந்து போனது.

பின்னொரு நாள் அவன் தூண்டிலை வீசி எறிந்துவிட்டு தண்ணீரை நோக்கிக் கைகூப்பி வணங்க ஆரம்பித்தான். யாரை வணங்குகிறான் தண்ணீரையா, மீன்களையா எனத் தெரியவில்லை. ஆனால், அதே வணங்கிய கோலத்தில், ஆற்றங்கரையில் நின்றபடியே இருந்தான்.

அந்த நாளின் இரவில் அவன் ஆற்று நீருக்குள் மூழ்கிப் போய்விட்டதாக ஒரு தகவலும், ஆற்றைக் கடந்து படகில் போய்விட்டதாக இன்னொரு தகவலும் உலவத் துவங்கின. துங்கன் என்ன ஆனான் என யாருக்கும் தெரியவில்லை. ஆனால், நளா ஆற்றில் தூண்டிலைக் கவ்வாத மீனிற்குத் துங்கன் என்ற பெயர் அதன் பிறகே ஏற்படத் துவங்கியது.

•••

எஸ்.ராமகிருஷ்ணன்

2

சிறு ஓசை

அமிர்தவர்ஷிணி தான் அதைக் கண்டுபிடித்தாள். சமைத்துக் கொண்டிருந்த போது கரண்டிகள் வைக்கும் ஸ்டேண்டில் இருந்து தவறி கீழே விழுந்த ஸ்பூன் சப்தம் எழுப்பவேயில்லை. இவ்வளவு பெரிய ஸ்பூன் தரையில் விழுந்து ஏன் சப்தம் வரவில்லை. ஒரு இறகு உதிர்வதைப் போல மௌனமாக எப்படிக் கீழே விழுந்தது என யோசித்தபடியே அவளாக ஒரு ஸ்பூனை எடுத்து வேண்டுமென்றே கீழே போட்டாள். அந்த ஸ்பூனும் சப்தமிடவில்லை. என்ன குழப்பமிது என்றபடியே டிபன் கேரியரில் சொருகும் கனமான ஸ்பூனை எடுத்து உயரமாகத் தூக்கிப் போட்டாள். அது கீழே விழும் போது தண்ணீர்த் துளி விழுவது போல மௌனமாக விழுந்து போனது.

விளையாட்டுச் சிறுமியைப் போல அவள் விதவிதமான ஸ்பூன்களைத் தூக்கிப்போட்டுச் சப்தம் வருகிறதா எனச் சோதித்துப் பார்த்தாள். பால்கனியில் நின்றபடியே வீதியை நோக்கி ஒரு ஸ்பூனை வீசி எறிந்து ஓசை கேட்கிறதா என்று கூடச் சோதனை செய்தாள். எங்கும் ஸ்பூன் கீழே விழும்போது சப்தம் எழுப்பவேயில்லை.

தயக்கத்துடன் குழப்பத்துடன் அவள் தனது தோழி வசந்தாவிற்குப் போன் செய்து விஷயத்தைச் சொன்னாள். அவள் ஆர்வமேயில்லாமல் அதனால் என்னவென்று கேட்டாள். உன் வீட்டில் ஸ்பூன் கீழே விழுந்தால் சப்தம் வருகிறதா என வர்ஷினி திரும்பத் திரும்பக் கேட்டதும் வசந்தா ஒரு ஸ்பூனை கீழே போட்டுவிட்டுச் சப்தம் வரவில்லை என்பதை உறுதி செய்தாள்.

அன்றைய மாலைக்குள் வர்ஷினி ஊரிலிருக்கும் தனது அம்மாவிடம், தெரிந்த தோழிகளிடம் எனப் பலரிடமும் கேட்டுவிட்டாள். அவள் வீட்டில், அவள் வசித்த நகரில் மட்டுமில்லை. எல்லா ஊரிலும் எல்லா வீடுகளிலும் ஸ்பூன் கீழே விழும் போது சப்தம் எழுப்பவேயில்லை. ஸ்பூன்களுக்கு என்ன ஆனது. குழந்தைகளுக்கு விஷக்காய்ச்சல் முற்றிப் போகையில் குரல் நின்று போய்விடுமே அப்படி ஏதாவது ஆகிவிட்டதா. இல்லை ஏதாவது சாபமா?

ஸ்பூன்கள் கீழே விழும்போது ஏற்படும் சப்தம் குழந்தையின் அழுகையைப் போலச் சட்டெனக் கவனம் கொள்ள வைக்கக்கூடியது. ஸ்பூன்கள் ஏன் சப்தம் இழந்து போயின, என்ன நடந்திருக்கும். அவளால் அதைச் சகஜமாக எடுத்துக் கொள்ள முடியவில்லை. அலுவலகம் விட்டு வீடு திரும்பிய கணவனிடம் தன் பிள்ளைகளிடம் இதைப்பற்றி ஆதங்கமாகச் சொன்னாள் வர்ஷினி.

"ஸ்பூன் தானேம்மா. சப்தம் வரலைன்னா என்ன?" என அனைவரும் ஒரே குரலில் கேட்டார்கள்.

உண்மை தான். ஸ்பூன் தான். ஆனால், அதற்கு ஏன் இவ்வளவு கவலைப்படுகிறோம். சப்தமில்லாத ஸ்பூன் என்பது வரையப்பட்ட சித்திரம் போன்றது எனத் தனக்கு மட்டும் தான் தோன்றுகிறதா.

வேறு கரண்டிகளை விடவும் ஸ்பூன்களுடன் உள்ள நெருக்கம் அலாதியானது. அதிலும் ஸ்பூனில் தேனை எடுத்துச் சாப்பிடும் போது வெறும் கரண்டியை நக்கிக் கொண்டேயிருக்க அவளுக்குப் பிடிக்கும். அப்போது ஸ்பூனைக் கடித்துத் தின்றுவிட முடியாதா என ஏங்கியிருக்கிறாள். ஒருமுறை பாண்டிச்சேரியிலிருந்து அவளது கணவன் ஸ்பூன் வடிவில் சாக்லேட்டுகள் வாங்கிவந்தான். அதைப் பாலில் கரைத்தவுடன் ஸ்பூன் கரைந்து சாக்லேட் மில்காக மாறியது. 'ஹை, ஸ்பூனைக் குடிக்கிறோம்' என்று சப்தமிட்டபடியே பிள்ளைகள் அதை ஆசையாகக் குடித்தார்கள். அந்த மகிழ்ச்சி மறக்கமுடியாதது.

எந்த ஸ்பூனைப் பார்த்தாலும் கையேந்தி நிற்கும் பசித்த சிறுமி போலவே அவளுக்குத் தோன்றும். உப்பு ஜாடிக்குள்ளே கிடந்தாலும் தேக்கரண்டிக்கு உப்பின் ருசி தெரியாது தானே.

சாதக்கரண்டிகள் குழம்பு கரண்டிகள், தோசை கரண்டிகள் என வால்நீண்ட கரண்டிகளின் உலகில் ஸ்பூன்கள் அறியாச்சிறுமிகள் போலவேயிருக்கின்றன.

அன்றிரவு ஸ்பூன்களுக்காக அவள் வருந்தினாள். பின்னிரவில் எழுந்து மறுபடியும் ஒரு ஸ்பூனை கீழே போட்டுச் சோதனை செய்து கூடப் பார்த்தாள். சப்தம் வரவேயில்லை.

உலகில் சிறு பொருட்கள் தன் இயல்பை இழக்கத் துவங்கியிருக்கின்றன என்பதை அவளைத் தான் முதலில் அறிந்து கொள்ளத் துவங்கியிருந்தாள்.

மனிதர்களின் குரல்வளை ஒடுக்கப்படுவதையே கண்டுகொள்ளாத உலகிற்கு ஸ்பூன்கள் சப்தம் இழந்து போனதைப் பற்றி என்ன அக்கறையிருக்க முடியும்.

பாவம் வர்ஷினி, அவளால் என்ன செய்துவிட முடியும்

ஸ்பூன்களாக நாளை கோவிலுக்குப் போய் பிரார்த்தனை செய்வததைத் தவிர.

•••

3
பறவைகளின் தையற்காரன்

மேற்குமலையின் அடர்ந்த வனத்தை நெடுங்காடு என்றார்கள். அந்த நெடுங்காட்டினை அடுத்த கிராமம் ஒன்றில் ஆதன் என்ற தையற்காரன் வசித்து வந்தான். இயந்திரத்தைப் பயன்படுத்தாமல் தானே ஊசிகள் செய்து தனது கையால் அவன் தையல்வேலைகள் செய்துவந்தான். கிராமவாசிகளுக்கான உடைகளைத் தைத்துக் கொடுப்பதல்ல அவனது வேலை. அவன் பறவைகளின் தையற்காரன். பறவை தனது உதிர்ந்த இறகினைக் கவ்விக்கொண்டு வந்து அவனிடம் தந்து தனது ரெக்கையோடு சேர்த்துத் தைத்துவிடச் சொல்வது வழக்கம். தனது விசேச ஊசிகளைக்கொண்டு கச்சிதமாக அதைப் பொருத்தி விடுவான். இதனால் அவனைத் தேடி பறவைகள் காட்டிலிருந்து வந்தபடியேயிருந்தன. சில நேரம் பறவைகளின் கூட்டம் அவன் வீட்டுக் கூரை முழுவதும் அமர்ந்தபடியே சபதமிட்டுக் கொண்டிருப்பதை ஊர்மக்கள் கண்டிருக்கிறார்கள். பறவைகள் அவனுக்காகக் காட்டிலிருந்து ருசி மிக்க பழங்களைக் கொண்டுவந்து தந்தன.

நெடுங்காட்டில் பச்சைக் குக்குறுவான், கருங்காடை, கொண்டலாத்தி, மஞ்சள் சிட்டு, கொண்டைக்குருவி, கல்குருவி எனப் பல்லாயிரம் பறவைகள் வசித்தன. அதில் சில மனிதர்கள் கண்ணில் படவே படாதவை. ஓசனிச்சிட்டு என்ற பின்னோக்கி பறக்கும் பறவைகூட அங்கேயிருந்தது. மற்ற பறவைகளின் குரலினைக் காப்பியடித்து அப்படியே பாடும் திறமை கொண்ட ஸ்டார்லிங்ஸ் பறவைகூட அக்காட்டிலிருந்தது.

ஆதனைக் கண்டு பறவைகள் ஒரு போதும் பயங்கொண்டதே யில்லை. மரத்தின் கிளையில் வந்து அமர்வதைப் போலவே அவன் தோளில், தலையில் பறவைகள் வந்து அமர்வது வழக்கம். அவன் யாரிடம் பறவைகள் மொழியைக் கற்றுக் கொண்டான் எனத் தெரியவில்லை. பறவைகளுடன் தானும் ஒரு பறவை போலவே ஆதன் உரையாடுவான்.

ஒரு நாள் ஆதனைத் தேடி ஆயிரம் கண் பறவை வந்திருந்தது. இத்தனை ஆண்டுகளாக அதைப் பற்றிக் கேள்விப்பட்டிருந்த போதும், ஆதன் அப்போது தான் முதன்முறையாகப் பார்க்கிறான். இளமஞ்சள் நிறத்தில் கொக்கினைவிடச் சற்றே பெரிய உடல். விசிறி போல வால். உடல் முழுவதும் சிவப்பும் நீலமும் கலந்த கண்கள். மயில் தோகையை விடவும் மாறுபட்ட கண்கள். ஈயின் கண் அளவில் யாரோ தேர்ந்த சித்திரக்காரன் இறக்கை முழுவதும் வரைந்துவிட்டது போன்ற அழகு. ஆயிரம் கண் பறவை தனது உதிர்ந்த இறகை இணைக்கச் சொன்னது.

விசித்திரமாக இருக்கிறது இந்தக் கண்கள் என்றான் ஆதன், மின்னல்வெட்டும் போது இந்தக் கண்கள் திறந்து கொள்ளும். அப்போது பார்க்க வேண்டும் இதன் அழகை என்று பெருமையாகச் சொன்னது ஆயிரம் கண் பறவை.

ஆதன் அந்த இறகைச் சேர்த்துத் தைக்கும் ஊசி தன்வசமில்லை. அதைச் செய்து முடிக்க இரண்டு நாள் ஆகும். அதுவரை இறகு என்னிடம் இருக்கட்டும் என்றான்.

ஆயிரம் கண் பறவை அதற்குச் சம்மதித்துப் பறந்து போனது. உண்மையில் ஆதன் அந்தக் கண்கள் மின்னல் வெளிச்சத்தில் எப்படித் திறந்து கொள்கின்றன என்பதைக் காண விரும்பினான். அதற்காகவே ஊசியில்லை என்று பொய் சொன்னான்.

நாம் விரும்பும் போது மின்னல் தோன்றுமா என்ன.

அவன் மின்னலுக்காகக் காத்திருக்கத் துவங்கினான். ஆயிரம் கண் பறவை ஒவ்வொரு முறை வரும்போதும், இன்னும் ஊசி தயார் ஆகவில்லை என்று சொல்லி அதை அனுப்பியபடியே இருந்தான்.

ஆதன் தன்னை ஏமாற்றுகிறான் என்று சந்தேகம் கொண்டு அந்தப் பறவை தனது இறகைத் திருப்பிக் கொடு என்றது. எங்கோ கை மறந்து வைத்துவிட்டேன். தேடித் தருகிறேன்

என்று பொய் சொன்னான். இதைக் கேட்ட ஆயிரம் கண் பறவை நீ என்னை மோசம் செய்கிறாய். பறவையின் இறகு பறவைகளுக்கு மட்டுமே சொந்தமானது. அதை மனிதர்கள் தனதாக்கிக் கொள்ள முடியாது. நீ அப்படி ஆசைப்பட்டதால் இனி உன் திறமை அழிந்து போகும் என்று சபித்துப் போனது.

ஆதன் அதை எதிர்பார்க்கவில்லை. ஆயிரம் கண் பறவையின் சாபம் பலிப்பது போல அவனது விசேச திறமை அவனைவிட்டுப் போனது. அவனால் பறவைகளின் இறகைப் பொருத்தித் தைக்க முடியவில்லை. அவனைத் தேடி பறவைகள் வருவது நின்று போனது.

அவனிடம் ஒரேயொரு இறகு மட்டுமே மிச்சமிருந்தது.

அது ஆயிரம் கண் பறவையினுடையது.

ஒரு மழைநாளில் மின்னல் வெட்டும் போது ஆதன் அந்த இறகைக் கையில் எடுத்து வானை நோக்கிக் காட்டினான்.

ஆச்சர்யம், சித்திரம் போல இருந்த கண்கள் சட்டெனத் திறந்து கொண்டன. விளக்கின் சுடர் போல அந்தக் கண்களில் நீல வெளிச்சம் மினுங்கியது. அந்த வெளிச்சம் கொஞ்சம் கொஞ்சமாக அதிகமாகி அவனைச் சூழ்ந்து கொண்டது. பின்பு மெல்ல அந்த வெளிச்சம் வீடு முழுவதையும் நிரப்பியது. வான் உயரத்திற்கான பேரலை போல நீலவெளிச்சம் அந்த இடத்தைச் சூழ்ந்து கொண்டது. அந்த வெளிச்சம் வடியும் போது ஆதன் மயங்கியிருந்தான். அவன் கண்பார்வை பறி போயிருந்தது. அதன்பிறகான நாட்களில் அவன் பிரம்மை பிடித்தவன் போல அமர்ந்திருந்தான். எவரிடமும் ஒரு வார்த்தை பேசவில்லை. அவனைப் போலப் பின்னொரு பறவைகளின் தையற்காரன் தோன்றவேயில்லை. ஆயிரம் கண் பறவையை அதன்பின்னர் ஒருவரும் நேரில் காணவுமில்லை.

•••

4

கனவுகளை விதைப்பவன்

ஊர் ஊராகச்சென்று திரைப்படங்களைத் திரையிட்டுக் காட்டும் ஒருவன் இருந்தான். அவனுக்கு நாற்பது வயதிருக்கும். பெரிய புருவங்களும் அடர்ந்த தாடியும் கொண்டிருந்தான். ரகசியம் பேசும்கண்கள் அவனுக்கிருந்தன.

அவனிடம்ஒரு 16 எம்.எம். சினிமா புரொஜெக்டர் இருந்தது. பழைய புல்லட் ஒன்றில் தான் வருவான்.

அந்த புல்லட்டில் புரொஜெக்டர், சினிமாரீல்கள் மற்றும் தேவையான பொருட்களை ஒரு மரப்பெட்டியில் பாதுகாப்பாக வைத்திருப்பான்.

யார்அவன், எதற்காக இப்படி ஒருவேலை செய்கிறான் எனயாருக்கும்தெரியாது. அவனை சினிமாக்காரன் என்று கிராமத்துமக்கள் அழைத்தார்கள்.சினிமாக்காரன் பைக் கிராமத்திற்குள் நுழையும் போது சிறுவர்கள் கூச்சலிடுவார்கள். பெரும்பாலும் மதியநேரமே அவன் வருகைதருவான்.

கிராமத்தின் வீதிகளில் பைக்கில் சுற்றி மைக்கில் தனது சினிமாக்காட்சி பற்றி அறிவிப்பு தருவான். ஊர் மைதானத்தில் ஆண்களும் பெண்களும் கூடி விடுவார்கள். அவனுக்குச் சாப்பாடு தருவதற்குக் கிராமவாசிகள் போட்டி போடுவார்கள்.

அவனோ கணவன் இல்லாமல் தனித்து வாழும்பெண் வீட்டில்தான் சாப்பிடுவேன் என்று பிடிவாதமாக இருப்பான். தனித்து வாழும் பெண்கள் விருந்தாளிகளிடம் காட்டும் அன்பு நிகரற்றது என்று சொல்வான்.

எந்த வீட்டிற்கு உணவிற்குச் சென்றாலும் பிலிம் துண்டுகள் சிலவற்றை நினைவுப் பரிசாகத் தருவது அவனது வழக்கம்.

இரவு நேரம் அவன் திரையை ஏற்பாடு செய்து துண்டுப் படங்களைக் காட்டுவான். அது டூரிங் தியேட்டரில் பார்த்த சினிமா போல இருக்காது. மாறாக பனிப்பிரதேச வேட்டைக்காரர்கள், ஜப்பானியஎரிமலை, கடல்மீன்கள், ஆப்பிரிக்க வனவிலங்குகள்பற்றியும், உலகின் அதிவேகரயில், பெரியகார் தொழிற்சாலைகள், அறிவியல் கண்காட்சிகள் ஒலிம்பிக் விளையாட்டுப் போட்டி பற்றியதுமாக இருக்கும்.

உண்மையில் அவன் கிராமவாசிகளுக்குத் தொலைதூரஉலகின் விந்தைகளை அறிமுகம் செய்துகொண்டிருந்தான்.

கிராமவாசிகள் திடீரெனத் தாங்கள் மிகவும் பின்தங்கிய வாழ்க்கையை வாழுவதாக உணர்ந்தார்கள். தாங்கள் புறக்கணிக்கபடுவதாக கோபம் கொண்டார்கள். எல்லையற்ற கடலையும் அதன் ராட்சச மீன்களையும் கண்டு ஆச்சரியம் கொண்டார்கள்.

ஒவ்வொரு கிராமத்திலும் ஏதோ ஒரு பெண் அவன் காட்டிய சினிமா மூலமாக எழுந்த ஆசையால் அவனைக் காதலிக்கத் துவங்கினாள். அவனுடன் இணைந்து சென்றால் இந்த விந்தைகளைக் காணமுடியும் என நம்பினாள்.

சிறுவர்கள் அவன் காட்டிய சினிமாவில் வரும் அதிசயங்கள் தங்கள் ஊருக்கு வந்துவிடாதா என ஏங்கினார்கள்.

முதன்முறையாக பனிச்சறுக்கு விளையாட்டினைக் கண்ட ஒரு சிறுவன் அது போலக் காலில் தென்னை மட்டையைக் கட்டிக் கொண்டு சறுக்கி விளையாடினான்.

அதிவேக ரயிலைப் போலசிறுவர்கள் ஒன்றுசேர்ந்து வீதிகளில் ஓடினார்கள். சினிமாவில் பார்த்த பசும்புல்வெளியினை நினைத்தபடியே கறட்டு நிலத்தில் விவசாயிகள் உழுது கொண்டிருந்தார்கள். கரடியை நேரில் பார்த்தறியாத கிராமத்துச் சிறுவன் உள்ளூர் எருமை மாடு ஒன்றின் மீது கரடி என எழுதி அதைக் கரடியாக உருமாற்றினான்.

கிராமம் தோறும் கனவுகளை விதைத்தபடியே சென்ற அந்தச் சினிமாக்காரனை யார் தடுத்தார்கள் என்றுதெரியவில்லை.

கிராமம் அறியாமையிலே இருக்க வேண்டும் என நினைத்த நிலவுடமையாளர்களின் வேலைதானோ என்னவோ.

சினிமாக்காரன் தடுத்துத் துரத்தப்பட்டான். அவனது பைக் சப்தம் கேட்கவேயில்லை. சினிமா திரையிடல் நடக்கவேயில்லை.

மழைக்குக் காத்திருக்கும் விவசாயிகள் போலச் சிறார்கள் அவன் வருகைக்காக காத்திருந்தார்கள்.

எங்கோ ஒரு கிராமத்தில் அவன் நினைவாகத் துண்டு பிலிம் ஒன்றை விளக்கு வெளிச்சத்தில் உயர்த்திக் காட்டி ஒரு பெண் தனது மகளிடம் உலகின் விநோதக்காட்சி ஒன்றை விளக்கிக் கொண்டிருப்பது மட்டும் மாறவேயில்லை

•••

5
எவரது கண்ணீர்

திருமண வீட்டில் அந்த முதியவரைக் கண்டேன். திருமண மேடையைப் பார்த்தவாறு சக்கர நாற்காலியில் அமர்ந்திருந்தார். எண்பது வயதைத் தாண்டிய தோற்றம். கைகள் லேசாக நடுங்கிக் கொண்டிருந்தன. வீங்கிய பாதங்கள். பட்டு வேஷ்டியைத் தளர்வாகக் கட்டியிருந்தார். வேஷ்டி விலகி தொடை தெரிந்தது. சிறுவர்கள் அணிவது போலக் காலர் இல்லாத சட்டை. மணமகளின் தாத்தா என்றார்கள். அவரது கழுத்து ஒரு பக்கமாகச் சாய்ந்திருந்தது. அவர் பேசும் போது கிணற்றுக்குள்ளிருந்து சப்தம் வருவது போலத் தெளிவற்றுக் கேட்டது. வீட்டில் படுக்கையிலே கிடப்பவர் போலும். ஒருபக்க முகமே வெளிறிப்போயிருந்தது.

திருமண மண்டபத்திற்கு வந்த போதிலிருந்து அவரது கண்களிலிருந்து தானே கண்ணீர் கசிந்து கொண்டேயிருந்தது. அவராகத் துடைத்துக் கொள்ளவில்லை. யாராவது உறவினர்கள் வந்து கைக்குட்டையால் முகத்தைத் துடைத்துவிட்டுப் போனார்கள்.

ஏன் இப்படி அழுது கொண்டேயிருக்கிறார். வயதானவர்கள் கண்ணீர் விடும் போது கண்ணீரின் கனம் கூடி விடுகிறது. நானாக அவர் அருகில் போய் உட்கார்ந்து கொண்டு தெரிந்தவர் போலப் பேச ஆரம்பித்தேன். அவருக்கு நான் கேட்டதோ, பேசுவதோ எதுவும் புரிந்தது போலத் தெரியவில்லை.

கண்ணீர் வந்து கொண்டிருக்கிறது என்று அவரது கன்னத்தைச் சுட்டிக்காட்டினேன். அவர் மெல்லிய குரலில்

எஸ்.ராமகிருஷ்ணன் ● 25

அது "என் கண்ணீரில்லை" என்றார். தன் கண்ணிலிருந்து வரும் கண்ணீரை அறியாத மனிதனும் இருக்கக்கூடுமோ.

பட்டுப்பாவாடை அணிந்த ஒரு சிறுமி அருகில் வந்து "தாத்தா ஏன் அழுறே" எனக்கேட்டாள். "நான் எங்க அழறேன்" என்று அவளிடமும் சொன்னார். அவள் கன்னத்தில் வழியும் கண்ணீரை விரலில் தொட்டு அப்போ இது யாரு கண்ணீர் எனக் கேட்டாள்.

"யாருதுனு தெரியலை. கண்ணீரை வச்சி அது யாருதுனு எப்படி அடையாளம் தெரிஞ்சிகிடுறது?" என அவர் கேட்டார்.

"போ.. தாத்தா. நீ அழுறது கூட உனக்குத் தெரியலை" என்றாள் அச்சிறுமி. அவர் யாரிடமோ சொல்வது போலச் சொன்னார்.

"இந்த உடம்புல கைகாலு நான் சொன்னபடி கேட்க மாட்டேங்குது. தலை ஒரு பக்கமா இழுத்துகிட்டுப் போகுது. எழுந்து நிக்கமுடியலை. நடக்க முடியலை. அப்படித் தான் கண்ணும், அது இஷ்டத்துக்கு நடக்குது போல. எதை நினைச்சி அழுதடோ யாருக்குத் தெரியும்" என்றார்.

அச்சிறுமி தனது வெள்ளை நிறக் கைக்குட்டையால் கண்ணீரைத் துடைத்துவிட்டுக் கலைந்து போன அவரது தலையையும் சரி செய்துவிட்டாள். அது அவருக்குப் பிடித்திருந்தது போலும். லேசாக முகத்தில் சிரிப்பு வந்து போனது. தாலி கட்டி முடிந்தவுடன் மணமகனும் மணமகளும் அவரிடம் ஆசி வாங்கினார்கள். அப்போது மணமகளின் கைகளில் அவரது கண்ணீர் விழுந்தது.

"ஏன் தாத்தா அழுறே?" என அவளும் கேட்டாள். தெரியலை. "உங்கம்மா கல்யாணத்துல அழுதேன். இப்போ உன் கல்யாணத்துல அழுறேன். எதுக்குனு தெரியலை. ஆனா. அழுகை தானா வருது. நாளைக்கு மண்ணுக்குள்ளே போயிட்டா அழ முடியாதுல்ல" என்றார்.

மணமகள் முகத்தில் மெல்லிய வேதனை படர ஆரம்பித்தது. "அப்படிப் பேசாதே தாத்தா" என அவர் கைகளைப் பற்றிக் கொண்டாள்.

பிறகு ஒரு ரோஜாவின் இதழ் ஒன்றை எடுத்து அவரது கண்ணீரைத் துடைத்தாள். அது அவருக்குப் பிடித்திருந்தது போலும். அப்போதும் அவர் முகத்தில் மெல்லிய சிரிப்பு ஓடி மறைந்தது.

...

6
பச்சைக் காதுள்ள முயல்

மலையடிவாரத்தில் ஆடுகளை மேய்ச்சலுக்கு விட்டுவிட்டு மருதன் எப்போதும் வேங்கை மரத்தடியில் உட்கார்ந்து கொள்வான். மேகங்கள் கடந்து போவதை வேடிக்கை பார்ப்பது தான் அவனது பொழுதுபோக்கு. சில நேரங்களில் ஆடுகளுடன் பேசிக் கொண்டிருப்பான். மருதனுக்கென யாருமில்லை. இந்த ஆடுகளும் கூட அவனுக்குச் சொந்தமானவையில்லை. நல்லான் குடும்பத்துக்குச் சொந்தமான ஆடுகளை மேய்ப்பவனாக இருந்தான். தான் எதற்காக வாழ்கிறோம். ஏன் தன்னை வாழ்க்கை இப்படியிருக்கிறது எனச் சில நேரம் சலித்துக் கொள்வான். ஆனால், இதிலிருந்து விடுபட அவனுக்கு வழிதெரியவில்லை

ஒரு நாள் மருதன் ஆடுகளை மேய்ச்சலுக்கு விட்டுவிட்டு மரத்தடியில் அமர்ந்திருந்த போது தொலைவில் ஒரு முயல் ஓடுவதைக் கண்டான். முயலைத் துரத்திப்பிடித்தால் சுட்டுச் சாப்பிடலாமே எனத் துரத்த ஆரம்பித்தான். உடைந்து கிடந்த பாறையைத் தாவி முயல் ஓடியது. ஆனால், மருதன் கல்லை வீசி முயலை வீழ்த்திவிட்டான். அடிபட்ட முயலைக் கையால் தூக்கும் போது அதன் காதுகள் இரண்டும் பச்சை நிறத்தில் இருப்பதைக் கண்டான்.

வெள்ளை முயலுக்கு எப்படிக் காதுகள் மட்டும் பச்சை நிறத்திலிருக்கின்றன என யோசித்த போது அந்த முயல் சொன்னது

"என்னை விட்டுவிட்டு, நான் சாதாரண முயல் இல்லை. நீ எதைக் கேட்டாலும் தருகிறேன்."

வியப்புடன் பார்த்தபடியே "நீ எப்படிப் பேசுகிறாய்" எனக் கேட்டான்.

"நான் பச்சைக் காதுள்ள முயல். என்னால் மனிதர்களுடன் பேச முடியும். உனக்கு என்ன தேவை எனக்கேள், தருகிறேன்" என்றது.

என்ன கேட்பது என மருதனுக்குத் தெரியவில்லை. நீண்ட யோசனைக்குப் பிறகு கேட்டான்.

"இப்போது கிராமத்து மக்கள் எல்லோரும் செல்போன் வைத்திருக்கிறார்கள். அதில் நாள் முழுவதும் பேசிக் கொண்டேயிருக்கிறார்கள். எனக்கும் அப்படி ஒன்று வேண்டும். தனியாக இருந்து போரடிக்கிறது. தெரிந்தவர்களுடன் பேச வேண்டும்."

அவ்வளவு தானா என்றபடி மறுநிமிசம் அந்த முயல் அதி நவீன செல்போன் ஒன்றை அவனுக்குத் தந்தது. இதில் எப்படிப் பேசுவது எனக் கேட்டான். முயல் அவனுக்குச் செல்போனைப் பற்றிச் சொல்லித் தந்தது.

மருதன் தனக்குத் தெரிந்தவர்களுடன், பால்ய வயது நண்பர்களுடன் செல்போனில் பேச ஆரம்பித்தான். ஒருவர் மூலம் மற்றவர் என யார் யாரிடமோ பேசினான். அவன் அடைந்த மகிழ்ச்சிக்கு அளவேயில்லை. மதியம் சாப்பிடக் கூட மறந்து பேசிக் கொண்டேயிருந்தான். இடையிடை என்னை விட்டுவிடு என்று முயல் கெஞ்சியது.

நீண்ட நேரப் பேச்சிற்குப் பிறகு அவன் சொன்னான்,

"உன்னை விடுவதாக இருந்தால் எனக்கு அன்லிமிடெட் இன்டர்நெட் மற்றும் அன்லிமிடெட் டவுன்லோடு வசதி தேவை. இணையத்தில் எவ்வளவோ விஷயங்கள் இருப்பதாக பலரும் சொல்கிறார்கள். அதை நான் அனுபவிக்க வேண்டும்" என்றான். அரைநாளுக்குள் இப்படி இவ்வளவும் கற்றுக் கொண்டுவிட்டானே எனப் பயந்த முயல் அவன் கேட்டதை உடனே செய்துகொடுத்தது.

அவன் தனது அலைப்பேசி வழியாகவே சினிமா, பாட்டு, யூடியூப், விளையாட்டு, போர்ன் வீடியோ, பேஸ்புக், மீம்ஸ், நகைச்சுவை, டிக்டாக் வீடியோ எனச் சுற்றியலைந்து கொண்டேயிருந்தான். மாலையாகியதையோ, இரவு வீடு திரும்ப வேண்டும் என்பதையோ மறந்து அவன் இணையத்திற்குள்

சஞ்சரித்தபடியே இருந்தான். ஆடுகள் தானே அவனைத் தேடி வந்து நின்றன. அவன் ஆடுகளைக் கவனிக்கவேயில்லை.

இரவெல்லாம் மாயவுலகில் சஞ்சரித்தான். விதவிதமான நிர்வாணப் பெண் உடல்களைக் கண்டான். துருவப் பிரதேசத்தில் பனிச்சறுக்கு விளையாடுகிறவனைப் பார்த்தான். காலின் ஒற்றை விரலில் நடனமாடும் பெண்ணை விநோதமாகப் பார்த்தான். சிங்கம், கரடி, புலி, பனிச்சிறுத்தை என விதவிதமான விலங்குகளைத் துரத்தினான். ஏதேதோ தேசங்கள், மனிதர்கள், காட்சிகள் எனப் பிம்பங்களின் உலகில் கரைந்து போனான். விடிந்து மறுநாள் துவங்கியது. அவனுக்கு வெளியுலகம் தெரியவில்லை. அன்றைய பகலிற்குள் முயல் பசியில் சோர்ந்து போனது.

அன்று மாலை திடீரெனத் தன் உணர்வு கொண்டவன் போல மருதன் சொன்னான்.

"கனவில் கூட இவ்வளவு இன்பங்களைப் பெற்றதில்லை. உலகம் எவ்வளவு பெரியது. எவ்வளவு மனிதர்கள், எத்தனை அழகழகான பெண்கள், வேடிக்கைகள், சாகசங்கள், அந்தப் பிம்பங்களில் நானும் ஒருவனாகிவிட வேண்டும். அது தான் என் கடைசி ஆசை. அதை மட்டும் எனக்காகச் செய்துகொடு உன்னை விட்டுவிடுகிறேன்" என்றான் முயலிடம்.

முயல் அவன் விரும்பியபடியே அவனையும் பிம்ப உலகின் ஒரு துளியாக்கியது. மறுநிமிசம் அவன் கோடான கோடி பிம்பங்களில் ஒன்றாக இணையவெளியில் கலந்து போனான். அதன்பிறகு பச்சைக் காதுள்ள முயல் தன்னுடைய உலகை நோக்கிச் செல்லத் துவங்கியது.

பாவம் ஆடுகள், மருதன் எங்கே போனான். எப்போது திரும்பி வருவான் எனத் தெரியாமல் அதே மலையடிவாரத்தில் பகலில் மேய்வதும் இரவில் வேங்கை மரத்தடியில் ஒன்றுகூடுவதுமாக இருந்தன.

மரத்தில் தொங்கவிடப்பட்ட மருதனின் தூக்குச் சட்டி மட்டும் அவன் தொலைந்து போய்விட்டான் தொலைந்து போய்விட்டான் என்பது போல ஓசை எழுப்பிக் கொண்டேயிருந்தது.

அதைக் கேட்க அந்தப் பிராந்தியத்தில் ஒருவர் கூட இல்லை.

●●●

7

சாலை ஓவியன்

சாலையில் கரித்துண்டுகளைக் கொண்டு ஓவியம் வரையும் ஒருவனிருந்தான். அவன் தினமும் பின்னிரவில் யாருமற்ற சாலையில் அமர்ந்தபடியே ஓவியம் வரைந்து கொண்டிருப்பான். மற்ற சாலை ஓவியர்களைப் போலக் கடவுள் உருவத்தை அவன் வரைவதில்லை.

மாறாகத் தாயும் சேயுமாக இருவரைத் தான் வரைவான். ஒவ்வொருநாளும் அந்தத் தாயின் முகம் மாறிக்கொண்டேயிருக்கும். சில சமயம் அந்த முகத்தில் தூய மகிழ்ச்சி ததும்பும். சில வேளை சோகம் படிந்ததாகக் காணப்படும். பெரும்பான்மை நேரம் வெறித்த பார்வை கொண்ட முகமாகயிருக்கும். ஆனால், அவளது கையைப் பிடித்தபடியே நிற்கும் பையன் முகத்தில் எப்போதும் சந்தோஷமே காணப்படும். ஒருவேளை அவன் தனது பால்யகாலத்தைத் தான் வரைந்து கொண்டிருக்கிறானோ என்னவோ.

சில நேரம் அவன் கரிக்கோட்டில் வரைந்த ஓவியத்திற்கு கலர் சாக்பீஸ் கொண்டு வண்ணமடிப்பான். அவன் ஒரு போதும் தனது ஓவியத்தின் அடியில் தனது பெயரை எழுதிக் கொண்டதில்லை. ஓவியத்தை முடித்தபிறகு ஒதுங்கி நின்று வேடிக்கை பார்ப்பான்.

மரத்திலிருந்து இலைகள் உதிர்வதைப் போலப் பகல் முழுவதும் யாரோ வீசி எறிந்த சில்லறைக்காசுகள் அந்த ஓவியத்தின் மீது விழுந்து கிடக்கும். அவற்றைக் கூட அவன் அவசரமாகச் சேகரித்து வைத்துக் கொள்வதில்லை.

தெருவிளக்கின் வெளிச்சம் ஓவியத்தில் படும்போது அவன் சில்லறைகளைப் பொறுக்கிக் கொண்டு சாப்பிடப்போவான். திரும்பி வந்து நடைமேடையிலுள்ள குப்பைத்தொட்டியை ஒட்டிய இடத்தில் படுத்து உறங்கிவிடுவான். பின்பு வழக்கம் போலப் பின்னிரவில் எழுந்து கொள்வான்.

ஒரு நாள் அவன் பின்னிரவில் ஓவியம் வரைந்து முடித்துவிட்டு எழுந்து கொள்ளும் போது அவன் வரைந்த சிறுவன் கையில் ஓர் அடர் மஞ்சள் வண்ண மலர் இருந்ததைக் கண்டான். இதைத் தான் வரையவில்லையே என்றபடியே அந்த மலரைத் தொட்டுப் பார்த்தான்.

நிஜமான மலரைப் போல அதிலிருந்து விநோத வாசனை வந்தது. எப்படி இது சாத்தியம் எனப் புரியாமல் குனிந்து அந்த மலரை அழித்துவிட முயன்றான். ஆனால், அம்மலரை அழிக்க முடியவில்லை.

அன்று அந்தச் சாலையைக் கடந்து போகிறவர்கள் விநோத மணத்தால் ஈர்க்கப்பட்டுத் தங்களை அறியாமல் சட்டைப் பையிலிருந்த சில்லறைகளை ஓவியத்தில் போட்டுச் சென்றார்கள். அன்றிரவு அவன் நாணயங்களைச் சேகரித்த போது வழக்கத்தை விட ஐந்து மடங்கு அதிகமிருந்தது.

மறுநாள் புதிய ஓவியம் வரைய முற்பட்ட போதும் அந்த மலரைச் சிறுவன் கையிலிருந்து அழிக்க முடியவில்லை.

அவனுக்கும் ஓவியத்திற்குமான உறவு மாறிப்போனதை அவன் உணர்ந்தான். மரத்தின் கிளையில் மலர் அரும்புவது போலத் தனது ஓவியத்திலும் மலர் அரும்புகிறதே. இது எப்படி. ஓவியத்தைத் தான் மட்டும் வரையவில்லை என்பது அவனுக்குப் புரிந்தது.

இந்த விநோத வாசனை காரணமாக நாளுக்கு நாள் அவனது வருவாய் பெருகியது. ஓவியன் நடைமேடையினை விட்டு விலகித் தனக்கென ஓர் அறையை வாடகைக்கு எடுத்துக் கொண்டான். அங்கிருந்து பின்னிரவில் எழுந்து வந்து சாலையில் ஓவியம் வரைந்தான்.

சில்லறைகள் போடுவதற்கு வசதியாக அவன் ஓவியத்தின் அருகில் ஒரு மரப்பெட்டியை ஏற்பாடு செய்தான். நாளடைவில் சில்லறைகளுடன் நிறைய ரூபாய் நோட்டுகளும் அந்தப்

பெட்டியில் குவிந்தன. மிதமிஞ்சிக் குடிக்கவும் பெண்களுடன் மகிழ்ச்சியாக இரவைக் கழிக்கவும் துவங்கினான். இதனால் அவன் பல நாட்கள் ஓவியம் வரையவில்லை.

பின்பு ஒருநாளின் பின்னிரவில் அவன் சாலையில் புதிய ஓவியம் வரைய ஆரம்பித்த போது எவ்வளவு முயன்றும் சிறுவனின் முகத்தில் சந்தோஷத்தைக் கொண்டுவர முடியவில்லை.

சிறுவனின் முகம் இருண்டு கவலை கொண்டதாக மாறியது. சிறுவன் கையில் தோன்றிய மஞ்சள் நிற மலரும் இப்போது நிறம் மாறி அடர் சிவப்பில் இருந்தது அவன் அதைப் பெரியதாகப் பொருட்படுத்தவில்லை.

ஆனால், ஓவியத்திலிருந்த சிவப்பு மலரிலிருந்து பகலில் துர்நாற்றம் வர ஆரம்பித்தது. மக்கள் அந்த ஓவியனைத் திட்டினார்கள். பலர் கூடி அந்த ஓவியத்தை அழித்தார்கள். ஆனால், அந்த மலரை அழிக்க முடியவேயில்லை

கோபமுற்ற ஒருவன் ஓவியனைத் தேடிப் போய் உதைத்தான். தான் அந்த மலரை வரையவில்லை என்று ஓவியன் வலியோடு புலம்பினான். ஒருவரும் அதை நம்பவில்லை. அந்த ஓவியனை அடித்துத் துரத்த வேண்டும் என்பதில் ஊரே ஒன்றுகூடியது. பின்பு அந்த ஓவியனை அந்த நகரில் காணமுடியவில்லை. ஆனால், அழியாத மலர் ஒன்று சாலையில் நீண்ட காலமிருந்தது. பின்னொரு பெருமழை நாளில் அந்த மலர் சாலையிலிருந்து தானே மறைந்து போனது.

...

8
கனவின் நடனம்

அந்த நகரில் எல்லோரும் கனவில் நடனமாடினார்கள்.

விடிந்து எழுந்தவுடன் தாங்கள் கனவில் ஆடிய நடனத்தைப் பற்றி வெட்கத்துடன், பெருமிதத்துடன், கூச்சத்துடன் பகிர்ந்து கொண்டார்கள்.

ஓர் இளம் பெண் சொன்னாள். நான் "நீர்க்குமிழி வானில் பறப்பது போல நடனமாடினேன்."

ஒரு இளைஞன் சொன்னான் "பாய்ந்தோடும் குதிரையின் வேகம் போலிருந்தது எனது நடனம்."

ஒரு முதியவர் சொன்னார் "நதிக்கரையோர நாணலின் அசைவு போன்றிருந்தது எனது நடனம்."

வீட்டு வேலைக்காரப் பெண் சொன்னாள் "காற்றில் ஈரத்துணிகள் உலர்வது போலிருந்தது எனது ஆட்டம்."

ஒரு சிறுமி சொன்னாள் "அடிவானில் பறக்கும் சிவப்புப் பட்டம் போல ஆடினேன்."

சிறையில் அடைபட்ட ஒரு கைதி சொன்னான் "எனது நடனம் உணவுத்தட்டைச் சுற்றும் ஈ போன்றிருந்தது."

மதபோதகர் சொன்னார் "கல்லறை மீது பெய்யும் மழைத்துளி போலிருந்தது எனது நடனம்".

திருடன் சொன்னான் "சாவித்துளை வழியே நுழையும் வெளிச்சம் போலிருந்தது எனது ஆட்டம்".

மருத்துவர் சொன்னார் "கர்ப்பிணிப் பெண்ணின் நாடித்துடிப்பு போன்றிருந்தது எனது நடனம்."

விளையாட்டு ஆசிரியர் சொன்னார் "உதைக்கப்பட்ட கால்பந்தைப் போல எழுவதும் விழுவதுமாக ஆடினேன்."

தத்துவவாதி ஒருவர் சொன்னார் "பின்னோக்கி நகரும் கடிகார முள் போலிருந்தது எனது நடனம்."

கவிஞன் சொன்னான் "ஊதுபத்தியின் புகைபோல அலைவு கொண்டிருந்தது எனது நடனம்."

முடிவாக ஒரு கிழவி சொன்னாள். "நடனமாடியதே தெரியவில்லை. தண்ணீருக்குள் மூத்திரம் பெய்தது போன்றிருந்தது."

எல்லோரும் ஒன்றை ஒப்புக் கொண்டார்கள்.

"நடனத்தை எப்படிச் சொல்லால் உணர்த்த முடியும்."

...

9

அம்மாவின் புத்தகம்

திருமணமாகி வந்த போது தனது வீட்டிலிருந்து அம்மா அந்தப் புத்தகத்தைக் கொண்டு வந்திருந்தாள். ஆப்த நாதரின் கதைகள் என்ற அந்தப் புத்தகத்தைத் தன் வாழ்நாள் முழுவதும் அம்மா படித்துக் கொண்டிருந்தாள். அட்டை கிழிந்து காகிதங்கள் பழுத்து உதிரும் நிலைக்குப் புத்தகம் வந்தபோதும் அதை வாசிப்பதை நிறுத்தவில்லை.

ஒரு புத்தகத்தை எத்தனை முறை படிக்க முடியும். அப்படி என்னதான் அப்புத்தகத்தில் இருக்கிறது. அம்மா புத்தகம் படிக்கும் போது அவள் முகத்தில் எத்தனையோ உணர்ச்சிகள் வெளிப்படும். வீட்டுவேலைகள் செய்துகொண்டிருக்கும் போதோ, வேற்று மனிதர்களுடன் பேசிக்கொண்டிருக்கும் போதோ இத்தனை உணர்ச்சிகளை அவள் வெளிப்படுத்துவதில்லை.

அம்மா சமையற்கட்டில் தான் எப்போதும் புத்தகம் படிப்பாள். அதுவும் மதிய நேரங்களில் தான். சில சமயம் புத்தகத்தின் பக்கங்களைக் கூண்டிற்குள் இருக்கும் புலியைப் பார்ப்பது போல வெறித்துப் பார்த்தபடியே இருப்பாள். சில சமயம் கண்களைத் துடைத்துக் கொண்டபடியே தனக்குத் தானே ஏதோ சொல்லிக் கொள்ளுவாள்.

அப்படி என்ன தான் படிக்கிறார். யாரிடமும் தான் படிக்கிற புத்தகம் பற்றி ஒரு வார்த்தை பேசிக்கொண்டது கிடையாது. புத்தகத்தின் கடைசிப் பக்கத்திற்கு வந்தவுடன் மீண்டும் முதற்பக்கத்தை நோக்கித் திருப்பி விடுவாள். முந்நூறு பக்கங்களுக்குள் உள்ள புத்தகம் தான், ஆனால் ஐம்பது

ஆண்டுகளுக்கும் மேல் வாசித்தும் தீராமலிருந்தது. ஒருமுறை மருத்துவமனையில் குளிர் காய்ச்சலுக்காக அனுமதிக்கப்பட்ட போதும் கூட அவள் புத்தகத்தைக் கையோடு வைத்துக் கொள்ள மறக்கவில்லை.

"படிச்சதையே திரும்பப் படிக்கிறயே, வேற புத்தகம் வாங்கித் தரட்டுமா" என ஒருமுறைக் கேட்டேன்.

"ஐம்பது வருஷமா உங்க அப்பாவோட குப்பை கொட்டிகிட்டு இருக்கேன். அதென்ன சலிச்சா போச்சு. கதையில வர்ற மனுசங்களோட பழகிப் போயிட்டேன். அவங்க கஷ்ட நஷ்டங்களைத் தெரிஞ்சிகிட்டு எப்படிப் போதும் போனு பொஸ்தகத்தைத் தூரப் போட முடியும் சொல்லு" என்றாள் அம்மா.

"அப்படி என்னம்மா கதைல படிக்கிறே?" எனக்கேட்டேன்.

"படிக்கப் படிக்கக் கதையில வர்ற சின்னச் சின்ன விஷயங்களை மனசு ரசிக்க ஆரம்பிச்சிருது. கதைல வர்ற பொண்ணுக்கு அவங்க அம்மா ரெட்டை ஜடை போட்டுவிடுறா. சீப்பு தலைமயிர்ல சிக்கிகிடுது. ஏன்டி தலைய இப்படி வச்சிருக்கேனு மக தலையில அம்மா கொட்டு வைக்குறா. இதைப் படிச்சவுடனே என்னோட ரெட்டை ஜடை, தெரிஞ்ச பொண்ணுகளோட ரெட்டை ஜடைனு என்னென்னமோ ஞாபகம் வர ஆரம்பிச்சிருது. எங்கம்மா சீப்பு கிட்ட பேசுவா.. இப்படித்தான் தலையில கொட்டுவா. ஸ்கூல் படிக்கிறப்போ ரோஸ்கலர் ரிப்பன் ஒண்ணை ரொம்ப நாள் வச்சிருந்தேன். இப்படியான நினைப்பு மனசுல வர ஆரம்பிச்சிருது.

கதையில வர்ற பெரிய விஷயங்கள் எல்லாம் திரும்பப் படிக்கும் போது முக்கியமில்லாமல் போயிருச்சி. எத்தனையோ சின்ன விஷயங்கள். சின்னச் சின்ன நிகழ்ச்சிகள். குருவி தானியத்தை ஒவ்வொண்ணா கொத்தித் திங்கிறது மாதிரி அது ஒவ்வொண்ணா படிச்சுகிட்டே இருக்கேன். எனக்குத் தான் வயசாகிருச்சி. கதையில வர்ற ஒருத்தருக்கும் வயசாகவேயில்லை" எனச் சிரித்தாள் அம்மா.

"என்னால அப்படிப் படிக்க முடியாதும்மா, போரடிக்கும்" என்றேன். அதை ஆமோதித்தவள் போலச் சொன்னாள்.

"சின்ன வயசில அடிவானத்தைத் தொடுறதுக்காக ஓடிப்போவேன். ஓட ஓட வானம் பின்னாடி போய்க்கிட்டே இருக்கும். முடிவே கிடையாது. அப்படித் தான் பிடிச்ச பொஸ்தகமும் முடியுறதேயில்லை. தினம் இந்தக் காவிரி ஆற்றில இறங்கிக் குளிக்கிறேன். ஒண்ணாவா இருக்கு. அதே தண்ணீர் தான், ஆனா புதுசா தானே ஓடுது. நான் படிக்கிற கதையும் அப்படித் தான்.

ஆம்பளை புத்தகம் படிக்கிறதும், பொண்ணுக புத்தகம் படிக்கிறதும் ஒண்ணு இல்லடா. அதை எல்லாம் சொன்னா புரியாது" என்றாள் அம்மா.

புத்தகத்தின் வரி போலவே இருந்தது அவளது பேச்சு.

...

10

சண்டைச்சேவல்

அவனது சண்டைச்சேவல் தோற்றதேயில்லை. அவன் சேவலைச் சண்டைக்குப் பழகுவதற்கு முன்பாக அது ஒரு சேவல் இல்லை என்பதை உணரச் செய்வான். இதற்காக அதிகாலையில் சேவல் தன்னை அறியாமல் கூவும் போது சிறிய மூங்கில் கழியால் அடித்து அது கூவுவதைக் கட்டுப்படுத்துவான். நாட்படச் சேவல் கூவுவதை நிறுத்திக் கொண்டுவிடும். பின்பு சேவலை இன்னொரு சேவலுடன் சண்டைக்குப் பழக்குவதற்குப் பதிலாகத் தண்ணீரைப் பீய்ச்சியடித்து சேவலை அதோடு சண்டையிடச் செய்வான். தண்ணீர் எந்தத் திசையிலிருந்து பீறிடும் எனத் தெரியாமலும் நனைந்து கண்ணை மறைக்கும் தண்ணீரை எப்படிச் சமாளிப்பது எனத் தெரியாமலும் சேவல் தடுமாறும். பின்பு மெல்லத் தண்ணீரை எதிர்கொள்ளச் சேவல் பழகிவிடும்.

பின்பு சேவலுடன் சண்டையிட பல்வேறு தீப்பந்தங்களை ஏற்பாடு செய்திருப்பான். நெருப்பு கண் முன்னே சீற்றம் கொள்வதையும் ரெக்கையில் நெருப்பு பற்றிக் கொள்வதையும் கண்டு சேவல் ஆவேசம் கொள்ளும். பின்பு பயந்தெளிந்து நெருப்பைக் கண்டு சேவல் விலகியோடாது. அதன்பிறகு சேவலின் கண்களைக் கறுப்புத் துணியால் கட்டி, கிணற்றில் போட்டுவிடுவான். தட்டுத்தடுமாறி அது மேலேறி வர எத்தனிக்கும். ஆனால், சில நாட்களில் கண்களைக் கட்டினாலும் சேவல் திசையறிந்துவிடும்.

அதன்பிறகு சேவலுக்கு உணவு தராமல் பட்டினி போடுவான். அது பசியில் குரல்கொடுத்தபடியே இருக்கும். மண்ணைக்

கொத்தித் தின்னும். பின்பு மெல்லச் சேவல் பசியைக் கடந்து போகும். முடிவில் மரத்தில் செய்யப்பட்ட இயந்திர சேவல் ஒன்றை அத்தோடு சண்டையிடச் செய்வான். மரச்சேவலைக் கொத்தும் நிஜ சேவல் ஏன் அச்சேவல் கத்துவதில்லை எனத் திகைத்துப் போகும். பின்பு தானும் அது போலவே கத்தக்கூடாது என்பதை உணர்ந்து கொள்ளும்.

இந்தப் பயிற்சிகள் யாவும் முடிந்தபிறகு அவன் சேவலைச் சண்டைக்குக் கொண்டு வருவான். போட்டியில் அவனது சேவல் எதிராளியின் சேவலை ஒரே அடியில் வீழ்த்திவிடும். ஆனால், வென்ற சேவலுக்கான கொக்கரிப்போ, சிறகடிப்போ எதுவும் இருக்காது. ஒரு துறவி மடாலயம் திரும்புவது போல நிதானமாக அச்சேவல் அவனை நோக்கித் திரும்பிவரும். அவன் சேவற்கட்டில் வென்ற பரிசினை ஒருபோதும் பெற்றுக்கொள்வதில்லை.

வீடு திரும்பும் வழியில் தோளில் சேவலை நிற்கச் செய்தபடியே உற்சாகமாகப் பாடிக்கொண்டு வருவான்.

அவ்வளவு தான் அவனது மகிழ்ச்சி.

• • •

11
போர்வீரனின் சூரியன்

யுத்தமுனையிலிருந்த இளம் போர்வீரன் ஒவ்வொரு நாளும் தனது மனைவியை, பிள்ளைகளை, தாயை, சொந்த வீட்டினை, வீட்டுச் சுவரில் ஓடியாடும் அணிலை, எப்போதாவது வந்து போகும் பச்சை கழுத்து புறாவை நினைவு கொண்டபடியே இருந்தான்.

சில வேளைகளில் அவன் நினைவில் வீட்டுப்பசுவின் கழுத்துமணி சப்தம் கூடக் கேட்கும். அடுப்பில் தாளிக்கும் மணம் கூட நாசியைத் தொடும். படியில் கிடந்த மனைவியின் செருப்பில் ஒட்டியிருந்த சேறு கூடத் துல்லியமாகத் தெரியும். இவ்வளவு ஏன் உறங்கும் குழந்தைகளின் சீரான மூச்சொலி கூட அவனுக்குக் கேட்கும். வீட்டிலிருந்த நாட்களில் இவற்றை அவன் அறிந்ததுமில்லை. உணர்ந்ததுமில்லை.

தொலைவில் இருக்கும் போதே வீடும் அதன் மனிதர்களும் நெருக்கமாகிறார்கள். துல்லியமாகிறார்கள். முழுமையாக உணரப்படுகிறார்கள்.

யுத்த களத்தில் இறந்துகிடந்த வீரன் ஒருவனின் உதட்டில் வண்ணத்துப்பூச்சி ஒன்று அமர்ந்திருப்பதைக் கண்டான். இப்போது அவன் ஒரு மனிதமலர். சிதறிக்கிடந்த போர் வீரனின் தலைக்கவசத்தில் ஏறி இன்னொரு தலைக்கவசம் நோக்கித் தவளை ஒன்று உற்சாகமாகக் குதிப்பதைக் கண்டான். இப்போது அந்தத் தலைக்கவசம் ஆயுதமில்லை. இடிபாடு ஒன்றில் எதிராளி விட்டுச் சென்ற ரேடியோவில் ஒலித்த சங்கீதமும் இனிமையாகவே இருப்பதை உணர்ந்தான். வாழ்க்கை கற்றுத்தராத விஷயங்களை யுத்தம் கற்றுத் தந்துவிடுகிறது.

எஸ்.ராமகிருஷ்ணன் ● 41

அன்றாடம் சூரிய உதயத்தைக் காணும் போதெல்லாம் அவன் மனதில் தாளமுடியாத வேதனையும் ஏக்கமும் பீறிடும். அப்போது தான் அவன் யுத்தகளத்தில் இருப்பதை முழுமையாக உணர்ந்தான். ஊரில், வீட்டில், வயல்வெளியில் கண்ட சூரியன் வேறு. போர்க்களத்தில் ஒளிரும் சூரியன் வேறு.

உயிர்வாழுதல் என்பது இன்னொரு சூரிய உதயத்தைக் காண்பது தானே. மரணம் என்பது ஒரு மோதிரம். அது எவர் விரலுக்கும் பொருந்தக்கூடியது. எந்த விரலிலும் தங்கிவிடாது என்பதை யுத்தம் புரிய வைத்தது.

யுத்தமுனையில் தானிருந்த போதும் வீட்டுக் கொடியில் உலரும் தன் அரைக்கை சட்டை தன் இருப்பை வீட்டோருக்கு உணரச் செய்து கொண்டிருக்கிறது என்பது தான் அவனது ஒரே ஆறுதல்.

12
இரண்டு பிரார்த்தனைகள்

புதிதாகத் திருமணமாகி கணவன் வீடு வந்த இளம் மனைவி சமையலறைக்குள் நுழைந்தாள். முதல்நாள் சமைக்கப்போகிறோம் என்ற பதைபதைப்பு அவளுக்குள்ளிருந்தது. அடுப்பின் முன்னால் வந்து நின்று இரண்டு பிரார்த்தனைகளைச் செய்தாள். ஒன்று நெருப்பிடம் மற்றொன்று உப்பிடம். நெருப்பிடம் அவள் பிரார்த்தனை செய்தாள்.

"மிகாமலும் குறையாமலும் துணையிருந்து சமைப்பதில் உதவி செய். உன் கோபத்தை காய்கறிகளிடம் காட்டாதே. உன் கருணையால் உணவினை வேகச்செய். பதமாக்கு. ருசிக்கச் செய்."

உப்பிடம் இது போல அவள் பிரார்த்தனை செய்தாள்.

"கூடாமலும் குறையாமலும் துணையிருந்து சமைப்பதில் உதவி செய். உன் கருணையால் உணவினை ருசிப்படுத்து."

நெருப்பும் சரி, உப்பும் சரி அவள் பிரார்த்தனைக்குச் செவி கொடுக்கவேயில்லை. அவள் செய்த சமையல் மிக மோசம் எனக் கணவன் திட்டினான். மாமனார், மாமியாரும் திட்டினார்கள். அவள் கண்ணீர் வடித்தாள்.

மறுநாளும் அதன் மறுநாளும் அவள் தன் பிரார்த்தனையைக் கைவிடவில்லை. ஆனால், அவள் சமையல் மிகமோசம் என்ற திட்டு விழுந்து கொண்டேயிருந்தது. சில மாதங்களின் பின்பு நெருப்பு அவள் பிரார்த்தனையை ஏற்றுக் கொண்டது போல அவளுடன் ஸ்நேகமானது. அதன் பிறகு தோசை

கருகவில்லை. பொரியல் தீய்ந்து போகவில்லை. ஆனால், உப்பு தன் பிடிவாதத்தை விடவேயில்லை

உப்பின் கருணை கிடைப்பது எளிதில்லை என அறிந்தவள் போல அவள் தினமும் அடுப்படிக்குள் வந்தவுடன் உப்பிடம் பிரார்த்தனை செய்தாள். அப்படியும் உப்பு அவள் கை வசமாகவில்லை. இரண்டு குழந்தைகளைப் பெற்று, வேலை நிமித்தம் வேறு ஊர் மாறி வாழ்க்கையின் சக்கரத்தில் சுழல ஆரம்பித்த போதும் உப்பு அவள் பிரார்த்தனையை ஏற்றுக் கொள்ளவேயில்லை.

பின்னொரு நாள் அவள் கீரையைச் சமைக்கும் போது விரல்நுனியால் சிறிதளவு உப்பை எடுத்துப் போட்டாள். ருசி சரியாக இருந்தது. அதன் பிறகு அவள் செய்த சமையலில் ஒரு போதும் உப்பு கூடவும் இல்லை. குறையவும் இல்லை.

அவள் பிரார்த்தனையை உப்பு ஏற்றுக் கொண்டுவிட்டது.

...

13
பெருங்கோபம்

கூழாங்கல்லின் அளவிலே இருந்தது அந்தத் தவளை. ஆனால், அதன் கோபம் கருநாகத்தின் சீற்றம் போல வெளிப்பட்டது. தன்னைச் சுற்றி நடக்கும் மோசமான செயல்களைக் கண்டு அத்தவளை பெருங்கோபம் கொண்டிருந்தது. எதுவும் சரியாக நடக்கவில்லை. யாரும் சரியானவர்களில்லை என்று சதா புலம்பிக் கொண்டேயிருந்தது. சுயநலம், அப்பட்டமான சுயநலம் என்று மற்ற விலங்குகளைப் பார்த்துக் குற்றம் சாட்டியது.

தவளையின் கோபம் கள்ளப்பார்வையுடன் திரியும் ஓநாய் மீது திரும்பியது.

"எவரையும் அடித்துக் கொல்வதிலே குறியாக இருக்கிறாய். உன் புத்தி அற்பமானது. நான் நினைத்தால் உன் வாலைப்பிடித்துத் தூக்கிக் கல்லில் துவைத்து எடுத்துவிடுவேன் ஜாக்கிரதை."

ஓநாய் அந்தத் தவளையைப் பார்த்துப் பவ்வியமாக வாயைப் பிளந்துகாட்டிச் சென்றது.

மரக்கிளைகளை முறித்தபடியே செல்லும் யானை மீது தவளையின் கோபம் திரும்பியது.

"பெரிய உருவம் கொண்டிருக்கிறோம் என்ற அலட்சியத்தால் எவ்வளவு இடையூறுகள் செய்கிறாய். இனியும் அதைச் சகித்துக் கொண்டிருக்கமுடியாது. ஒரே அடியில் உன்னை அடித்து விழுங்கி ஏப்பம் விட்டுவிடுவேன் பார்த்துக் கொள்."

அதைக்கேட்ட யானை லேசாகக் கண்சிமிட்டியபடியே சென்றது. தவளையின் கோபம் காட்டுப்பூனையின் பக்கம்

கோபம் திரும்பியது. "திருடித்தின்னும் பூனையே. நீயாக உன்னை மாற்றிக் கொள்ளாவிட்டால் உன் கண்களைப் பிடுங்கி காட்டில் எறிந்துவிடுவேன்."

பூனை நன்றி என்பது போல வாலை ஆட்டியது. இதைக் கண்ட மரம் ஆஹா நல்ல கோபம் என்றது.

உடனே தவளையின் கோபம் மரத்தின் மீது திரும்பியது.

"தொட முடியாத உயரமாக வளர்ந்துவிட்டதால் நீ பெரிய ஆளா. நாள் எல்லாம் உன் ஓலத்தைக் கேட்டுக் கடுப்பாக இருக்கிறது. வாயை மூடப்பழகிக் கொள். இல்லாவிட்டால் வளைத்து ஒடித்துப் பல் தேய்த்துவிடுவேன்."

"சிறப்பான கோபம்" எனக் கேலியாகச் சொன்னது மரம்.

இப்படியாக அந்தத் தவளை சகலரின் தவறுகளையும் கோபம் கொண்டு திட்டியது. பெருங்கோபத்தின் உச்சத்தில் மழையை, காற்றை, சூரியனை, நிலவை, ஆகாசத்து நட்சத்திரங்களைக் கூடக் கண்டித்தது.

எல்லா உயிரினங்களும் தவளையின் கோபத்தை ரசித்தன. "சுட்டிக்காட்டப்படும் போது தான் தவறு ஒளிர ஆரம்பிக்கிறது. மேலும் தவறு செய்யும் ஆசை உருவாகிறது" என்றன. அத்தோடு "கோபப்படும் போது நீ வளர்ந்து விடுகிறாய், நன்றாகக் கோபப்படு" என்றன. தவளைக்கு அதைக் கேட்டு எரிச்சலாக வந்தது.

ஏன் இப்படிக் கோபம் கொள்கிறோம் எனத் தவளை வெட்கப்பட்டது. வெட்கப்படத் துவங்கியதும் தவளை மிகச்சிறியதாகிவிட்டது போலத் தோன்றியது.

உலகின் குரூர செயல்களைக் கண்டு பின்பு என்ன தான் செய்வது எனத் தவளை குழப்பம் கொண்டது. சிறியவர்களின் கோபத்திற்கு இந்த உலகில் ஒருபோதும் கவனம் கிடைக்காதா என்று ஏங்கியது.

கோபம் கொள்வதைத் தவிர வேறு ஒன்றும் செய்யமுடிய வில்லையே என்று தன்மீதே அந்தத் தவளைக்குக் கோபம் வந்தது.

தன்னைத் தானே திட்டிக் கொண்டது தவளை.

அதைக் கண்ட மற்ற விலங்குகள் "இது தான் சரியான வழி" எனப் பரிகாசம் செய்தன.

சிறியோர் விஷயத்தில் உலகம் எப்போதும் அப்படித்தான் நடந்து கொள்ளும் என்று பாவம் அந்தக் குட்டித் தவளைக்குப் புரியவில்லை.

...

14

புதுக்குரல்

திடீரென ஒரு நாளில் அந்த நகரிலிருந்த சுவர்க்கடிகாரங்கள் யாவும் தன் ஒலியைத் தானே மாற்றிக் கொண்டுவிட்டன.

'டிங் டிங்' என அதன் ஒலிக்கும் ஓசை நீண்டகாலமாகவே ஒரே போலிருந்தது தான் காரணமா, இல்லை ஓசை எழுப்பாத கடிகாரங்கள் வந்துவிட்டதற்கு எதிர்ப்பு தெரிவிக்கும் விதமாக இப்படி மாறியதா எனத் தெரியவில்லை.

ஆனால், சுவர்க்கடிகாரத்திலிருந்து 'க்கூ க்கூ' என விசித்திரமாகப் பறவையின் ஒலி போலச் சப்தம் வர ஆரம்பித்தது.

அரண்மனை அலங்கார கடிகாரம் ஒன்று இப்படிச் சபதமிடுவதாக மக்கள் கேள்விப்பட்டிருக்கிறார்கள். ஆனால், எல்லாச் சுவர்க்கடிகாரங்களும் எப்படிப் புதுக்குரல் கொண்டன எனப் புரியவில்லை.

வீட்டிற்குள் பறவை வந்துவிட்டதோ எனத் திடுக்கிட்ட சிலர் சுற்றிலும் தேட ஆரம்பித்தார்கள். தாலுகா அலுவலகச் சுவர்க் கடிகாரத்திலிருந்து 'க்கூ க்கூ' எனச் சப்தம் எழுப்பிய போது நீதிமறுக்கபட்டவனின் அழுகை போலிருப்பதாகப் பலரும் உணர்ந்தார்கள். பள்ளிக்கூடத்தின் சுவர்க்கடிகாரம் மாறி ஒலிப்பதைக் கண்ட தலைமை ஆசிரியர் அது அன்பிற்கு ஏங்கும் மாணவியின் குரலினை நினைவுபடுத்துவதாகக் கருதினார்.

இப்படியாக, உலர் சலவை நிலையம், பத்திரப்பதிவு அலுவலகம், வாடகை நூலகம், காலணி பாதுகாக்குமிடம், விபூதிக்கடை, அச்சகம், டெய்லர்கடை என இன்னும் பழைய

சுவர்க் கடிகாரங்கள் உள்ள இடங்களில் இந்தப் புதிய ஒலி குழப்பத்தை உருவாக்கியது.

சுவர்க்கடிகாரங்களைத் தொடர்ந்து கைக்கடிகாரங்களும், அலாரக் கடிகாரங்களும் கூடத் தன் 'டிக் டிக்' ஒலியைத் தானே மாற்றிக் கொண்டன.

இதனால் குழப்பம் உச்சத்திற்குப் போனது.

எல்லாக் கடிகாரங்களுக்கும் பைத்தியம் பிடித்துவிட்டதாக ஒருவன் திட்டினான். கடிகாரத்தின் ஒலி மாறியவுடன் அது இப்போது காலத்தைக் குறிப்பதாகவில்லை என்று ஒருவன் சலித்துக் கொண்டான்.

ஓர் இல்லத்தரசி வீட்டுக் கடிகாரத்தின் புதிய ஒலி தன்னை ஆசுவாசப்படுத்துகிறது. முன்பெல்லாம் அது தன்னைச் சவுக்கால் அடித்து விரட்டுவது போலிருக்கும் என்றாள்.

புதிய ஒலியால் கடிகாரம் ஒரு பறவையாக மாறிவிட்டதெனக் குழந்தைகள் குதூகலம் கொண்டார்கள்.

ஆனால், ஆண்கள் ஒருவருக்கும் இந்தப் புதிய ஒலி பிடிக்கவேயில்லை. கடிகாரத்தின் பழைய ஓசையைப் போலில்லை என்று புலம்பிக் கொண்டார்கள். வளர்ந்துவிட்ட மகன் போலத் தன்னிஷ்டமாக நடந்து கொள்கிறது எனக் கோபம் கொண்டார்கள். கடிகார ஓசையைக் கேட்கையில் கைகளில் பறவை அமர்ந்திருப்பது போலிருக்கிறது என எரிச்சல் அடைந்தார்கள்.

சுவர்க் கடிகாரங்களோ எப்போதும் போல மணிக்கொரு முறை சப்தமிட்டன. மாற்றமும் வளர்ச்சியும் மனிதர்களுக்கு மட்டுமேயானது என்பதை அறியாமல்.

...

15

உடைவாளின் பாடல்

யுத்தம் முடிந்து வீடு திரும்பிக் கொண்டிருந்த போர்வீரனுக்குத் தனது உடைவாள் ஏதோ முணுமுணுப்பது போன்ற சப்தம் கேட்டது.

சொல்வதற்கு உடைவாளிற்கு என்ன இருக்கப்போகிறது என அவன் கண்டுகொள்ளவில்லை.

ஆற்றைக் கடப்பதற்காக அவன் படகிற்குக் காத்திருந்த போது அவனது உடைவாள் பாடத்துவங்கியது. மெல்லிய குரலில் வென்ற நிலத்தை, கொன்ற மனிதர்களைப் பற்றிய பெருமைகளைப் பாட ஆரம்பித்தது.

உடைவாள் கூடப் பெருமை பேசுகிறதே என வியந்தபடியே அந்தப்பாடலை ரசித்தான் போர்வீரன். ஆற்றினைக் கடந்து மறுகரைக்குப் போன போது உடைவாள் சப்தமாக எதிரியின் குருதி சிந்தப்பட்ட போது தான் அடைந்த மகிழ்ச்சியைப் பாடியது. போர்வீரன் அது தனது வீரத்தின் அடையாளம் எனச் சொன்னான்.

கிழக்கு நோக்கி அவன் பயணிக்கும் போது உடைவாள் இன்னும் உரத்த குரலில் “போரில் இறந்தவர்களின் உடல்கள் ஒன்று போலிருக்கின்றன. சிந்திய குருதி ஒன்று போலிருக்கிறது. போர் என்பது தந்திரம்” எனப் பாட ஆரம்பித்தது. “இவ்வளவு உரத்து ஏன் பாடுகிறாய்” எனப் போர்வீரன் உடைவாளைக் கோபித்துக் கொண்டான்.

போர்வீரன் தனது சொந்த ஊரை நெருங்க நெருங்க உடைவாள் "போரில் கால்கள் துண்டிக்கப்பட்ட குதிரையின் வலியை, உடலெங்கும் அம்புகள் பாய்ந்த யானையின் வேதனையைப் பாட ஆரம்பித்தது." படைவீரன் எரிச்சலுடன் "போதும் உன் பாடல் வாயை மூடு"என்றான். உடைவாள் அதைப் பொருட்படுத்தவில்லை.

சொந்தக் கிராமத்தின் நுழைவாயிலுக்குப் போர்வீரன் வந்த போது உடைவாள் பெருங்குரலெடுத்துப் பாடியது

"போர்க் களத்தில் நீயொரு மிருகம். போர்க் களத்தில் நீயொரு கொலையாளி. யார் பொருட்டு யுத்தம் நடக்கிறது. யுத்தத்தால் யார் பலனடைகிறார்கள்."

போர்வீரனுக்குத் தனது உடைவாளைக் கழட்டி எறிந்துவிடலாமா என்பது போலக் கோபம் பீறிட்டது. ஆனால், உடைவாள் தானே தனது வீரத்தின் அடையாளம் என்றவனாக அவன் சொன்னான்.

"உன் பாடலைச் சகிக்க முடியவில்லை. வெற்றியைப் பாடு அல்லது வாயை மூடு."

தொலைவில் போர்வீரனின் வீடு தென்பட ஆரம்பித்தது. வாசலில் ஆட்டுக்குட்டியைத் துரத்தி விளையாடிக் கொண்டிருந்தாள் செல்லமகள். வேப்பமரத்தில் கட்டிய ஊஞ்சல் காற்றில் தனியே ஆடிக் கொண்டிருந்தது. உடைவாள் மிகவும் சப்தமாகப் பாட ஆரம்பித்தது.

"எல்லா யுத்தத்திலும் உண்மைதான் முதலில் கொல்லப்படுகிறது. போரின் துயரை உன்னை விட வீட்டுப்பெண்களும் குழந்தைகளும் அதிகம் அறிவார்கள். உன் கரங்களில் வீசும் குருதியின் மணத்தைக் குழந்தைகள் கண்டுபிடித்து விடுவார்கள். உன் காயங்களில் உறைந்துள்ள அதிகார வேட்கையை மனைவி அறிவார். போர்வீரனாக வீட்டிற்குள் நுழையாதே."

போர்வீரன் உடைவாளிடம் பாடலை உணர்ந்தவனாக மன்றாடும் குரலில் சொன்னான்

"போதும் பாடாதே. உடைவாள் மௌனமாக இருக்கும் வரை தான் போர்வீரனின் தலை நிமிர்ந்திருக்கும். நீ பாடத்துவங்கினால் மனசாட்சி விழித்துக் கொள்கிறது, குற்றவுணர்வில் சிரம்

எஸ்.ராமகிருஷ்ணன் ● 51

தாழ்கிறது. போரில் நான் ஒரு ஆயுதம். போரை நான் உருவாக்கவில்லை. போர் எளிய மனிதர்களின் தீர்வில்லை. என் காயங்களைப் போல நீயும் மௌனமாகயிரு."

அதன்பிறகு போர்வீரனும் பேசவில்லை. உடைவாளும் பாடவில்லை.

...

16
நினைவுகளின் குடுவை

விண்ணாரம் என்ற அந்த மலை மிக உயரமானது. பதினெட்டு வயது இளைஞனாக இருந்த அவன் உற்சாகமாக மலையேறினான். கடினமான பாதையில் கூட அவன் சோர்ந்து போகவில்லை. மலையின் உச்சிக்கு வந்து நின்றபோது மலை அவனிடம் கேட்டது.

"எதற்காக இங்கே வந்திருக்கிறாய்."

"மனது நிறையச் சந்தோஷம் நிரம்பியிருக்கிறது. அதைக் கொடுத்துப்போகவே வந்திருக்கிறேன்" என்றான் இளைஞன்.

"உன் சந்தோஷத்தைக் கொடு, அதை மேகங்களாக்கி வானில் மிதக்க விடுகிறேன்" என்றது மலை. இளைஞன் அப்படியே செய்தான்.

அந்த இளைஞனுக்குச் சில ஆண்டுகளில் திருமணமானது. புதிய வீடு மாறினான். பிள்ளைகள் பிறந்தார்கள். குடும்பப் பிரச்னைகளும் கடன் சுமைகளும் அவனை வாட்டின. எப்போதாவது மனதில் விண்ணார மலைக்குப் போய்வர வேண்டும் என்று நினைத்துக் கொள்வான். ஆனால், நேரமிருக்காது. பொருளாதாரப் பிரச்னைகள் காலைப்பிடித்து இழுக்கும்.

அவன் தனது முப்பத்தைந்தாவது வயதில் மறுபடியும் விண்ணார மலைக்கு ஏறத்துவங்கினான். இந்தமுறை பயணம் சற்றே கடினமாக இருந்தது. வழியில் சோர்ந்து போனான். ஆனால், மனவுறுதியோடு மலையேறி உச்சிக்குப் போனான்.

மலை இப்போதும் அதே கேள்வியைக் கேட்டது.

"எதற்காக இங்கே வந்திருக்கிறாய்."

"என் மனம் நிறையக் கவலைகள் இருக்கின்றன. அதைக் கொட்டிப்போகவே வந்தேன்."

மலை சொன்னது

"உன் கவலைகளை என்னிடம் தா. அவற்றைக் காற்றில் பறக்கும் தூசி போலாக்கி விடுகிறேன்."

அப்படியே அவன் தனது கவலைகளைத் தந்தான். மறுநிமிசம் தூசியாக அவை காற்றில் பறந்தன.

பின்பு அவன் புதியதொரு வணிகம் செய்தான். அதில் லாபமும் நஷ்டமும் மாறி மாறி வந்தன. பிள்ளைகள் வளர்ந்து பெரியவர்கள் ஆனார்கள். வீடு, மனைவி, பிள்ளைகள், வேலை என்று சிறிய வட்டத்திற்குள் உழன்று கொண்டிருந்தான். பின்பு தனது ஐம்பதாவது வயதில் அவன் விண்ணார மலைக்குப் போனான்.

இந்த முறை அவனால் மலையேற முடியவில்லை. பெருமூச்சு வாங்கியது. வழியிலே மரணபயம் ஏற்பட்டது. முழங்கால் வலி தாங்க முடியவில்லை. ஆனால், எப்படியோ மலையுச்சிக்குப் போய்விட்டான்

மலை கேட்டது

"எதற்காக வந்திருக்கிறாய் நண்பனே?"

அவன் சொன்னான்

"வாழ்க்கை மிகவும் சலிப்பாகவுள்ளது. எதிலும் ஆர்வமில்லை. என் சலிப்பினை ஒப்படைத்துப் போக வந்திருக்கிறேன்."

"உன் சலிப்புகளை உருகியோடும் பனி நீரில் கரைத்து விடுகிறேன். தண்ணீர் ஒரு போதும் சலிப்படைவதேயில்லை." என்றது மலை.

அப்படியே அவன் சலிப்பை ஒப்படைத்துச் சென்றான்.

அடுத்த முறை அவன் விண்ணார மலைக்கு வருவதற்குள் எழுபத்தியாறு வயதாகியது. தலை முற்றிலும் நரைத்துப் போனது. உடலில் வலுக்குறைந்து, கைகால்கள் நடுங்க

ஆரம்பித்தன. ஆனாலும் அவன் தட்டுத் தடுமாறி மலையின் உச்சிக்குச் சென்று சேர்ந்தான்

மலை கேட்டது

"எதற்காக வந்திருக்கிறாய் நண்பா?"

கிழவன் சொன்னான்.

"நிறைய இழப்புகளை, மரணத்தைப் பார்த்துவிட்டேன். மனது நினைவுகளால் கனத்துப் போயிருக்கிறது. நினைவுகள் என்னை வதைக்கின்றன. அவற்றை ஒப்படைத்துப் போக வந்திருக்கிறேன்."

மலை சொன்னது

"அதை மட்டும் என்னால் பெற்றுக் கொள்ள முடியாது. நீ நினைவுகளை எவரிடமும் ஒப்படைக்க முடியாது. அவற்றை மேகமாகவோ, காற்றில் செல்லும் தூசியாகவோ, ஓடும் நீரில் கரைத்துவிடவோ முடியாது. அவை நீ தாங்கிச் சுமக்க வேண்டிய சுமைகள். நானே நினைவுகளின் கனத்தால் தான் மௌனமாகியிருக்கிறேன். முதுமை என்பது நினைவுகளின் குடுவை. எவ்வளவு காலி செய்தாலும் நினைவுகள் தானே ஊறிவிடும். நண்பனே, வீடு திரும்பிப் போ. நினைவுகள் இருக்கும் வரை தான் நீ இருப்பாய். நினைவில்லாமல் போனால் நீ வெறும் சவம்."

அதைக் கேட்டு அவன் துயரத்தில் அழுதான். பின்பு மெல்லத் தரையிறங்க ஆரம்பித்தான். அவன் மலையேறிய பழைய நினைவுகள் ஒவ்வொன்றாக மனதில் துளிர்க்க ஆரம்பித்தன. அது மேலும் மனதைக் கனக்கச் செய்வதாகயிருந்தது.

•••

17

அந்தச் சிறுவன்

சக்கரவர்த்தியின் புதிய உடைகள் என்ற கதையைக் கேள்விப் பட்டிருப்பீர்கள். தினமும் புதுப்புது மோஸ்தரில் ஆடைகளை அணிய ஆசை கொண்ட அரசனுக்குப் பாடம் கற்பிக்க இரண்டு நெசவாளிகள் அரூப ஆடை நெய்து தருவதாக வாக்களித்தார்கள். அதன்படியே அவர்கள் நெய்து தந்த கண்ணுக்குப் புலப்படாத ஆடையை அணிந்து கொண்ட சக்கரவர்த்தி தெருவில் ஊர்வலம் வந்தபோது ஊரே கண்ணுக்குப் புலப்படாத உடையைப் பாராட்டியது.

ஆனால், ஒரு சிறுவன் மட்டும், "சக்கரவர்த்தி ஆடையே அணியவில்லை. அம்மணமாக இருக்கிறார்" என்று உண்மையை உரத்துச் சொன்னான். அப்போது தான் மன்னர் தான் ஏமாற்றப்பட்டதை உணர்ந்தார்.

இந்தக் கதையில் வரும் சிறுவனுக்குப் பெயரில்லை. இந்த நிகழ்விற்குப் பின்பு அச்சிறுவன் என்னவாகியிருப்பான் என்ற தகவலும் இல்லை.

ஆனால், இப்படி நடந்ததாக வேறு கதையொன்றைச் சொல்கிறார்கள்.

அரண்மனை திரும்பிய சக்கரவர்த்தி தன்னை ஏமாற்றிய இரண்டு நெசவாளிகளின் தலையைத் துண்டித்தார். உண்மையை உரத்துப் பேசும் சிறுவனை வளர விடுவது தனது ஆட்சிக்கு ஆபத்து என உணர்ந்து அச்சிறுவனைத் தன் கட்டுப்பாட்டிற்குள் கொண்டுவந்தார்.

தாய்மொழியிலிருந்து ஒருவனைத் துண்டித்துவிட்டால் போதும், உண்மையை விட்டு விலகிப் போக ஆரம்பித்து விடுவான் என நினைத்த சக்கரவர்த்தி அச் சிறுவனை வெளிநாட்டில் அந்நிய மொழி பள்ளி ஒன்றில் தன் செலவில் சேர்க்க ஏற்பாடு செய்தார்.

மூன்று வருஷங்களில் அந்தச் சிறுவனுக்குத் தாய் மொழி மறந்து போனது. ஆனால், அப்போதும் உண்மையைச் சொல்லும் பழக்கம் போகவில்லை.

அந்தச் சிறுவன் மிக நாகரீகமாக வளர்ந்தான். பதின்வயதில் பள்ளி நிர்வாகம் செய்யும் தவறுகளைக் கண்டித்து முழக்கம் எழுப்பினான். கல்லூரி நாட்களில் சமூகப் பிரச்சனைகளுக்காக வாதிட்டான். விஷயம் மன்னரின் காதிற்குப் போனது.

"அவனுக்கு உடனடியாக ஒரு அரசாங்க வேலையைக் கொடுத்துவிடுங்கள். உண்மையைச் சொல்வதை விட்டுவிடுவான்" என்றார்.

உடனே அவனுக்கு வரி வசூல் செய்யும் அதிகாரியாகப் பணி வழங்கப்பட்டது. உயரதிகாரியாக இருந்த போதும் அவன் பொய் சொல்லவில்லை. பிற அதிகாரிகளின் தவறுகளைக் கண்டித்துப் பேசினான். நடவடிக்கைகள் எடுத்தான்.

அவனைத் திருத்துவதற்கு மறுபடியும் மன்னரிடம் யோசனை கேட்டார்கள். "பணக்கார பெண் ஒருத்தியைத் திருமணம் செய்து வையுங்கள், திருந்திவிடுவான்" என்றார்.

அதன்படியே பெரிய வணிகரின் ஒரே மகளைத் திருமணம் செய்து வைத்தார்கள். மிகப்பெரிய வீடு, செல்வம், செல்வாக்கு எல்லாமும் வந்து சேர்ந்தன. ஆனாலும் அவன் பொய் சொல்லவேயில்லை.

இவனை என்ன செய்வது என அரசனுக்குத் தெரியவில்லை. குழம்பிப் போனான். சக்கரவர்த்தியின் கலக்கத்தை அறிந்த மகாராணி சொன்னாள்,

"இதற்குப் போய் ஏன் கவலைப்படுகிறீர்கள். அவனிடம் இல்லாத திறமைகள் யாவும் இருப்பதாகப் புகழ்ந்து சொல்லிக் கொண்டேயிருங்கள். தானே அதை நம்ப ஆரம்பிப்பான். பிறகு அவனாகவே பொய் சொல்லுவான்."

அதன்படியே அவன் "பூமியில் வாழும் கடவுள். நிகரற்ற கொடையாளி, நீதிமான், சாக்ரடீஸை விஞ்சிய அறிவாளி. தெய்வப்பிறவி. ஈரேழு பதினாலு லோகத்திலும் அவனுக்கு நிகரான ஒருவருமில்லை." என்று ஆளுக்கு ஆள் புகழ்ந்து பேசினார்கள். அப்படித் தனக்கு எந்தத் திறமையோ, குணங்களோயில்லை என மறுத்துச் சொல்ல விரும்பினான். ஆனால், புகழ்ச்சியை எப்படி விமர்சனம் செய்வது என மௌனமாகக் கேட்டுக் கொண்டான்.

நாளடைவில் அவன் புகழ்ச்சிக்கு ஏங்க ஆரம்பித்தான். புகழ்ந்து பேசுகிறவர்களைக் கூடவே வைத்துக் கொண்டான். இல்லாத திறமைகள், குணங்கள் யாவும் தனக்கு இருப்பதாக நம்பத் துவங்கினான். பின்பு அவன் சரளமாகப் பொய் பேச ஆரம்பித்தான். பொய்யை ரசித்தான். பொய்யை விரும்பினான். பொய்யிலே வாழ்ந்தான்.

முடிவில் நிர்வாணமாக வீதியில் சென்ற அரசனைப் போலவே அவனும் மாறியிருந்தான்.

இனி அவனைப் பற்றிக் கவலைப்படத் தேவையில்லை என்று சொன்னார் சக்கரவர்த்தி.

அதன் பிறகு பொதுவெளியில் துணிச்சலாக உண்மையைச் சொல்லும் ஒரு சிறுவனை மக்கள் காணவேயில்லை.

...

18
சிறைச்சாலை மலர்கள்

அவனைத் திருடன் என்று குற்றம்சாட்டி சிறையில் அடைத்தார்கள். ஆனால், அவனது தோற்றம் சாதுவைப் போலிருந்தது. மெலிந்த உருவம் கொண்டிருந்தான். யானையின் கண்களைப் போன்ற கூர்மையான பார்வை. சுவருடன் ரகசியம் பேசுகிறவன் போலச் சிறைச்சாலையின் சுவரைப் பார்த்துப் பகலெல்லாம் அமர்ந்திருந்தான். காவலாளிகள் சில நேரம் அவனிடம் கேள்வி கேட்கும் போது கூட விரல்களால் காற்றில் எழுதியே பதில் தருவான்.

அந்தச் சிறைச்சாலை ஒரு தீவிலிருந்தது. சவப்பெட்டியைப் போலச் சிறியதாக இருந்த அவனது சிறையில் எலி செத்துக்கிடப்பது போல ஒரு நாற்றம் எப்போதும் அடித்துக் கொண்டிருந்தது. கற்சுவர்களில் அழுக்கு படிந்து பிசுபிசுப்பாக இருந்தது. சூரிய வெளிச்சம் நுழைய முடியாதபடி அந்தச் சிறை அமைக்கப்பட்டிருந்தது. அங்கே அடைக்கப்பட்டவர்கள் சாகும் வரை வெளியே வர முடியாது, செத்தாலும் உடலைக் கடலில் வீசி எறிந்துவிடுவார்கள்.

ஒரு நாள் சிறைக்காவலாளிகளில் ஒருவன் திருடனின் வலது கண் ஒரு நிறத்திலும், இடது கண் வேறு நிறத்திலும் இருப்பதாகச் சொன்னான். அது திருடனின் தந்திரம் என்றான் இன்னொரு காவலாளி.

ஒரு நாளிரவு அந்தக் காவலாளிகளில் ஒருவன் சிறைச்சாலையில் விநோதமான வாசனை வருவதை உணர்ந்து எங்கிருந்து

வருகிறது எனத் தேடினான். அது திருடனை அடைத்திருந்த சிறையிலிருந்தே வந்தது.

சிறைக்கதவைத் திறந்து உள்ளே போன போது சிறைச்சாலை சுவரில் ஒரு செடி வளர்ந்திருந்தது. அதில் பூத்திருந்த நீல மலரிலிருந்து தான் அந்த வாசனை வந்து கொண்டிருந்தது. "இது என்ன பூ. இந்தச் செடி எப்படிச் சிறைச்சுவரில் முளைத்தது" எனக்கேட்டான் காவலாளி. திருடன் பதில் பேசவில்லை.

அந்த மலரைக் காவலாளி பறிக்க முயன்றான். எவ்வளவு முயன்றும் பறிக்க முடியவில்லை. இருந்து தொலையட்டும் என அவன் அப்படியே விட்டுப் போனான். மறுநாள் அந்தச் சிறைச்சுவரில் நாலைந்து செடிகள் முளைத்திருந்தன. அதில் நாலைந்து நீலமலர்கள் அரும்பியிருந்தன. இது என்ன விசித்திரம் எனக் காவலாளி அந்தச் சிறைச்சாலை ஆராய்ந்தார்கள்.

பகலிரவு கடந்தாலும் அந்த நீல மலர்களில் ஒன்று கூட வாடிப்போகவில்லை. அவர்களால் அந்தப் புதிருக்கு விடை காணமுடியவில்லை.

அடுத்த சில நாட்களில் திருடன் இருந்த சிறை முழுவதும் நீல மலர்கள் அரும்பியிருந்தன. மொத்தச் சிறைச்சாலையும் விநோத வாசனையால் நிரம்பியது. சிறையிலிருந்த மற்ற கைதிகள் சந்தோஷம் கொண்டார்கள்.

எந்தச் சிறை அதிகாரியாலும் வாசனையைத் தடுக்க முடியாது என்று சொல்லிச் சிரித்தார்கள்.

காவலாளிகளுக்கு இந்த நிகழ்வை உயரதிகாரிகளுக்குச் சொல்ல வேண்டுமா, வேண்டாமா எனத் தெரியவில்லை. சிறையில் மலர்கள் பூப்பது சட்ட விரோதமா எனக் குழம்பிப் போனார்கள்.

திருடன் இருந்த சிறைச்சாலை முழுவதும் ஒரு கானகம் போலாகியது. நீலமலர்களைத் தேடி நூற்றுக்கணக்கில் வண்ணத்துப்பூச்சிகள் வரத் துவங்கின. காட்டில் கேட்பது போல இடைவிடாத பூச்சிகள் சப்தம் கேட்க ஆரம்பித்தது. திருடன் அந்த மலர்களுக்கு நடுவே தியானம் செய்பவன் போல அமர்ந்திருந்தான்.

அடுத்த சில நாட்களில் சிறைக்கம்பிகளில் தாவரங்கள் சுற்றி வளர ஆரம்பித்தன. உள்ளே கால் வைக்க முடியாதபடி சிறையெங்கும் தாவரங்கள். அடர்ந்த பச்சை இலைகள். பறிக்க முடியாத நீலமலர்கள். காவலாளிகளுக்கு அவனைக் கண்டு பயம் வந்தது. சிறையில் நடப்பதை அவர்களால் புரிந்து கொள்ள முடியவில்லை.

ஒரு நாள் காவலாளி உணவு கொண்டு வந்த போது திருடன் எங்கேயிருக்கிறான் எனத் தெரிந்து கொள்ள முடியாதபடி தாவரங்கள் உயர்ந்து வளர்ந்திருந்தன. சிறைக்கதவைக் கூடத் திறக்க முடியவில்லை.

காவலாளி அவன் பெயரைச் சொல்லிச் சப்தமாக அழைத்தான். திருடனைக் காணவில்லை. எங்கே போனான். எப்படிப் போனான் எதுவும் தெரியவில்லை. காவலாளிகள் வெட்டுக்கத்தியால் தாவரங்களைத் துண்டித்துச் சிறையினுள் சென்று திருடனைத் தேடினார்கள். திருடன் அங்கேயில்லை.

தலைமைக் காவலாளி சொன்னான்.

“அவன் ஒரு மாயாவி, வாசனையின் வழியே தப்பிப் போயிருப்பான். இந்த நீல மலர்களைப் பாருங்கள். இப்போது அதில் வாசனையேயில்லை”.

அதை நம்பமுடியாத சக காவலாளி ஒருவன் நீலமரை முகர்ந்து பார்த்தான். அதில் வாசனையில்லை.

வாசனை வெளியேறிப் போவது போலத் திருடனால் வெளியேற முடியுமா. இது என்ன விந்தை என அவர்கள் குழப்பமடைந்தார்கள்.

நோயால் இறந்து போனான், உடலைக் கடலில் வீசி எறிந்துவிட்டோம் எனப் பதிவேட்டில் எழுதித் திருடன் கதையை முடித்து வைத்தார்கள் சிறைக்காவலர்கள்.

ஆனால், இன்றும் அந்தச் சிறைச்சாலையில் வாடிப்போகாத நீலமலர்கள் அரும்பியபடியே இருக்கின்றன.

திருடன் எங்கே போனான் என்று மட்டும் எவருக்கும் தெரியவேயில்லை.

•••

19
பிரார்த்திக்கும் ரோபோ

அந்த இளைஞன் அவனுக்காகப் பிரார்த்தனை செய்யும் ஓர் இயந்திரத்தை உருவாக்கியிருந்தான். அது ஒரு வகை ரோபோ.

வேலை வேலை என்று பரபரப்பாக ஓடிக் கொண்டேயிருந்த காரணத்தால் அவனுக்குப் பிரார்த்தனை செய்ய நேரமில்லை. ஆகவே அவன் பொருட்டான பிரார்த்தனைகளைச் செய்யப் புதிய ரோபோவை உருவாக்கியிருந்தான்.

சின்ன வயதில் கடவுள் தன் வீட்டுப் பூஜையறையில் வசிப்பதாகவே நம்பிக் கொண்டிருந்தான். வயது வளர வளர அவன் கடவுளிடமிருந்து விலகிப் போனான்.

கல்லூரி வயதில் பிரார்த்தனை என்பது இயலாமைகளின் பட்டியல் என்று தோன்றியது. ஆனாலும் சில நெருக்கடியான தருணங்களில் பிரார்த்தனை செய்யவே விரும்பினான். அலுவலக நெருக்கடிகள் அந்தத் தருணங்களை அதிகப்படுத்தியது. அதற்காகவே ஓராண்டு காலமாக முயன்று புதிய ரோபோவை உருவாக்கியிருந்தான்.

அந்த ரோபோ அவன் பிரார்த்தனை செய்ய வேண்டும் என நினைத்த கோவில்களுக்கெல்லாம் சென்றது. மிகப்பணிவாகக் கைகூப்பி வணங்கி பிரார்த்தனை செய்தது. எல்லா மந்திரங்களையும் பாடல்களையும் பல்லாயிரம் முறை ஒப்புவித்தது. கை நீட்டி பிரசாதம் பெற்றுக் கொண்டது.

ஆனால், பிரார்த்தனை செய்யும் போது அம்மா தன்னை அறியாமல் கண்ணீர் சிந்துவதைப் போல, ரோபோ கண்ணீர் விடவில்லையே என அவன் ஆதங்கப்பட்டான்

புதிய தொழில்நுட்பத்தால் அந்த ரோபோ கண்ணீர் விடும்படியாக செய்தான். எவ்வளவு நேரம் கண்ணீர் விடுவது என அந்த ரோபோவிற்குத் தெரியவில்லை. இதனால் கோவிலில் குழப்பம் ஏற்பட்டது.

அதன் சில வாரங்களில் மௌனமாகப் பிரார்த்திக்கத் தெரியாத ரோபாவாக இருக்கிறதே எனக் கவலைப்பட்டான்.

ரோபோவிற்கு மௌனத்தைக் கற்றுக் கொடுக்க முயன்றான். எங்கே, எப்போது மௌனமாக இருக்க வேண்டும். எவ்வளவு நேரம் மௌனமாக இருக்க வேண்டும். எப்போது மௌனம் கலைக்க வேண்டும் எனக் கற்றுக்கொள்ள ரோபோ சிரமம் கொண்டது.

அதற்குச் சிறிய பிரார்த்தனைக்கும் பெரிய பிரார்த்தனைக்கும் வேறுபாடு தெரியவில்லை.

கோவிலின் மங்கள இசையை ரசிக்கப் பழகவில்லை. தெய்வீகம் என்பதை அந்த ரோபோவிற்கு உணர வைப்பது எளிதாகவேயில்லை.

பிரார்த்தனை செய்வதைத் துணி தேய்ப்பது போல ஒரு வேலையாக மாற்றியிருந்தது அந்த ரோபோ.

அவன் சலிப்படைந்து அந்த ரோபோவை உடைத்துத் தள்ளினான்.

அடுத்த சில மாதங்களில் அவன் ஊருக்கு வந்தபோது வீட்டில் அவனுக்காகப் பெண் பார்த்து வைத்திருந்தார்கள். அழகான, படித்த பெண். உடனே திருமணம் செய்து கொண்டுவிட்டான். மகிழ்ச்சியாகக் குடும்ப வாழ்க்கை துவங்கியது.

அவனுக்காகப் பிரார்த்தனை செய்ய இன்னொரு இயந்திரம் கிடைத்துவிட்டது என உள்ளூற சந்தோஷம் கொண்டான்.

பாவம். அதை அறியாமல் அவனது புது மனைவி கோவில் கோவிலாகப் படியேறி அவனுக்காகப் பிரார்த்தனைகள் செய்து கொண்டிருந்தாள்.

•••

20
புத்தரைச் சந்தித்த கழுகு

ராஜகிருகத்தை நோக்கி புத்தர் நடந்து கொண்டிருந்த நாளில் ஒரு கழுகு அவரைச் சந்திப்பதற்காகத் தரையிறங்கியது. கூரிய நுனியுடைய வளைந்த அலகும், வலுவான நகங்களும், அகண்ட இறக்கைகளும் கொண்ட அக்கழுகு கேட்டது,

"கோதமரே நீங்கள் ஏன் பறப்பதில்லை?"

புத்தர் சொன்னார்

"நானும் பறக்கவே செய்கிறேன். ஆனால் வானத்தில் அல்ல"

கழுகு மறுபடியும் கேட்டது,

"வானில் பறக்கையில் பெரியதாக உள்ள உலகம் தரையிறங்கும் போது சிறியதாகிவிடுகிறது. அது ஏன்?"

கோதமர் சொன்னார்

"பறத்தலின் போது நீ உடலை வெல்கிறாய். பூமியில் இறங்கியதும் உடல் உன்னை வென்றுவிடுகிறது. உடலால் மட்டும் வாழ நினைப்பவனுக்கு உலகம் சிறியதே."

கழுகு கேட்டது

"ஞானம் மனிதர்களுக்கு மட்டுமேயானது தானா?"

புத்தர் சொன்னார்

"மனிதர்கள் மட்டும் தான் கடந்தகாலத்தைச் சுமந்து கொண்டிருக்கிறார்கள். எதிர்காலத்தை எண்ணிப்

பயப்படுகிறார்கள். ஆகவே அவர்களை நெறிப்படுத்த ஞானம் தேவைப்படுகிறது. ஆனால், வேறு உயிர்களுக்குக் கடந்தகாலமும் இல்லை. எதிர்காலமும் இல்லை. அவை நிகழ்காலத்தில் மட்டுமே வாழுகின்றன. அதுவே ஞானநிலை தான்."

கழுகு மறுபடியும் கேட்டது,

"பறவைகளில் நானே வலிமையானவன். கொல்வது என் உரிமை. நீங்கள் அதை ஏன் மறுக்கிறீர்கள்?"

கோதமர் சொன்னார்

"வானத்திற்குப் பசி எடுக்காதவரை நீ இப்படிப் பேசிக் கொண்டிருக்கலாம். உயரத்திற்குச் செல்ல செல்ல அலட்சியம் கொள்வதும் இரக்கமற்று நடந்து கொள்வதும் மனிதர்களின் செயல். நீ தான் அவர்களுக்கு வழிகாட்டி போலும். ஒரு கோழிக்குஞ்சைக் கூட ஸ்நேகிக்க முடியாத உன் வாழ்க்கை அர்த்தமற்றது. உயிர்களைக் கொல்லும் வலிமையை விட உயிர்களைக் காப்பவனின் வலிமையே பெரியது."

அதைக்கேட்டவுடன் கழுகு சட்டெனத் தன் உருவம் சிறிய குருவியின் அளவு சிறியதாகிவிட்டது போல உணர்ந்தது.

முதன்முறையாக அது கழுகாக இருப்பதற்காக வெட்கப்பட்டது. குற்றவுணர்வு கொண்டது.

புத்தரோ புன்னகை படர்ந்த முகத்தோடு தன் பாதையில் தனியே நடந்து போய்க் கொண்டேயிருந்தார்.

•••

21

வண்ணங்களின் தாய்.

ஓவியர் வின்சென்ட் வான்கோ வீடு திரும்பும் போது இரவாகியிருந்தது. இன்றும் அவரால் நினைத்தபடியே ஓவியம் தீட்டமுடியவில்லை. கோதுமை வயலினைக் கடந்து செல்லும் காற்றை வரைய அவர் போராடிக் கொண்டிருந்தார். நினைத்தபடி படம் வரவில்லை. ஆகவே சோர்ந்து போய் வீடு திரும்பியிருந்தார். வீட்டின் கணப்பு அடுப்பிற்கு விறகுகள் இல்லை. சமைத்து உண்பதற்கு உருளைக்கிழங்குகள் கிடையாது. பசி. தாங்க முடியாத பசி அவரை வாட்டியது. பனிக்காலத்தின் இரவுகள் தனிமையை அதிகம் உணர்த்தக்கூடியவை. குளிர் உடலை விடவும் மனதை அதிகம் வதைக்கக்கூடியது. தனது தீராத வறுமையைப் பற்றிச் சகோதரன் தியோவிற்குக் கடிதம் எழுத வேண்டுமென நினைத்துக் கொண்டார்.

திடீரென இந்த உலகில் தனக்கென யாருமில்லை என்பது போல உணர்ந்தார். தனது ஓவியங்களை ஏன் யாரும் விலைக்கு வாங்கவில்லை. தன்னை ஏன் ஒருவருக்கும் பிடிக்கவில்லை. தனது ஓவியங்கள் எல்லாம் வீண் முயற்சிகள் தானா எனக் குழப்பமாக வந்தது.

யாரோ அவரது வீட்டுக்கதவைத் தட்டும் ஓசை கேட்டது. அவரைத் தேடி யார் வரப்போகிறார்கள் என்ற குழப்பத்தோடு கதவைத் திறந்தார்.

வெளியே அழகான இளம் பெண் ஒருத்தி நின்றிருந்தாள். அவளது அடர் வண்ண உடையும் விதவிதமான மலர்கள்

சூடிய கேச அலங்காரமும் சிற்பம் போன்றிருந்த உடற்கட்டும் வசீகரமாக இருந்தது.

மிக நீண்டகாலம் பழகியவள் போல அவள் இனிமையான குரலில் "எப்படியிருக்கிறீர்கள்" வான்கோ எனக்கேட்டாள்.

"நீங்கள் யார் எனத் தெரியவில்லையே" எனக் குழப்பத்துடன் கேட்டார் வான்கோ

"நான் வண்ணங்களின் தாய். நீங்கள் பயன்படுத்தும் நீலமும் மஞ்சளும் பச்சையும் சிவப்பும் ஆரஞ்சும் என் பிள்ளைகள் தான். அவர்களை நீங்கள் பெருமைப்படுத்திவிட்டீர்கள். அதற்காக "நன்றி சொல்ல வந்தேன்" என்றாள் அந்த இளம்பெண்.

"நிறங்களின் தாய் என்றா சொன்னீர்கள்" எனத் தயக்கமாகக் கேட்டார் வான்கோ.

"ஆமாம். நான் நிறங்களின் அன்னை. என்றும் இளமையானவள். என் தோற்றத்தைப் பார்த்தாலே தெரிந்திருக்குமே. இந்த உலகிலுள்ள ஓராயிரம் நிறங்களும் என் பிள்ளைகள் தான்."

"நான் நிறங்களுடன் சண்டையிடுகிறவன். குதிரையைப் பழக்குவது போலப் பழக்குபவன். என்னை மன்னித்துவிடுங்கள். என்னால் எந்த நிறத்தையும் அப்படியே பயன்படுத்த இயலாது."

"நான் அறிவேன் வான்கோ. மொசார்ட் வயலினை மீட்டுவதைப் போல நீங்கள் வண்ணங்களை மீட்டுகிறவர். இந்த மஞ்சள் வண்ணம் இருக்கிறாளே. அவள் மிகவும் அடக்க ஒடுக்கமானவள். அவளை நீங்கள் பாலே நடனக்காரியைப் போலச் சுழல வைத்துவிட்டீர்கள். பச்சை நிறம் சாந்தமானது. அவளை நீங்கள் உன்மத்தம் கொண்ட குடிகாரனைப் போல மாற்றிவிட்டீர்கள். நீங்கள் செய்த பெரிய விஷயம், நீலநிறத்தை மலரச் செய்தது தான். எப்போதும் சோகமான, ஆழ்ந்த துக்கம் கொண்டிருந்த அவளை நீங்கள் சண்டையிடும் வாள் வீரனைப் போல வேகமும் தெறிப்புமாக மாற்றிவிட்டீர்கள். நீங்கள் ஒரு சாகசக்காரர் வான்கோ. தூரிகையால் சண்டையிடுகிறீர்கள். உண்மையில் இந்த நிறங்கள் யார் பேச்சையும் கேட்காதவை. அவற்றை நீங்கள் நாய்க்குட்டி போல உங்கள் பின்னால் வரச் செய்துவிட்டீர்கள். தாய்மை அடைந்த பெண்ணின் மகிழ்ச்சியைப் போல நிறங்கள் இப்போது தன்னை முழுமையாக

எஸ்.ராமகிருஷ்ணன் ● 67

உணர்ந்து கொண்டுவிட்டன. அதற்காக நன்றி தெரிவித்துப் போகவே வந்திருக்கிறேன்."

கையில் விழுந்த ஒரு சொட்டுத் தேனை ருசிக்கும் சிறுவனின் முகத்தைப் போல மகிழ்ச்சியும் வியப்புமாக வான்கோ அவளது பாராட்டினைக் கேட்டுக் கொண்டிருந்தார்.

"இந்த உலகம் உங்களைப் புரிந்து கொள்ளாமல் புறம் ஒதுக்குகிறது. நீங்கள் மகத்தான ஓவியர். வண்ணங்களின் தாயாகிய நான் உங்களை வணங்குகிறேன். அன்பின் மிகுதியால் உங்களை முத்தமிட விரும்புகிறேன்" என அவள் தன் இரண்டு கரங்களையும் விரித்து அவரைக் கட்டிக் கொள்ளத் தயாராகயிருந்தாள். வான்கோ அவளை ஆரத்தழுவிக் கட்டிக் கொண்டார். காதலிக்குத் தருவது போல அழுத்தமான முத்தம் கொடுத்தார்.

அவள் விடைபெறும் போது சொன்னாள்,

"நன்றி வான்கோ. இனி வண்ணங்களுக்கு அழிவேயில்லை. உலகம் உள்ளவரை அந்த நீலமும் மஞ்சளும் பச்சையும் உங்கள் பெயரோடு சேர்ந்தே அறியப்படும்."

வான்கோ அந்த மகிழ்ச்சியைக் கொண்டாட விரும்பினார். ஆனால், அவரிடம் ஒற்றை நாணயம் கூடக் கைவசமில்லை.

•••

22
இனிப்புப் பொட்டலம்

ஒரு பொட்டலம் பூந்தி இவ்வளவு வெறுப்பை உருவாக்கிவிடும் என ஒரு போதும் நினைத்ததில்லை. ஆனால், அப்படித்தான் நடந்தது. இன்றைக்கும் எனக்குப் பூந்தி பிடிக்காது. அதற்குக் காரணம் எனது மூத்த அண்ணன் பாபு.

நிலத்தரகராக வேலை செய்த என் அப்பா எப்போதும் இரவு பத்து மணிக்கு தான் வீடு திரும்புவார். அவர் வரும் போது தள்ளுவண்டிக்கடையில் ஒரு பொட்டலம் பூந்தி, கொஞ்சம் காரச்சேவு அல்லது பக்கோடா வாங்கிக் கொண்டு வருவார்.

நாங்கள் ஐந்து பிள்ளைகள் இருந்த போதும் அப்பா உறங்கிக் கொண்டிருந்த பாபுவை எழுப்பிப் பூந்தியைச் சாப்பிடச் சொல்லுவார். விழித்துக் கொண்டிருக்கும் எங்களைப் பார்க்க வைத்துக் கொண்டு அவன் நிதானமாகச் சாப்பிடுவான்.

ஐந்து பிள்ளைகளில் அவன் மட்டும் ஏன் முக்கியமாகிப் போனான். எதற்காக அவனுக்கு மட்டும் இனிப்புப் பொட்டலம்.

அப்பா தன்னிடமிருந்த காரச்சேவை, பக்கோடாவை எங்களுக்குப் பகிர்ந்து தருவார். ஆனால், பூந்தி பாபுவிற்கு மட்டும் தான். இதை அம்மாவும் அனுமதித்தாள்.

ஜவுளிக்கடைக்குத் துணி எடுக்கப்போனாலும் அவனுக்கு எங்களை விட விலை அதிகமான சட்டையை வாங்குவார் அப்பா. சினிமாவிற்குப் போவது என்றால் அவனை மட்டுமே அழைத்துக் கொண்டு போவார். பாபுவிற்கு என்று தனியாக வெள்ளித்தட்டு, டம்ளர் கூட வீட்டிலிருந்தன.

நாங்கள் பாபுவை வெறுத்தோம். அவனுக்கு மட்டும் பூந்தி வாங்கி வரும் அப்பாவை வெறுத்தோம். இதைக் கண்டிக்காத அம்மாவை வெறுத்தோம்.

பாபு முட்டாளாக இருந்தான். பத்தாம் வகுப்பில் பெயிலாகிப் போனான். அப்பா அவனைத் திட்டவோ அடிக்கவோ செய்யவில்லை. ஸ்பின்னிங் மில்லில் வேலைக்குச் சேர்த்துவிட்டார் அப்பா. பதினாறு வயதிலே பாபு சம்பாதிக்கத் துவங்கினான்.

ஒவ்வொரு நாளும் அவன் மில் விட்டு வரும் போது இரண்டு பொட்டலம் வாங்கி வருவான். ஒன்று அப்பாவிற்கான பக்கோடா. மற்றது அவனுக்கான பூந்தி. அப்போதும் அவர்கள் தின்பதை நாங்கள் ஏக்கத்துடன் பார்த்துக் கொண்டேதானிருந்தோம்.

மறுக்கப்படும் உணவு மனதில் ஏற்படுத்தும் வடு ஒரு போதும் அழிவதில்லை. பெரியவளாகி நான் ஒருத்தியே ஒரு கிலோ பூந்தி வாங்கித் தின்பேன் என்றாள் தங்கை. ஆனால், அப்படி நடக்கவில்லை. பதினைந்து வயதில் குளிர் ஜூரம் கண்டு இறந்து போனாள்.

எங்கள் வீட்டிலிருந்து பாபு தான் முதலில் வெளியேறிப் போனான் அவனுக்கு விருப்பமான கிறிஸ்துவப் பெண்ணைக் கட்டிக் கொண்ட போதும் அப்பா கோபித்துக் கொள்ளவில்லை.

பாபுவிற்கு மூன்று பிள்ளைகள் பிறந்தார்கள். அவன் குடித்தான். கடன் வாங்கினான். மதுரைக்கு வீடு மாறிப் போனான். ஆனாலும் சில நாட்கள் அப்பா தள்ளுவண்டிக் கடையில் பூந்தி வாங்கிக் கொண்டு அவனை மதுரையில் போய்ப் பார்த்து வந்தார்.

ஒருநாள் பாபு கடன் பிரச்னையில் போலீசில் மாட்டிக் கொண்டான். அப்பா அன்று தான் வாய்விட்டு அழுதார். நாங்கள் குடியிருந்த வீட்டை விற்று அவன் கடனை அடைத்தார்.

வாழ்க்கை எங்களைத் திசைக்கொருவராகத் துரத்தியது. நான் படித்து வட இந்தியாவிற்கு வேலைக்குப் போய்விட்டேன். வீட்டைப் பற்றி எப்போது நினைத்தாலும் அப்பா பாபாவுக்காகப் பூந்தி பொட்டலத்துடன் வரும் காட்சி தான் மனதில் தோன்றும். அதை இன்றும் என்னால் சகித்துக் கொள்ள முடியவேயில்லை.

ஒரேயொரு முறை அப்பா என்னைத் தேடி டெல்லி வந்திருந்தார். அதுவும் பாபுவிற்கு உதவி கேட்டுத்தான். அப்போது அவர் முகத்திற்கு எதிராகவே கேட்டேன்.

"ஐந்து பிள்ளைகளில் பாபு மட்டும் என்ன உசத்தி. அவன் மட்டும் தான் உங்கள் பிள்ளையா."

அப்பா சொன்னார்.

"அவன் எனக்கு முதல் பிள்ளை. தலைச்சன். ஒரே உடம்பில் இருந்தாலும் தலையும் காலும் ஒண்ணாகிறாது, அதுக்கு மேல சொல்றதுக்கு ஒண்ணுமில்லை."

அபத்தமான பேச்சு. எனக்கு ஆத்திரமாக வந்தது. அப்பா தன் தவறை உணரவேயில்லை. எந்த வீட்டிலும் உறவுகளுக்குள் சமநிலை இருந்ததேயில்லை. வீடு அப்படித்தான்.

உலகைப் புரிந்து கொள்வது கூட எளிது. பெற்றவர்களின் மனதைப் புரிந்து கொள்வது தான் கஷ்டம் என அன்று தான் உணர்ந்தேன்.

...

எஸ்.ராமகிருஷ்ணன்

23
வீடென்பது

சந்தையில் திரியும் மனிதர்களைப் போலப் புதிய வீடுகள் வாய் ஓயாமல் பேசிக் கொண்டேயிருக்கின்றன.

புதிய வீடுகளுக்குத் தனது பெருமைகளை எவ்வளவு சொல்லியும் நிறைவு வருவதேயில்லை.

ஒரு புது வீடு சொன்னது,

"வீடென்பது ஒரு மலர். அதன் வாசனை வசிப்பவர்களின் இயல்பாலே வெளிப்படுகிறது."

கொஞ்சம் பழசாக ஆரம்பித்தவுடன் அவை தன்னைப் பிறர் கவனிப்பதில்லை என்று மெலிதாகப் புகார் சொல்ல ஆரம்பிக்கின்றன. இப்போதும் தான் அழகு தான் என்று சுயசமாதானம் செய்து கொள்கின்றன.

நடுத்தர வயதுப் பெண் தனது திருமண ஆல்பத்தைப் புரட்டிப் பார்ப்பதைப் போல ஆதங்கத்துடன், வெட்கத்துடன் நினைவில் ஆழ்ந்து போகின்றன.

வீட்டில் வசிப்பவர்களின் சுகமும் துக்கமும் சண்டையும் கோபமும் கண்டபிறகு வீடுகள் தானே மௌனமாகின்றன.

காற்றும் மழையும், பனியும் வெயிலும், கடந்து கடந்து வீடுகளும் மனிதர்களைப் போலவே நரை கொள்ளத் துவங்குகின்றன.

கால மாற்றத்தில் பழைய வீடுகள் கைவிடப்பட்ட முதியவர்களைப் போல உருமாறிவிடுகின்றன.

புதிதாகக் கட்டப்பட்ட வீடுகள் சுயபெருமை பேசும் போது அவற்றிற்கு ஏதோ ஆலோசனை சொல்ல முயன்று பின்பு தான் சொல்லி யார் கேட்கப்போகிறார்கள் என வாயை மூடிக் கொண்டுவிடுகின்றன.

சிதிலமடைந்த வீடுகள் வாழ்ந்து கெட்ட மனிதர்களைப் போல உலகை ஏறிட்டுப் பார்க்கத் திராணியற்று நிற்கின்றன.

புதிய அடுக்குமாடி கட்டுவதற்காக இடித்துத் தள்ளப்படும் பழைய வீடுகளிலிருந்து கற்களும் செங்கல்லும் சிதறிப் போகையில் வீடு மெல்லிய குரலில் சொல்கிறது,

"இவ்வளவு தான் வாழ்க்கை."

வீடு இடிக்கப்பட்டபிறகு வெற்றிடம் முணுமுணுக்கிறது

"வீடும் மனிதனும் வேறுவேறில்லை."

...

24
தபால்காரன்

தனக்குத் தானே தபால் எழுதிக் கொள்ளும் ஒருவர் இருந்தார். எழுபது வயதைக் கடந்துவிட்ட அவர் தனியே வசித்தார். அவரது இருபத்திமூன்றாவது வயதில் மனைவி இறந்து போனார். அதன்பிறகு அவர் வேறு திருமணம் செய்து கொள்ளவில்லை. உறவு என்று அவரைத் தேடி வர எவருமில்லை.

அவருக்குச் சொந்தமாக மலைச்சரிவில் கொஞ்சம் நிலம் இருந்தது. அதன் ஒரு பகுதியில் வீடு அமைத்துக்கொண்டு வீட்டின் பின்னால் காய்கறிகள் விளைவித்துக்கொண்டு வாழ்ந்து வந்தார். அவரது தோட்டத்தில் இரண்டு பிளம்ஸ் மரங்கள் இருந்தன.

எந்த வயதில் அவர் தனக்குத் தானே கடிதம் எழுதத் துவங்கினார் என்று தெரியவில்லை. ஆனால், அன்றாடம் காலை உணவை முடித்தவுடன் அவர் கடிதம் எழுத ஆரம்பிப்பார். ஒவ்வொரு சொல்லாக யோசித்து எழுதுவார். அதுவும் தபால் அட்டையில் தான் கடிதம் எழுதுவார்.

பெரும்பாலும் அந்தக் கடிதத்தில் அவர் சுற்றுப்புறத்தில் கேட்ட பறவையின் குரல் பற்றியோ, பிளம்ஸ் மரத்திலோடும் அணில் பற்றியோ, சாலையினைக் கடந்து செல்லும் பள்ளிச்சிறுமிகள் பற்றியோ அல்லது அன்று சாப்பிட்ட காலையுணவின் ருசி பற்றியோ தான் எழுதுவார். அரிதாகச் சில நேரம் தன் பால்ய நினைவுகளை விவரிப்பார். சில நாட்களில் எழுதுவதற்கு வார்த்தைகள் தோன்றாத போது தபால் அட்டையில் ஏதாவது படம் வரைந்து அனுப்புவார்.

தனக்குத் தானே பேசிக்கொள்வதைப் போன்றது தான் தனக்குத் தானே எழுதிக் கொள்வதும். எத்தனையோ பேர் டயரி எழுதுகிறார்கள். நான் அதற்குப் பதிலாகக் கடிதம் எழுதிக் கொள்கிறேன் என்று சுயசமாதானம் சொல்லிக் கொள்வார்

ஒருவன் தனக்குத் தானே கடிதம் எழுதத் துவங்கும் போது தான் தன்னை அறிந்து கொள்ளத் துவங்குகிறான். தன்னைக் கொண்டாடத் துவங்குகிறான். தன் சரி தவறுகளைக் கண்டறிகிறான். சொற்கள் தானே உண்மையான கண்ணாடி.

கடிதத்தைத் தபால் பெட்டியில் போடுவதற்காக மலையடிவாரம் வரை நடந்து போவார். அதற்கு ஒரு மணி நேரமாகும். சிவப்பு தபால் பெட்டியில் கடிதத்தைச் சேர்த்துவிட்டு மலையேறி வீடு வந்து சேர மதியமாகிவிடும். முதல் நாள் அவர் போட்ட கடிதம் மறுநாள் மாலை அவர் வீட்டிற்கு வந்து சேரும். ஆரம்ப நாட்களில் தபால்காரனுக்கு இது என்ன முட்டாள்தனம் என்று தோன்றியது. ஆனால், அவனுக்கும் தலை நரைக்கத் துவங்கியதும் தன்னைத் தவிர ஒரு மனிதனுக்கு வேறு துணையில்லை என்று பட்டது.

தனக்கு வந்த கடிதத்தை அவர் ஒரு போதும் படிப்பதில்லை. அப்படியே மர பீரோவில் போட்டுவிடுவார்.

தபால் எழுதுவதும் தபாலைப் பெறுவது தரும் மகிழ்ச்சி தானே முக்கியம்.

தபாலைப் பயன்படுத்துகிறவர்கள் குறைந்துவிட்டார்கள் என அந்த மலை நகரிலிருந்த தபால் நிலையம் மூடப்பட்டது. சிவப்பு நிறத் தபால் பெட்டியை இப்போது திறப்பதேயில்லை. ஆனாலும் அவர் தபால் எழுதுவதை நிறுத்திக் கொள்ளவில்லை. தபால் பெட்டியில் போட மாட்டார். அதன்பிறகு தபால்காரன் வருவது நின்று போனது.

அவருக்கு இருந்த ஒரே வருத்தம் ஒரு தபால் வருவதன் சந்தோஷத்தைக் கூட ஏன் உலகம் பறித்துக் கொள்கிறது என்பதே.

அதை யாரிடம் சொல்லிப் புலம்புவது என்று தான் அவருக்குத் தெரியவில்லை.

...

25
பாவம் மனிதன்

மலைகள் ஒன்றையொன்று "சகோதரா" என அழைத்துக் கொண்டன.

நீர்வீழ்ச்சி பாறைகளைப் பார்த்து "என் அன்பே" எனச் செல்லமாகக் கூப்பிட்டது.

மரங்களோ சீறிப்பாய்ந்தோடும் ஆற்றினை "நண்பனே" என்று அழைத்தன. ஆறு தன்னில் நீந்திவிளையாடும் மீன்களை "என் செல்வங்களே" என்றது.

மீன்களோ ஆமைகளைப் பார்த்து "அண்ணா" என்று அழைத்தன.

ஆமைகள் பாதிக் கண்களைத் திறந்தபடியே முதலையைப் "பெரியப்பா சுகம் தானா" என்று கேட்டன.

முதலை கசிந்த கண்களுடன் ஆற்றின் கரையிலிருந்த யானையைப் பார்த்து "சௌக்கியமா மாமா" என்றது.

யானையோ வானில் ஒளிரும் சூரியனைப் பார்த்து "தாத்தா எப்படியிருக்கிறீர்கள்?" எனக்கேட்டது.

சூரியன் மண்ணில் ஊர்ந்து செல்லும் எறும்பைப் பார்த்து "என் சொந்தமே ஏன் வாடியிருக்கிறாய்?" என்று கேட்டது.

எறும்பு பூமியைப் பார்த்துக் கேட்டது

"தாயே நலம் தானா?"

உயிர்கள் ஒன்றோடு ஒன்று அன்பு செலுத்துவதையும், இயற்கை தன் அங்கங்களை உறவு சொல்லிக் கொண்டாடுவதையும் கண்ட பூமி மகிழ்ச்சியோடு மனிதர்களிடம் கேட்டது.

“புதல்வர்களே எப்படியிருக்கிறீர்கள்?”

மனிதன் பெருமிதமாகச் சொன்னான்.

“நானே புவியின் அதிபதி. இந்தப் பூமி மனிதர்களுக்கு மட்டுமேயானது.”

“அய்யோ பாவம்” என்றொரு குரல் கேட்டது.

அதை எழுப்பியது யார் என்று தான் தெரிந்து கொள்ளமுடியவில்லை.

•••

26
அன்பின் வெளிச்சம்

கப்பல் முதலாளியைத் தற்செயலாக அவன் பாலக்காடு ரயில் நிலையத்தில் சந்தித்தான். தட்டில் இட்லி பொட்டலம் வைத்து விற்றுக் கொண்டு வந்தார். அவரை இப்படிக் காணுவது அதிர்ச்சியாக இருந்தது.

ஆள் மிகவும் தளர்ந்து போயிருந்தார். சாந்தமான முகம். பரிசுத்தமான கண்கள். கொக்கின் வெண்மையிலிருந்த தலைமயிர், அடர்ந்த தாடி. ரப்பர் செருப்பு. ஒரு காலத்தில் கப்பல் முதலாளி வருகிறார் என்றால் அவர் போட்டிருக்கும் வாசனைத் திரவியத்தின் மணத்திலே தெரிந்துவிடும். ஆள் நல்ல அழகன். பர்மா சில்க் தான் எப்போதும் அணிவார். கையில் தங்கக் காப்பு. சிவப்புக்கல் மோதிரம். பர்மாவில் போய் சம்பாதித்த காரணத்தால் அவருக்குக் கப்பல் முதலாளி என்ற பெயர் வந்திருந்தது.

அப்பா இறந்து போன பிறகு குடும்பக் கடனை அடைக்க வேண்டி அவரது மரடிப்போவில் தான் சில காலம் வேலை செய்தான். கேரளாவிலிருந்து வரும் தடிகளைக் கணக்கிட்டுச் சைஸ் பிரித்து வெளியூர் வியாபாரிகளுக்கு அனுப்பி வைக்க வேண்டியது அவனது வேலை. சம்பளம் குறைவு. இரவில் லாரி போகும் வரை டிப்போவில் இருக்க வேண்டும் சில நாட்கள் கேரளா போய் வரவும் செய்ய வேண்டும்.

மரடிப்போவில் பத்து வருஷம் வேலை செய்தாலும் அப்பாவின் கடனை அடைக்க முடியாது என உணர்ந்த ரகு ஒரு நாள் கடையிலிருந்த ஆறாயிரம் ரூபாய் பணத்தை

எடுத்துக் கொண்டு ஓடிவிட்டான். கப்பல் முதலாளி அவன் மீது போலீஸில் புகார் தரவில்லை. வீட்டிற்கு ஆள் அனுப்பித் தேடவில்லை. அப்படியே விட்டுவிட்டார்.

ஊருக்கு இரண்டு மாதம் மூன்று மாதமென இந்தியா முழுவதும் அலைந்து பல்வேறு வேலைகள் செய்தும் அவனால் நிலைபெற முடியவில்லை. வருஷங்கள் தான் கடந்து போயின.

பாலக்காட்டில் நடந்த பொருட்காட்சியில் ராட்டினம் சுற்றும் வேலைக்காக வந்திருந்தான். வேலை முடிந்து கிளம்பும் நாளில் தான் ரயில் நிலையத்தில் கப்பல் முதலாளியைப் பார்த்தான். அவன் மனதில் குற்றவுணர்ச்சி மேலோங்கியது. தயக்கத்துடன் அவரைத் தேடிப் போய்ப் பேசினான்.

“முதலாளி என்னைத் தெரியுதா?”

அவர் வியப்போடு “எத்தனை வருசமாச்சி.. உன்னைப்பாத்து, நல்லா இருக்கியா” எனக்கேட்டார். லேசாகத் தலையாட்டினான்.

அவர் சலனமற்ற குரலில் சொன்னார்

“என்ன பாக்குறே. வீடு வாசல் எல்லாம் போயாச்சி. உன்னை மாதிரியே நானும் கடன்காரன் ஆகிட்டேன். ஊர்ப் பக்கமே போகமுடியாது. நம்புனவங்க மோசம் பண்ணிட்டாங்க. ஒரு மனுசனை ஏமாத்துறதுக்கு இத்தனை பேர் ஒண்ணு சேருவாங்கன்னு தெரியாம போச்சு. ஆத்துல ஓடுற தண்ணிய அள்ளிட்டுப் போனது மாதிரி யார் யாரோ கொண்டு போயிட்டாங்க. மகளும் நோவுல கிடந்து வேதனைப்பட்டுச் செத்துப்போயிட்டா. கடனுக்குப் பயந்து இங்கே வந்துட்டேன். உசிரு பிழைக்கணும்லே. அதான் இட்லி விக்குகிறேன். இன்னைக்கு வரைக்கும் ஒருத்தன் கிட்டயும் பத்து ரூபா யாசகம் கேட்டு நிக்கலை” என்றபடியே அவன் கையைப் பிடித்துக் கொண்டார்.

அவரது முகத்தில் தோற்றுப் போனதன் அடையாளமேயில்லை. அதே சாந்தம். அதே தூய கண்கள். குரலில் தான் தோல்வியின் வேதனை வெளிப்பட்டது. தோற்றவர்களின் குரல் ஒன்று போலவே இருக்கிறது.

“உங்க காசை தூக்கிட்டு ஓடிப்போயிட்டேன், மன்னிச்சிருங்க முதலாளி.” என்றான்.

"அதை விடுப்பா. நடந்ததைப் பேசி என்ன ஆகப்போகுது. இப்போ என்ன வேலை பாக்குறே. கல்யாணம் பண்ணிகிட்டயா. புள்ளைகுட்டி இருக்கா."

"உருப்படியா ஒரு வேலையும் செய்ய முடியலை. தோத்துப்போயி ஒத்தை ஆளா கிடக்கேன். ஊருக்கு தான் போகவே முடியலை."

"கடன்காரனுக்கு ஏதுப்பா சொந்த ஊர். கடன்காரன் பொழப்பு எப்படியிருக்கும்னு நானும் வாழ்ந்து பார்த்துட்டேன்ல. இப்போ நானும் கடன்காரன், நீயும் கடன்காரன். ரெண்டு பேரும் சமமாக ஆகிட்டோம்" எனச் சொல்லி சிரித்தார்.

அவனும் சிரித்து வைத்தான்.

சிரிப்பு எல்லா நேரத்திலும் மகிழ்ச்சியிலிருந்து மட்டும் பிறப்பதில்லை என்பதை இவரும் அப்போது உணர்ந்திருந்தார்கள்.

கப்பல் முதலாளி அவன் கையில் ஒரு இட்லி பொட்டலத்தைக் கொடுத்தபடியே சொன்னார்.

"யாரு கிட்டயும் என்னை இப்படிப் பார்த்ததைச் சொல்லாதே. இதைச் சாப்பிடு. உனக்குக் கொடுக்க இது தான்பா இருக்கு."

இட்லி பொட்டலத்தை வாங்கிய போது அவனது கை நடுங்கியது.

கப்பல் முதலாளி பிளாட்பாரத்தில் இருட்டில் நடந்து போய்க் கொண்டிருந்தார்.

ஆனால், அவரைச் சுற்றிலும் தூய ஒளி பிரகாசிப்பது போல அவனுக்கு மட்டுமே தெரிந்து கொண்டிருந்தது.

...

27

காதலுற்ற சிற்பங்கள்

ஒன்றையொன்று காதலித்துக் கொள்ளும் இரண்டு சிற்பங்கள் அந்தக் கோவிலிலிருந்தன. ஒரே பிரகாரத்திலிருந்த அந்தச் சிற்பங்கள் கண்மூடாமல் ஒன்றையொன்று பார்த்தபடியே இருந்தன. ரகசியமாகப் பேசிக் கொண்டன.

வட்டமுகமும், பருத்த உதடுகளும், மாதுளை போன்ற மார்பகங்களும், வெண்கலப் பானையின் கழுத்து போல வளைந்த இடையும், பெரிய தொடைகளும், சிறிய பாதங்களும் கொண்டிருந்த அந்தப் பெண் சிற்பம் கையில் ஏந்திய ஆடியில் முகம் காணுவதைப் போல நின்றிருந்தது.

ஆண் சிற்பமோ கால் உயர்த்தி நின்ற புரவியில், கையில் குத்தீட்டி ஏந்தியபடி வேட்டைக்குச் செல்வது போலிருந்தது.

ஓரக்கண்ணால் பார்த்தபடியே ஆண் சிற்பம் சொன்னது,

“பேரழகு கொண்ட பெண்ணாக இருக்கிறாய். உனக்கும் எனக்கும் இடையில் தாவிவிடும் இடைவெளி தான். ஆனால், உறைந்து போயிருக்கிறேன். இடைவெளி தான் காதலை வளர்க்கிறது.”

“குத்தீட்டியை விடவும் கூர்மையானது உங்கள் பார்வை. வேட்டைக்குச் செல்வதென்றால் இது தானா, காதலிக்கும் போது ஆண்கள் மழைத்துளியை எதிர்கொள்ளும் கோவில் மணி போலாகிவிடுகிறார்கள்” என்றது பெண் சிற்பம்.

“கண்ணாடியில் பார்ப்பதை விடவும் என் கண்களில் பார். உன் அழகு முழுமையாகத் தெரியும். காதலிக்கும் போது

பெண்கள் பறக்கும் நீர்க்குமிழி போலாகி விடுகிறார்கள்" என்றது ஆண் சிற்பம்.

"பேச்சை விடவும் மௌனமே காதலை வளர்க்கிறது" என்றது பெண் சிற்பம்.

"மௌனத்தைப் பரிமாறிக் கொள்வது தானே முத்தம்" என்றது ஆண் சிற்பம்.

"காதலென்பது இரண்டு சுடர்கள் ஒன்றாகி விடுவதைப் போன்றது" எனச் சொன்னது பெண் சிற்பம்.

"காதலென்பது இரண்டு கண்ணாடிகள் ஒன்றையொன்று பார்த்துக் கொள்வது" என்றது ஆண் சிற்பம்.

"உன்னைத் தொடும் காற்று தான் என்னையும் தொடுகிறது. நாம் காற்றால் இணைகிறோம்" என்றது பெண் சிற்பம்.

"உன்னைத் தொடும் ஒளி தான் என்னையும் தொடுகிறது. நாம் வெளிச்சத்தால் அணைத்துக் கொள்கிறோம்" என்றது ஆண் சிற்பம்.

"பகல் நம்மைப் பிரித்து வைத்திருக்கிறது" என்றது பெண் சிற்பம்.

"இருள் நம்மை இணைத்துவிடுகிறது" என்றது ஆண் சிற்பம்.

இரண்டும் வெட்கத்தால் 'க்ளுக்' எனச் சிரித்துக் கொண்டன. அந்தச் சிரிப்பு உலகிற்குக் கேட்கவேயில்லை.

...

28
மொசார்ட்டின் வயலின்

பனிப்பிரதேசமொன்றில் அந்த மேபிள் மரம் ஒற்றையாக நின்று கொண்டிருந்தது.

"எனக்கென யாருமில்லை. நான் யாருக்கும் பிரயோசனமாகவும் இல்லை. வாழ்வதே வீண்" என்று அந்த மரம் சொல்லிக் கொண்டிருந்தது.

காற்று அம் மரத்தைக் கடக்கும்போது சொன்னது

"அப்படி நினைக்காதே. உனக்கொரு அதிர்ஷ்டம் காத்திருக்கிறது."

இரவில் வான் நிறைந்த நட்சத்திரங்களைக் காணும் போது மேபிள் மரம் சொன்னது.

"இத்தனை அழகை நான் கண்ட போதும் அதைப் பகிர்ந்து கொள்ள ஒருவருமில்லை."

அப்போதும் காற்றுச் சொன்னது.

"அப்படி நினைக்காதே. உன் வாழ்க்கைக்கு ஒரு அர்த்தமிருக்கிறது."

பின்னொரு நாள் ஒரு மரம்வெட்டி பனிப்பிரதேசத்திற்கு வந்தான். அந்த மேபிள் மரத்தை வெட்டிச் சென்றான்.

"அவ்வளவு தான் நம்முடைய வாழ்க்கை, கணப்பு அடுப்பின் விறகாகப்போகிறோம்" என வருந்தியது அம்மரம்.

ஆனால், அந்த மரம் ஓர் இசைக்கருவி செய்பவன் வீட்டிற்குச் சென்றது. அவன் அதை வயலின் செய்வதற்குப் பயன்படுத்திக் கொண்டான்.

"நான் ஒரு இசைக்கருவியானது மகிழ்ச்சியே. எவருக்கோ பயன்படப்போகிறேன்" என்றது அம்மரம்.

அவன் வயலினை லியோபோல்ட் என்ற இசை ஆசிரியருக்கு விற்பனை செய்தான். லியோபோல்ட் அந்த வயலினை தன் வீட்டிற்குக் கொண்டு சென்றார். அவரது ஐந்து வயது மகன் அந்த வயலினைக் கையில் எடுத்து வாசிக்க ஆரம்பித்தான். இன்னிசை பெருகியது.

அந்தப் பையனின் பெயர் வுல்ப்காங் அமேடியஸ் மொசார்ட்.

இப்போது அது இசைமேதை மொசார்ட்டின் வயலின்.

மொசார்ட் அந்த வயலினைக் கொண்டு எண்ணிக்கையற்ற இசைக்கோர்வைகளை உருவாக்கினான். அற்புதமான சங்கீதத்தை உலகிற்கு வழங்கினான்.

இதுநாள் வரை அனுபவித்து வந்த மரத்தின் தனிமையை, பனிக்காற்றின் ஈரத்தை, வானெங்கும் பூத்திருந்த நட்சத்திரங்களை, தூரத்து நதியின் சலசலப்பை, கடந்து சென்ற பறவைகளின் சிறகசைப்பை என மரத்தின் எல்லா நினைவுகளையும் அவன் இசையாக்கினான்.

மொசார்ட்டோடு அந்த வயலின் மாமன்னரின் அரண்மனைக்கும் இசை அரங்கிற்குமாகப் பயணித்துக் கொண்டேயிருந்தது.

மேபிள் மரம் அடைந்த மகிழ்ச்சிக்கு அளவேயில்லை.

அது பெருமிதமாகச் சொன்னது

"முற்பகுதி வாழ்க்கையை வைத்துக் கொண்டு பிற்பகுதி வாழ்க்கையை முடிவு செய்து விட முடியாது. காற்று சொன்னது சரியே. என் வாழ்க்கையின் அர்த்தம் இதுவே."

...

29
சிரிக்கும் நட்சத்திரம்

பதினாறாம் நூற்றாண்டில் பெர்சியாவில் ஒரு ஞானியிருந்தார். அவன் தன்னைச் சிரிக்கும் நட்சத்திரம் என்று அழைத்துக் கொண்டார். அந்த ஞானி திருமணமானவர். குழந்தைகள் இல்லை. வாசனைத் திரவியம் தயாரிப்பதைத் தொழிலாகக் கொண்டிருந்தார். அவரது மனைவிக்கு அவர் ஞானி என்பதிலோ, அவரைத் தேடி பலரும் வந்து அறிவுரை கேட்பதிலோ துளியும் மரியாதை கிடையாது. இருவரும் அடிக்கடி சண்டையிடுவார்கள். அவள் பலத்த கூச்சல் போடுவாள். சண்டையின் உச்சத்தில் ஞானி தன் வீட்டிலிருந்த பானை, சட்டி, கரண்டி, தட்டு, ஸ்பூன், டம்ளர், படுக்கை, தலையணை, போர்வை, நாற்காலிகள், ஸ்டூல்கள், முகம் பார்க்கும் கண்ணாடி, சீப்பு, உடைகள், துண்டு, தரைவிரிப்பு, மேலங்கி, கால்மிதி, கண்ணாடி பாட்டில்கள், கொதிகலன்கள், தைலப்புட்டிகள் எனச் சகல பொருட்களையும் அள்ளி எடுத்து வீதியில் கொண்டு போய் வைத்துவிடுவார். நான்கு சுவர்கள் மட்டுமே கொண்ட வெறும் வீடாகிவிடும். அவரும் வெளியேறி தெருவிலே உட்கார்ந்து கொள்வார். காலியாக உள்ள வீட்டில் அவரது மனைவி மட்டும் இரவு தனியாக இருப்பாள். விடிந்தவுடன் அவள் கதவைத் திறந்து வெளியே வந்து மனமாற்றத்தோடு அவரை வீட்டிற்குள் கூட்டிப்போய் விடுவாள். மீண்டும் அவர் சகல பொருட்களையும் வீட்டிற்குள் திரும்பக் கொண்டு போய் வைத்து விடுவார். இப்படித்தான் அவர்கள் சண்டை நடந்து வந்தது.

பொருட்கள் எதுவுமில்லாத வீட்டில் அந்தப் பெண் என்ன உணர்கிறாள். எதற்காக அவரைச் சமாதானம் செய்து அழைத்துக் கொள்கிறாள் என யாருக்குமே விளங்கவில்லை.

ஒரு முறை இதைப்பற்றிச் சிரிக்கும் நட்சத்திரத்திடம் கேட்டபோது அவர் சொன்னார்

"அவள் ஒரு ஞானி. அதை நான் நினைவூட்டுகிறேன்."

…

30
குற்றத்தின் மலர்

போலீஸ் ஸ்டேஷனுள் ஒரு மஞ்சள் ரோஜாச் செடியை யார் நட்டு வைத்தார்கள் என்று தெரியவில்லை. அந்தச் செடியில் நிறைய மஞ்சள் ரோஜாக்கள் பூத்திருந்தன.

லாக்கப்பில் எவனோ ஒரு குற்றவாளி அடிவாங்கும் போது ஒரு ரோஜாப்பூ "கொடூரம்" என்றபடியே தலைகவிழ்ந்து கொண்டது,

மகளைக் காணாமல் தேடும் தந்தை போலீஸ் ஸ்டேஷன் வாசலில் வந்து நின்று கண்ணீர் விட்டபோது ரோஜாச் செடி சொன்னது

"கண்ணீர் குருதியைவிடக் கனமானது."

சந்தேகத்தின் பேரில் அடித்து இழுத்துவரப்பட்ட இளைஞனின் தாயும் சகோதரிகளும் ஸ்டேஷன் வேப்ப மரத்தடியில் செய்வதறியாமல் நிற்பதைக் கண்ட ரோஜாச் செடி சொன்னது,

"குற்றவாளியை விடவும் அவனது குடும்பமே அதிகம் துயரமடைகிறார்கள்."

பின்னொரு நாள் கைது செய்யப்பட்ட திருடனைக் காண வந்த அவனது மகள் வண்ணப் பென்சிலால் ரோஜாச் செடியை வரைய முற்பட்ட போது ரோஜா சொன்னது,

"குழந்தைகளின் மீது குற்றத்தின் நிழல் படிவதேயில்லை."

அடியும், வலியும், கூக்குரலும், வேதனையும், கருணைக்காகக் கெஞ்சும் குரல்களையும் கேட்டுக் கேட்டு ரோஜாச்செடி

தன்னைக் குற்றசாட்சியமாக எண்ணி வாடியது. போலீஸ் ஸ்டேஷனுக்கு வரும் இத்தனை பெண்களில் ஒருவருக்குக் கூடத் தன்னைப் பறித்துச் சூடிக் கொள்ளும் தைரியம் வரவில்லையே என ஆதங்கம் கொண்டது.

பறவைகள் வராத, வண்ணத்துப்பூச்சி பறக்காத, சிரிப்பு சப்தமே கேட்காத இடத்தில் ரோஜாச்செடியாக இருப்பதற்காக வருந்தியது.

இதைக் கண்ட போலீஸ் நிலையத்தின் சிவப்பு வண்ணச் சுவர் சொன்னது.

"போலீஸ் ஸ்டேஷனுக்குள் தேநீர் தன் ருசியை இழந்துவிடுகிறது. மனிதர்கள் தன் குரலை இழந்துவிடுகிறார்கள். சொற்கள் தன் அர்த்தம் இழந்து விடுகின்றன. இவ்வளவு ஏன் பகல்வெளிச்சம் கூடத் தைரியம் இழந்து தயங்கித் தயங்கியே உள்ளே வருகிறது. அழகான மஞ்சள் நிறம் கொண்டிருந்தாலும் நீ குற்றத்தின் மலரே. இருக்குமிடமே உன் மதிப்பைத் தீர்மானிக்கிறது அதை மறந்துவிடாதே."

"உண்மை தான்" என்றபடி வாடி நின்றது அந்த மஞ்சள் ரோஜா.

...

31
கூட்டலை மறந்த மனிதர்

அந்த மனிதருக்குக் கூட்டல் கணக்கு சுத்தமாக மறந்து போயிருந்தது. இரண்டும் இரண்டும் நான்கு என்றோ, ஐம்பது ரூபாயும் ஐம்பது ரூபாயும் சேர்ந்தால் நூறு ரூபாய் என்றோ அவரால் கணக்கிட முடியவில்லை. அவரிடமிருந்தது கழித்தல் கணக்கு மட்டுமே.

கூட்டலை மறந்துவிட்டால் உலகம் மிகச்சிறியதாகிவிடும். அனுபவங்களும் சுருங்கிவிடும். பொருள் தேடுதல் முக்கியமற்றுப் போய்விடும். புத்தகங்களோ, இசையோ, பயணமோ எதுவும் தேவைப்படாமல் போய்விடும். கூட்டலை மறந்தவன் உதிர்ந்த சிறகைப் போன்றவன் எனப் பலரும் அவரைக் குற்றம் சாட்டினார்கள்.

வயது ஏற ஏற சந்தோஷங்கள் குறைந்து கொண்டு தானே வருகிறது. இரட்டிப்புச் சந்தோஷம், பத்து மடங்கு மகிழ்ச்சி என்பதெல்லாம் முதியவர்களுக்குக் கிடையாதே என்று தனக்குத் தானே சொல்லிக் கொண்டார்.

வயது அதிகமாகிக் கொண்டு வருவது கூட்டல் கணக்கு தானே என ஒருவர் சொன்ன போது அந்த மனிதர், இல்லை மொத்த வாழ்நாளில் இந்த எண்ணிக்கை கழிந்து கொண்டு தானே வருகிறது என்று சொன்னார்.

கூட்டல் தானே குடும்பமாகிறது. தலைமுறையாகிறது தொழில் வளர்ச்சியாகிறது. கூட்டல் இல்லாத வாழ்க்கை வெறுமையானது என்றார் வேறு ஒருவர்.

எஸ்.ராமகிருஷ்ணன்

அதற்கு அந்த மனிதர், வீட்டு மனிதர்களும் பணமும் தொழிலும் கூடிக் கொண்டே போகும் போது பிரச்சனைகளும் கூடிவிடுகிறது. உண்மையில் கூடுவதை விடவும் குறைவது தான் அதிகம் கற்றுத் தருகிறது. வலி கூடுவதை விட வலி குறைவதைத் தானே மனது விரும்புகிறது என்றார்.

கூட்டல் தான் வளர்ச்சியின் அடையாளம் என வாதிட்டார் ஒருவர். கழித்தல் தான் அனுபவத்தின் அடையாளம் என்றார் அந்த மனிதர்.

இப்படியாகக் கூட்டலை மறந்த மனிதர் தன்னை நியாயப்படுத்திக் கொள்ள எதை எதையோ பேசிக் கொண்டிருந்தார்.

முடிவில் அவரது பள்ளித் தோழர் சொன்னார். "நண்பா... சிறுவர்கள் கூட்டலைத் தான் விரும்புகிறார்கள். பிடித்த சாக்லேட்டிலிருந்து புத்தாடைகள் வரை கூடிக் கொண்டே போகவேண்டும் என ஆசைப்படுகிறார்கள். கூட்டல் கழித்தல் வகுத்தல் பெருக்கல் என்பது வெறும் கணக்கில்லை. கூட்டலையும் கழித்தலையும் ஒரே நேரத்தில் சமமாக உலகம் செய்து கொண்டிருக்கிறது. உனக்குள் இருந்த சிறுவனை இழந்துவிட்டால் கூட்டல் மறந்து போய்விடும். கழித்தல் மட்டுமே மிஞ்சியிருப்பது முதுமையின் அடையாளம். அது தான் உனது பிரச்னை" என்றார்.

கூட்டலை மறந்த மனிதர் ஆமோதிப்பது போலத் தலையசைத்துக் கொண்டார்.

அவ்வளவு தானே செய்ய முடியும்.

...

32
நிர்கதி

அவர் சிறுவயதிலிருந்தே புகழ்பெற வேண்டும் என்பதில் மிகுந்த ஆசை கொண்டிருந்தார். இதற்காகவே இசை கற்றுக்கொண்டார். நடனம் பயின்றார். நாடகங்களில் நடிக்கவும் செய்தார். அவரது பெயரையும் புகைப்படத்தையும் சுவரொட்டியில் பார்க்கும் போது மேகக்கூட்டத்தில் மிதப்பது போலச் சந்தோஷம் கொண்டார்.

சினிமாவில் கதாநாயகனாக நடித்துப் பணமும், மரியாதையும், வசதிகளும் அடைந்த போது புகழ் அவரது வளர்ப்பு நாய் போலக் கூடவே சென்றது. அந்த மகிழ்ச்சியில் தனது வீட்டின் எதிரில் தன்னுடைய உருவச்சிலை ஒன்றை நிறுவச் செய்திருந்தார். ஒவ்வொரு நாளும் அந்தச் சிலையைப் பலரும் வணங்கினார்கள். மலர் தூவி மரியாதை செய்தார்கள்.

உணவில்லாமல் கூட வாழ்ந்துவிடலாம் புகழ் இல்லாமல் வாழமுடியாது என அவர் உறுதியாக நம்பினார். ஆனால், காலம் அப்படி நினைக்கவில்லை.

அடுத்த சில ஆண்டுகளில் அவரது வாழ்க்கை தடம் புரண்டது. திடீரென அவர் நடிக்கும் போது தன்னை அறியாமல் கண்ணீர் சிந்தினார். ஓவர் ஆக்டிங் என இயக்குநர் கடிந்து கொண்ட போதும் அவரால் விசும்பலைக் கட்டுப்படுத்த இயலவில்லை. வசனங்களைச் சொல்லும் போது அவரது முகத்தில் வேறு ஏதோ யோசனைகள் தோன்றி மறைந்தபடியே இருந்தன. படப்பிடிப்பு இல்லாத நாட்களில் வீட்டிலே அடைந்து கிடந்தார். ஏன் இப்படி நடந்து கொள்கிறார் என ஒருவருக்கும் புரியவில்லை

அந்த நடிகரின் மூன்று பிள்ளைகளுக்கும் கொஞ்சம் கொஞ்சமாகப் பார்வை மங்கிக் கொண்டே வந்தது. மூத்தமகனுக்குப் பனிரெண்டு வயதிற்குள் பார்வை முற்றிலும் பறி போயிருந்தது. அடுத்த மகள், அடுத்த மகன் என இருவருக்கும் பார்வை மங்கிக் கொண்டேவந்தது. ஏதோ மரபணு பிரச்னை என்றார்கள்.

இவ்வளவு பணம், புகழ், பெயர் இருந்தும் தன்னால் பிள்ளைகளின் பார்வை இழப்பை நிறுத்த முடியவில்லையே என அவர் வருந்தினார். அவரது மனைவி கோவில் கோவிலாகப் பிரார்த்தனைகள் செய்தார். தானங்கள் கொடுத்தார். நடிகரும் வெளிநாட்டு மருத்துவர்களை வரவழைத்துச் சிகிச்சை அளித்துக் கூடப் பார்த்தார். எந்த மருத்துவராலும் அவரது பிள்ளைகளைக் காப்பாற்ற முடியவில்லை.

இந்த நிர்கதியை அவர்கள் எவரிடமும் பகிர்ந்து கொள்ளவில்லை.

சில மாதங்களில் மூன்று பிள்ளைகளுக்கும் பார்வை முற்றிலும் போயிருந்தது. புகழின் உச்சியிலிருந்த நடிகர் அத்தோடு சினிமாவில் நடிப்பதை நிறுத்திக் கொண்டுவிட்டார். வீட்டைக் காலி செய்து எங்கோ மறைந்துவிட்டார். அதன்பிறகு அவரை யாரும் காணவேயில்லை.

சில வருஷங்களில் சினிமா உலகம் அவரை மறந்து போனது. அடுத்த தலைமுறையின் நினைவில் அவரது பெயர் கூட நிலைக்கவில்லை. பாதி எரிந்த தீக்குச்சி போலானது அவரது வாழ்க்கை.

வாழ்க்கை ஏன் அவரை ஒரு காலை முன்னே வைத்தும் ஒரு காலை பின்னே வைத்தும் நடக்கச் செய்தது என ஒருவருக்கும் புரியவேயில்லை.

...

33
மொழி அதிகாரம்

அமேசான் காடுகளில் வாழும் முண்டிரு என்ற பழங்குடியினர் பேசும் மொழியில் காலத்தைக் குறிக்கும் சொற்கள் கிடையாது. பன்மைச் சொற்கள் கிடையாது. அப் பழங்குடியின் மொழி பற்றி ஆராய்ச்சி செய்வதற்காக ஜோன்ஸ் வாழ்நாளின் பெரும்பகுதியை அமேசானில் கழித்தார். முதுமையில் நாடு திரும்பி வந்த போது அவரைச் சந்தித்த நண்பர் கேட்டார்

“அமெரிக்காவிலிருந்து அங்கு போய்ச்சேர எவ்வளவு நாட்களானது?”

ஜோன்ஸ் சொன்னார்,

“இங்கிருந்து சான்டரெம் வரை ஒன்பது மணி நேர விமானப் பயணம். பின்பு அங்கேயிருந்து படகில் ஆறு மணி நேரப்பயணம். ஒரு படித்துறையில் இறங்கி அங்கே ஜீப்பினை வாடகைக்கு எடுத்துக் கொண்டு தேவையான பொருட்களுடன் இன்னொரு ஐந்து மணி நேரப் பயணம். ஜகீராசிங்கா என்ற இடத்தில் பழங்குடிகள் வசிக்கிறார்கள். அங்கே போவதற்குப் பழங்குடி மக்களில் எவரேனும் நம்மைக் காட்டினுள் அழைத்துப் போக வேண்டும். அது வரை ஒரு பாலத்தில் காத்திருக்க வேண்டும்.”

“எவ்வளவு நேரம்?” எனக்கேட்டார் நண்பர்.

“சில நாட்கள் அல்லது சில வருஷங்கள்” என்று அமைதியாகச் சொன்னார் ஜோன்ஸ்.

“பழங்குடி மக்கள் அழைத்துப் போக ஒத்துக் கொண்டுவிட்டால் எவ்வளவு நேரம் காட்டினுள் பயணிக்க வேண்டும்” எனக்கேட்டார் அந்த நண்பர்.

“அது மழையின் கையில் இருக்கிறது. மழை நம்மை அனுமதித்தால் இரண்டு நாட்களில் காட்டினுள் போய்விடலாம். அனுமதிக்காவிட்டால் வழியிலே சாக வேண்டியது தான்.”

“அவ்வளவு சிரமமா?” என வருத்தப்பட்டபடியே நண்பர் கேட்டார்.

“ஜகீராசிங்காவில் எவ்வளவு காலம் ஆய்வு செய்தீர்கள்.”

“பழங்குடியின் மொழியை அறிந்து கொள்ள மூன்று ஆண்டுகள். அவர்கள் மௌனத்தை அறிந்து கொள்ள முப்பது ஆண்டுகள் போதவில்லை.”

“ஏன் அவர்கள் மொழியில் காலத்தைக் குறிக்கும் சொற்கள் இல்லை?”

“காலமும் எண்ணிக்கையும் அதிகாரத்தின் அடையாளம். எல்லையில்லாத ஒரே காட்டில் வேறு வேறு இடங்களில் வசிப்பது போலவே முடிவற்ற ஒரே காலம் இருப்பதாகக் கருதுகிறார்கள். காலத்தைப் பிரிக்காவிட்டால் நம் இருப்பு தண்ணீரைப் போலாகிவிடும். தண்ணீருக்குக் கடந்த காலமில்லை. எதிர்காலமில்லை.

ஒரு மனிதனுக்கு எத்தனை பிள்ளைகள் என்று கேட்பது அவனை அவமதிப்பதாகப் பழங்குடியினர் கருதுகிறார்கள்.

முப்பது வருஷத்தில் அவர்களுக்கு ஒன்று முதல் ஒன்பது வரையான எண்களைக் கற்றுக் கொடுத்தேன். ஆனால், அவர்களால் ஜீரோவை கற்றுக் கொள்ள முடியவில்லை. இன்மையை எப்படி ஒரு எண்ணாக மாற்றினீர்கள் எனப் பயந்து போனார்கள். அவர்களால் ஒரு போதும் ஜீரோவை ஏற்றுக் கொள்ள முடியவில்லை.

நாம் நாகரீகமற்றவர்களாக நினைக்கும் பழங்குடி மக்கள் இயற்கைக்கு மிக நெருக்கமாக இருக்கிறார்கள். ஆனால், படித்த நாம் இயற்கையை விட்டு வெகுதொலைவில் இருப்பதோடு அதைப் புரிந்து கொள்ளவுமில்லை.

அவர்கள் மொழியைக் கொண்டு அதிகாரம் செலுத்த விரும்பவில்லை அதனால் அந்த மொழியில் காலவரிசையில்லை.”

•••

34
சூட்கேஸ்

வெளியூர் செல்லும் நேரங்களில் அவன் தன் மனைவியை ஒரு சூட்கேஸ் போல உருமாற்றி எடுத்துச் சென்றுவிடுவான். சூட்கேஸ் ஒருபோதும் பயண நெருக்கடி பற்றியோ, புதிய இடம் பற்றியோ முணுமுணுப்பதில்லை. அதற்குச் சிறிய மூலை போதும். அவனுக்குத் தேவையான உடைகள். பற்பசை, சேவிங்கிரீம், ரப்பர் செருப்பு வரை எல்லாவற்றையும் பாதுகாப்பாக வைத்துக் கொண்டது சூட்கேஸ். விடுதிகளின் வரவேற்பறையில் அவன் சூட்கேஸ் உடன் நிற்பது தான் பெருமையாகக் கருதப்பட்டது. வெறும் கையோடு வருபவனைப் பயணியாக யாரும் மதிப்பதில்லை. அவன் வெளியே செல்லும் போது சூட்கேஸ் மட்டும் அறையில் தனித்திருக்கும். அவன் தனியாகக் கருத்தரங்கிற்குச் செல்வான். இரவு விருந்திற்குப் போவான். போதையோடு பின்னிரவில் அறைக்குத் திரும்பி வருவான். அதுவரை சூட்கேஸ் மூடப்பட்ட கண்ணாடி ஜன்னல் வழியாகப் புதிய நகரை, புதிய வானத்தை, புதிய மனிதர்களைப் பார்த்தபடியே இருக்கும். வந்த வேலை முடிந்தவுடன் அவனது அழுக்கு ஆடைகள். காலுறைகள், ஷாப்பிங் செய்த பொருட்கள். வாசனைத் திரவியங்கள் என எல்லாவற்றையும் நிரப்பிக் கொண்டு சூட்கேஸ் அவனுடன் ஊர் திரும்பும். இப்படி எல்லா நாடுகளையும் அவனுடன் சேர்ந்து பார்த்திருக்கிறது அவனது சூட்கேஸ். அவன் ஒரு பொறுப்பான மனிதன். பொறுப்பான கணவன். ஒரு போதும் சூட்கேஸ் இல்லாமல் தனியே பயணிப்பதில்லை.

...

35
பெருக்கல் குறி

பிரான்ஸ் காஃப்கா சிறுவனாக இருந்த போது ஒரு நாள் போலீஸ்காரன் ஒரு திருடனைக் கைது செய்து அழைத்துக் கொண்டுபோவதைக் கண்டார். அவர் வயதை ஒத்த சிறுவர்கள் திருடனைத் துரத்தியபடியே பின்னால் ஓடினார்கள்.

காஃப்கா ஒரு திருடனை அன்று தான் முதன்முறையாக நேரில் பார்க்கிறார். ஆகவே அருகில் போய்ப் பார்க்க முனைந்தார்.

அந்தத் திருடனுக்கு முப்பது வயதிருக்கும். ஆறடிக்கும் அதிகமான உயரம். மீசையில்லாத முகம். வெளிறிப் போன குளிராடை அணிந்திருந்தான். அவனது தோற்றம் ஏதோ அலுவலகக் குமாஸ்தா போலவேயிருந்தது. போலீஸ்காரன் பருத்த தொப்பை கொண்டிருந்தான். அவனது தொப்பி சரிந்து கீழே விழுவது போலிருந்தது. இருவரும் மிக மெதுவாக நடந்தார்கள்.

அந்தத் திருடன் முகத்தில் பயமோ, கலக்கமோ எதுவுமில்லை. அவன் வீதியில் நடந்த போது ஒரு வீட்டின் தபால் பெட்டியில் கைவிடுவது போலப் பாவனை செய்தான். அதைக் கண்டு போலீஸ்காரன் முறைத்தான். தெருநாய் ஒன்றுக்குத் திருடன் சல்யூட் அடித்தான். போலீஸ்காரனின் உதடுகள் எதையோ முணுமுணுத்தன. மரத்திலிருந்து உதிர்ந்து கிடந்த பூ ஒன்றைக் குனிந்து எடுத்து அதைக் காற்றில் பறக்கவிட்டான் திருடன்.

காஃப்காவிற்குத் திருடனின் செய்கைகளைப் புரிந்து கொள்ளவே முடியவில்லை. திடீரெனத் திருடன் தன்னைப் பின்தொடரும் சிறுவர்களைப் பார்த்துப் பெருக்கல் குறி வரைவது போலப் பாவனை செய்தான்.

ஒரு சிறுவன் பயத்தோடு சொன்னான்,

"யாரைப் பார்த்து திருடன் பெருக்கல் குறி போடுகிறானோ அவன் திருடனின் ஆளாகிவிடுவான்."

சிறுவர்கள் பயந்து பின்னோடினார்கள். காஃப்கா மட்டுமே தெருவில் நின்று கொண்டிருந்தார். திருடன் அவரைப் பார்த்துப் பெருக்கல் குறி செய்தான். இப்போது போலீஸ்காரன் அவனைக் கோபமாகத் திட்டுவது காஃப்காவிற்குக் கேட்டது.

அவர்கள் வீதியை விட்டு மறையும் வரை காஃப்கா பயத்தோடு நின்று கொண்டேயிருந்தார்.

சிறுவர்கள் சொன்னது நிஜமா. தான் எப்படித் திருடனின் ஆளாக முடியும். அதைப்பற்றி நினைக்கத் துவங்கியதும் கால்கள் நடுங்க ஆரம்பித்தன. பயத்தோடு வீடு திரும்பினார். வீட்டில் யாரிடமும் சொல்லத் தயக்கமாக இருந்தது.

திருடனின் ஆளாகிவிடக்கூடாது என்று மனம் அரற்றிக் கொண்டேயிருந்தது. பிரார்த்தனை செய்யக் கண்களை மூடினால் பயம் அதிகமானது. என்ன செய்வதென்றே தெரியவில்லை. இரண்டு நாட்கள் அவஸ்தைப்பட்டார். பின்பு ஓர் இரவில் சிறிய நோட்டில் தனது பயத்தை அவர் எழுத ஆரம்பித்தார். நாலைந்து வரிகளுக்கு மேல் எழுத இயலவில்லை. ஆனால், அதுவே மனசாந்தி தருவதாக இருந்தது. அன்று தான் பயத்திலிருந்து தப்பிக்க எழுத்து உதவும் என்பதைக் கண்டு கொண்டார்.

திருடன் காற்றில் பெருக்கல் குறி போடுவது விசித்திரமானதாகத் தோன்றியது. விசித்திரமும் குற்றமும் ஒன்றுக்கு ஒன்று தொடர்புடையது எனக் காஃப்காவிற்குப் புரிந்தது.

அந்தப் பெருக்கல் குறி தான் பின்னாளில் ஜோசப் கே என்ற அவரது புகழ்பெற்ற கதாபாத்திரமாக உருமாறியது என்பதை உலகம் அறிந்து கொள்ளவேயில்லை.

...

36
கூந்தலில் வழியும் அருவி

மலையுச்சியிலிருந்து பூமியை நோக்கி அருவி கொட்டுவதைப் போலத் தனது கூந்தலிலிருந்து பாதம் நோக்கி நீரைப் பொழிந்து கொண்டிருக்கும் ஒரு பெண் இருந்தாள். ஆம். கூந்தலில் அருவியைச் சூடியவள் என அழைக்கப்பட்ட அப்பெண்ணின் தலையிருந்து அருவி போலத் தண்ணீர் பகலிரவாக வழிந்தோடிக் கொண்டேயிருந்தது.

அடர்ந்த கருங்கூந்தல் கொண்ட அந்தப் பெண்ணிற்கு முப்பது வயதிருக்கக் கூடும். வெண்கலச்சிலை போன்ற உடலமைப்பு. விளக்கின் சுடர் போன்ற கண்கள். திருமணம் செய்து கொண்ட மூன்று வாரத்தில் அவள் கணவன் கடலோடியாகப் போய்விட்டான். பதிமூன்று ஆண்டுகளாக அவன் வீடு திரும்பவில்லை.

தனிமையில் வாழ்ந்த அவள் காமத்தாலும், பிரிவின் ஏக்கத்தாலும், நினைவுகளின் கொந்தளிப்பாலும் பீடிக்கப் பட்டிருந்தாள்.

திடீரென ஒரு நாள் அவளது தலையிலிருந்து அருவி வழிந்தோடத் துவங்கியது. சந்தோஷத்தில் அவள் நடனமாட ஆரம்பித்தாள். அந்த நடனத்தின் போது தண்ணீர் நான்கு புறமும் சுழன்று தெறித்தது.

அன்றிலிருந்து அவள் நடந்து செல்லும் போது வழியெல்லாம் தண்ணீர் ஓடியது. அவள் சமைக்கும் போது இருட்டில் ஊர்ந்து செல்லும் பாம்பினைப் போலச் சப்தமில்லாமல் தண்ணீர் தரையிறங்கி ஓடியது.

குளத்துத் தாமரை நீரிலும் நீருக்கு வெளியிலும் ஒரே சமயத்தில் வாழ்வதைப் போலவே அவள் உச்சந்தலையிலிருந்து வழியும் தண்ணீரின் குளிர்மையோடும் மனதில் தகிக்கும் தனிமையின் வெம்மையோடும் வாழ்ந்து கொண்டிருந்தாள்.

ஒரு நாள் ஜன்னல் வழியே வீதியைப் பார்த்தபடியே சொன்னாள்

"எனது உடல் ஒரு பாலைவனம். எவ்வளவு தண்ணீராலும் பாலையைக் குளிர வைக்க முடியாது."

வேறு ஒரு நாள் சொன்னாள்.

"மனதில் நிரம்பும் ரகசியத்தால் தான் தலைமயிர் கறுப்பாக வளர்கிறது. ரகசியம் தீர்ந்தவுடன் தலைமயிர் வெண்மையாகி விடுகிறது."

தலையிலிருந்து அருவி கொட்டும் அந்தப் பெண்ணைப் பித்துப்பிடித்தவள் என்றும், சூனியக்காரி என்றும் ஊரார் அழைத்தார்கள்.

அவளோ நதிமுகம் நோக்கிக் காத்திருக்கும் படகின் ஒற்றைத் துடுப்பைப் போலக் கணவனுக்காகக் காத்துக் கொண்டிருந்தாள்.

அவள் வீட்டிலிருந்து தண்ணீர் வீதியில் வழிந்தோடியபடி இருந்தது.

"ஒரு நாள் அவள் இந்த ஊரை முழ்கடித்துவிடுவாள் பாருங்கள்" என்று கோபமாகக் கத்தினார் முதியவர்.

அதைப் பலரும் ஏற்றுக்கொண்டு அவளை ஊரை விட்டுத் துரத்திவிட வேண்டும் என்றார்கள்.

அவள் ஊர்மக்களின் முன்பாகச் சொன்னாள்.

"நீண்ட பிரிவு கொண்ட, தனிமையில் வாழும் பெண்கள் எல்லோருக்குள்ளும் துயரின் அருவி பொங்கி வழிந்தபடியே தானிருக்கிறது. என் உடலால் அதைத் தாங்க முடியாதபோது கூந்தலின் வழியே வழிந்தோடுகிறது. அதற்கு மேல் ஒன்றுமில்லை."

...

37
பிரியாத் துணை

பாபுராஜ் என்ற அந்தக் கிழவருக்கு வயது எண்பத்தி ரெண்டாகிறது. அவரது மனைவி சாந்தினிக்கு அவரை விடவும் நான்கு வயது குறைவு. அவர்கள் இருவரும் நகரை விட்டு விலகிய புறநகர்ப் பகுதியில் வசித்தார்கள். அவர்கள் வீடு கட்டத்துவங்கும் போது அந்தப் பகுதியில் நான்கே வீடுகள் இருந்தன. இப்போது ஐநூறுக்கும் மேலாக வீடுகள் வந்துவிட்டன.

கிழவர் தன் மனைவியின் மீது தீராத அன்பு கொண்டிருந்தார். கிழவியும் அப்படியே. அவர்கள் இருவரும் விளையாட்டுச் சிறுவர்கள் போலவே நடந்து கொள்வார்கள்.

இருவரும் ஒன்றாக நடைப்பயிற்சிக்குப் போவார்கள். வழியில் வேண்டுமென்றே தெரியாத பெண்ணுடன் நடப்பது போல அவர் ஒதுங்கிக் கொள்வார். அவளும் அப்படிச் செய்வாள். இருவரும் முன்னறியாதவர்கள் போல வேறுவேறு வீதிகளில் நடந்து போவார்கள். வீடு வந்து சேர்ந்தவுடன் அவர் மனைவிக்காக ஆசையாக நன்னாரி சர்பத் தயாரித்துத் தருவார்.

அவள் அதைக் குடித்தபடியே, "உங்களைப் போல ஒரு ஆளைச் சாலையில் பார்த்தேன்" என்று கேலி செய்வாள். அவன் மிக மோசமானவன். உன்னைப் பின்தொடர்ந்து வீட்டிற்கே வந்துவிடுவான் என்று அவரும் நடிப்பார்.

கிழவி குளித்துவிட்டுத் திரும்பியதும் கிழவர் அவளின் பின்னால் சென்று கட்டிக் கொண்டு அவள் தோளில் சோப்பின் வாசனை வருகிறதா என்று முகருவார். கிழவி செல்லமாக

அவர் தலையில் அடிப்பாள். கிழவர் கண்ணாடியில் தலை சீவும் போது கிழவி வேண்டுமென்றே அவரது தலையில் பவுடர் போட்டுவிடுவாள். கிழவர் சிரித்துக் கொள்வார்.

அதன் பிறகு இவரும் சாப்பிட உட்காருவார்கள். கிழவி இட்லிக்குள் செர்ரி பழத்தையோ, முந்திரியோ ஒளித்து வைத்திருப்பாள். அதைக் கண்டுபிடித்துச் சுவைக்கும் போது கிழவர் சந்தோஷப்படுவார். பிறகு இருவரும் ஆளுக்கு ஒரு சாய்வு நாற்காலியில் உட்கார்ந்து கொள்வார்கள்.

அன்றைய செய்தித் தாளில் மத்திய அமைச்சர் அமெரிக்கா சென்றார் என்று வந்திருப்பதைக் கிழவர் வேண்டுமென்றே, மத்திய அமைச்சர் சாந்தினி அமெரிக்கா சென்றார் என்றோ, விம்பிள்டன் போட்டியில் சாந்தினி வெற்றி பெற்றார் என்றோ சப்தமாகப் படிப்பார்.

இதற்குப் பதிலடியாகக் கிழவி, டில்லியில் கொலைகாரன் பாபுராஜ் கைது என்றோ, மோசடி செய்த வங்கி அதிகாரி பாபுராஜ் தேடப்படுகிறார் என்றோ வாசிப்பாள். இருவரும் சிரித்துக் கொள்வார்கள்.

அவள் மதிய உணவு தயாரிப்பதற்குக் கிழவர் காய்கறிகள் வெட்டித் தருவார். அதற்குப் பரிசாக அவள் ஒரு தேங்காய் துண்டு தருவாள். மதிய உணவின் போது அவளுக்காக ஒரு உருண்டை சோறு பிடித்துத் தருவார் கிழவர். கிழவி அவருக்குத் தன் தட்டிலிருந்து கை அள்ளி ஊட்டி விடுவாள். சில நாள் அவள் தட்டிலிருந்த அப்பளத்தைத் தாத்தா திருடிக் கொள்வதும் உண்டு. உணவின் பின்பு கிழவர் உறங்கிவிடுவார். கிழவி உறங்கமாட்டாள். ஏதாவது படித்துக் கொண்டிருப்பாள். அல்லது பூக்கட்டுவாள்.

தோட்டத்துச் செடிகளுக்குத் தண்ணீர் ஊற்றும் போது செடிகளிடம் கிழவி தான் அவர்களின் அம்மா என்று சொல்லுவார். அவள் செடிகளிடம் அவர் தான் உங்கள் அப்பா என்று சொல்லுவாள். அவர்கள் தாவரங்களின் தாயும் தந்தையாக மாறுவார்கள்.

பின்பு கொடியில் காயும் துணிகளை மடிக்கும் போது அவளது உடைகளைக் கிழவர் மடிப்பார். அவரது உடைகளைக் கிழவி மடிப்பாள். அது தான் வழக்கம்.

ஆறுமணியளவில் இருவரும் ஒரு விளையாட்டினை விளையாடுவார்கள். அதாவது திருமண நாளின் போது விடிகாலை எத்தனை மணிக்கு அவள் விழித்துக் கொண்டாள். என்ன சாப்பிட்டாள் என அவர் கேட்பார். முதல்முறை அவர்கள் சினிமா பார்க்கப் போன போது அவர் என்ன நிறத்தில் சட்டை அணிந்திருந்தார் என அவள் கேட்பாள். இப்படியாகப் பழைய நினைவுகளைக் கலைத்துப் போட்டு விளையாடுவார்கள். சிலநேரம் அவரது பலவீனங்களைச் சொல்லி அவள் கேலி செய்வாள். அது போலவே அவளது பயத்தைச் சொல்லி அவர் கேலி செய்வார்.

இரவில் கிழவி கதை சொல்லுவாள். கிழவர் ஒரு சிறுவனைப் போலக் கேட்டுக் கொண்டிருப்பார். கதை சொல்லி முடித்தவுடன் கிழவி கதை எப்படியிருந்தது என்று கேட்பாள். உன்னைப் போலவே நன்றாக இருந்தது என்பார் கிழவர். செல்லமாக அவர் தலையைக் கோதிவிடுவாள்.

கிழவரும் கிழவியும் படுக்கைக்குச் செல்வார்கள். கிழவர் உன்னால் தான் சந்தோஷமாக இருக்கிறேன் என்று மெதுவான குரலில் சொல்லுவார். கிழவி உங்களால் தான் சந்தோஷமாக இருக்கிறேன் என்று சொல்லுவாள். ஆளுக்கு ஒரு பக்கம் திரும்பிப் படுத்துக் கொள்வார்கள். சில நிமிஷத்தில் உறங்கிவிடுவார்கள். அவ்வளவு சிறியது தான் அவர்கள் வாழ்க்கை. ஒரே தொட்டிக்குள் வாழும் தங்க நிற மீன்கள் இப்படித் தான் வாழுமில்லையா.

...

38
பேரனுபவம்

அந்தத் தீவு முழுவதும் தென்னை மரங்கள் நிரம்பியிருந்தன. மிக உயரமாக இருந்த தென்னை மரத்திலிருந்து ஒரு தேங்காய் தன் வாழ்க்கையில் பெரிய அனுபவம் எதுவுமில்லையே எனப் புலம்பிக் கொண்டிருந்தது.

தென்னை அதற்குப் பதில் தரவில்லை. ஒவ்வொரு நாளும் அந்தத் தேங்காய் காலடியில் ஆர்ப்பரிக்கும் கடலைப் பார்த்து எத்தனை அழகாகயிருக்கிறது. அதில் பயணம் போனால் எவ்வளவு ஆசையாக இருக்கும் என ஏங்கியது.

முடிவில் ஒரு நாள் அந்தத் தேங்காய் மரத்திலிருந்து உதிர்ந்து கடலில் விழுந்தது. அலையாடும் கடலை அது கண்டிருந்த போதும் ஒரு போதும் இப்படி மிதந்து களித்ததில்லை. ஆகவே சந்தோஷமாக அது கடலில் செல்ல ஆரம்பித்தது.

தீவை விட்டு வெகு தூரம் வந்தபிறகு அந்தத் தேங்காய் மீன்களைக் கண்டது. சண்டையிடுவது போல மீன்கள் வந்து மோதிப் போயின. ஒரு மீனும் அதோடு இணக்கம் காட்டவேயில்லை. அலைகளில் இழுபட்டு அந்தத் தேங்காய் கடலில் மிதந்து போய்க் கொண்டேயிருந்தது. எங்கே போகிறோம் என அதற்குத் தெரியவில்லை.

முரட்டுச் சூரியன் பகலில் அந்தத் தேங்காயை உருட்டி விளையாடியது. நிலவு அந்தத் தேங்காயின் முதுகினை தடவி ஆற்றுப்படுத்தியது. கடலென்பது முடிவில்லாதது என்பது அப்போது தான் தேங்காய் தெரிந்து கொண்டது.

இருப்பிடத்திலிருந்து வெளியேறிய பிறகு தானே அதன் இயல்பும் அருமையும் புரிகிறது எனத் தேங்காய் தனக்குத் தானே சொல்லிக் கொண்டது.

கடலில் பறந்தலையும் சிறு பறவை ஒன்று அதன் அருகில் வந்து சுற்றி "விசித்திரமாக இருக்கிறாய். நீ ஏன் கடலுக்குள் மூழ்கவில்லை" எனக்கேட்டது.

"நான் கடல் உயிரியில்லை. கடலில் சிக்கிக் கொண்டவன்" என்றது தேங்காய்.

"அப்படியானால் தப்பிப் போகவேண்டியது தானே" என்றது பறவை.

"கடல் கொண்டு செல்லும் இடத்திற்குத் தான் நான் போக முடியும். என்னால் தனியே செல்ல முடியாது" என வருத்தமாகச் சொன்னது தேங்காய்.

"பாவம் உன் வாழ்க்கை. உன்னால் ஒரு போதும் உன் பிறப்பிடம் போகவே முடியாது" என்றபடியே பறவை பறந்து போனது.

இரவும் பகலும் அந்தத் தேங்காய் கடலில் அலைக்கழிந்தது. பின்பு கடல் அதைக் கரையை நோக்கி ஒதுக்கியது. ஈரமணலில் ஒதுங்கிக் கிடந்த அந்தத் தேங்காயை இரண்டு சிறுவர்கள் கண்டெடுத்தார்கள். பந்து போலக் காலால் எத்தி விளையாடினார்கள். சலிக்கும் வரை விளையாடிவிட்டுத் தூர எறிந்து போனார்கள்.

தேங்காய் சொன்னது.

"பேரனுபவம் கிடைத்துவிடுவதால் மட்டும் வாழ்க்கை சிறப்பாகிவிடாது. எல்லா அனுபவங்களும் சொல்லப்படாத துயரத்தின் தொகுப்புகளே" என்றபடியே ஒடுங்கிக் கொண்டது.

பின்பு அந்தத் தேங்காயை யாரும் கண்டுகொள்ளவேயில்லை. எப்போதாவது காற்று மட்டுமே அதை உருட்டி விளையாடிக் கொண்டிருந்தது.

•••

39
நாவலின் விதி

அந்த நூலகத்திலிருந்த புத்தக அடுக்கில் இரண்டு நாவல்கள் அருகருகே இருந்தன. ஒரு நாவலின் கதாநாயகன் இன்னொரு நாவலின் கதாநாயகியை ரகசியமாகக் காதலித்தான். நேரம் கிடைக்கும் போதெல்லாம் அந்த நாவலுக்குள் எட்டிப்பார்த்து அவளுடன் பேசவும் பழகவும் முற்பட்டான். அவளும் அவனை விரும்பினாள்.

ஆனால், தனது காதலை நாவலின் மற்ற கதாபாத்திரங்கள் ஏற்றுக் கொள்ள மாட்டார்களே எனக் கவலைப்பட்டாள். ஆகவே கவலையோடு விலகியே இருந்தாள். நாவலாக இருந்தாலும் அறியாத ஓர் ஆணும் பெண்ணும் காதலிப்பதை மற்ற கதாபாத்திரங்கள் ஒத்துக் கொள்வார்களா என்ன.

தன் பிரச்னைக்குத் தீர்வு வேண்டி நாவலாசிரியனிடம் முறையிடலாம் என்றால் அவன் நாவலை எழுதி முடித்த கையோடு விலகிப் போய்விட்டானே என அந்தப் பெண் வருத்தப்பட்டாள்.

நாவலுக்குள் வாழ்பவர்கள் தங்கள் விதியைத் தாங்கள் வாழ்ந்தே தீரவேண்டும்.

அதை மீறிக் காதலிக்கும் பெண்ணை அந்த நாவலின் பிற கதாபாத்திரங்கள் ஒன்று சேர்ந்து கண்டித்தன. அவளை நாவலுக்குள்ளாக ஒளித்து வைக்க முடிவு செய்தன.

அவளோ நீங்கள் விரும்பினாலும் என்னை ஒன்று செய்ய முடியாது. நாவலில் எனது இடம் ஏற்கெனவே முடிவு

செய்யப்பட்டது. அதை வேறு கதாபாத்திரம் ஒரு போதும் அடைய முடியாது என்றாள்.

அது உண்மை என உணர்ந்த மற்ற கதாபாத்திரங்கள் இந்த நாவலில் நீ திருமணமானவள். உன் கணவன் ஒரு வழக்கறிஞர். அதை மறந்துவிடாதே எனக் கூச்சலிட்டன.

அதைப்பற்றி எனக்குக் கவலையில்லை எனக் கோபமாகச் சொன்னாள்.

கண்டிப்பையும் எச்சரிக்கையும் மீறி அவர்கள் சந்தித்தார்கள். காதலித்தார்கள். அடுத்த நாவலிலிருந்து வரும் காதலன் உங்கள் நாவலில் எனக்குச் சிறியதொரு இடம் கொடுங்கள். உங்களுடன் தங்கிவிடுகிறேன் என்று மன்றாடினான்.

எந்த நாவலும் அடுத்த நாவலின் கதாபாத்திரத்திற்கு இடம் தருவதில்லை என்றன கதாபாத்திரங்கள்.

அப்படியில்லை. ஒரு நாவலின் கதாபாத்திரங்கள் இன்னொரு நாவலின் கதாபாத்திரங்களை நினைவுபடுத்தத் தானே செய்கின்றன என்றான் அக் காதலன்.

அப்படி இருக்கலாம். பூமியில் கூட ஒரு மனிதன் தன் இடத்தை விட்டு வெளியேறி இன்னொரு இடத்தில் வசிக்க முடியும். ஆனால், நாவல்களில் முடியவே முடியாது என்று வாதிட்டன கதாபாத்திரங்கள்.

எவ்வளவு மன்றாடியும் எவ்வளவு காத்திருந்தும் அந்தக் காதலர்களால் ஒன்று சேரமுடியவேயில்லை.

நாவலுக்குள் வசிப்பவர்கள் நித்தியமானவர்களாக இருக்கலாம். ஆனால், நாவலின் விதி விசித்திரமானது. மீற முடியவே முடியாதது.

•••

40
காவல் கோபுர மனிதன்

அடர்ந்த காட்டினுள் அமைக்கப்பட்டிருந்த காவல் கோபுரத்தில் அந்த மனிதன் வேலை செய்தான். காட்டு விலங்குகளை வேட்டையாடுவதற்கு வருபவர்களைத் தடுப்பதும், எதிர்பாராமல் காட்டுத் தீ ஏற்பட்டால் அதைத் தடுக்க ஏற்பாடுகள் செய்வதுமே அவனது வேலை. அந்த மனிதனுக்கு வயது ஐம்பதைக் கடந்திருந்தது.

அக்காவல் கோபுரத்தில் சிறியதொரு மரப்பெட்டி, உயரமான நாற்காலி. துப்பாக்கி, பைனாக்குலர், டார்ச் லைட், தொலைத்தொடர்புச் சாதனங்கள், குடிநீர் மற்றும் தேவையான உணவுப்பொருட்கள் இருந்தன.

இவற்றோடு கூடவே ஒரு புத்தகமும் வைத்திருந்தான். ஜெனிசன் தொகுத்த ஏழு தேவதைகள் என்ற கதைத் தொகுப்பு. பள்ளி நாட்களில் வாங்கிய புத்தகம். ஆனால், அதை இன்றுவரை இடைவிடாமல் படித்துக் கொண்டேயிருந்தான். உண்மையில் அந்தப் புத்தகம் அவனுடன் தானும் வளர்ந்து கொண்டேயிருந்தது.

இரவில் காடு உருமாறிவிடுகிறது. பகலைப் போலவே இரவில் நடமாடும் விலங்குகள் உண்டு. மரங்களின் அமைதியும் பூச்சிகளின் சங்கீதமும் இரவிற்கு விசித்திரத் தோற்றம் தந்தன. இரவில் காடு சிறியதாகிவிடுகிறது. காட்டிலிருந்து காணும் நட்சத்திரத்தின் அழகினை ஒரு போதும் நகரத்திலிருந்து அறிய முடியாது.

மிகவும் பிடித்தமான உணவைச் சாப்பிடுகிறவனைப் போல அவன் ஆசையாக ஏழு தேவதைகள் கதையைப் புரட்டுவான்.

அழகான சித்திரங்கள் கொண்ட புத்தகமது. உலகில் தேவதைகள் வசிக்கிறார்களா எனத் தெரியாது. ஆனால், அவர்கள் கதைகளில் வசிக்கிறார்கள். கதை தான் தேவதைகளின் வீடு. மாயக்கம்பளத்தில் ஏறி பறந்து செல்வது போலச் சொற்களின் வழியே கதைகளுக்குள் பயணிக்க ஆரம்பிப்பான்.

எளியவர்களின் முன்னால்தான் எப்போதும் தேவதைகள் தோன்றுகிறார்கள். அதுவும் தேவதைகள் குறைவாகவே பேசுகிறார்கள். நடனமும் இசையும் குதூகலமும் தான் அவர்களின் இயல்பு.

ஏழை தச்சன் ஒருவனுக்கு அந்தத் தேவதைகள் உதவி செய்யும் கதை தான் அவனுக்கு மிகவும் பிடித்தமானது. அந்தத் தச்சனின் குடிசையின் வாசலில் கட்டிப்போடப்பட்டிருக்கும் ஆட்டுக்குட்டியின் கழுத்தில் கட்டிய மணி எழுப்பும் ஓசை கூட அந்த மனிதனுக்குக் கேட்கும்.

ஆழ்ந்த உறக்கத்தின் பின்பு ஒரு மனிதன் அடையும் புத்துணர்வை அவன் கதைவழியாகவே அடைந்துவிடுவான்.

விருப்பமான ஒரு கதையிருந்தால் போதும் உலகில் எந்தத் தனிமையும் கடந்துவிடலாம் என அவன் உறுதியாக நம்பினான்.

ஏழு தேவதைகளைத் தொகுத்த ஜெனிசன் தனது முன்னுரையில் கதைகளுடன் கைகோர்த்துக் கொள்ளுங்கள். அவை உங்களைக் கைவிடுவதேயில்லை என்று சொல்லியிருந்தார். அதை முழுமையாக அந்த மனிதன் நம்பினான். கடைப்பிடித்தான்.

விடிகாலை வரை அவன் கதைகளின் உலகில் சஞ்சரித்துவிட்டு முதல் வெளிச்சம் பூமியைத் தொடும் போது விழிப்புணர்வு அடைவான். நாளை சந்திப்போம் தேவதைகளே என அன்போடு விடை தருவான். ஒரு புத்தகம் திறக்கப்படுவதும் மூடப்படுவதும் எளிமையான விஷயமில்லை. பகல் துவங்கியதும் அவன் உறங்க ஆரம்பித்துவிடுவான்.

யாரோ, என்றோ, யாருக்கோ சொன்ன கதைகள் நூற்றாண்டுகள் கடந்து எங்கோ காட்டில் வாழும் அந்த மனிதனைச் சந்தோஷப்படுத்திக் கொண்டிருந்தன.

அவனுக்குத் தெரியும் கதைகளுக்கு ஒரு போதும் வயதாவதேயில்லை.

• • •

41
சிவப்பு ஸ்வெட்டர் அணிந்த பெண்

அந்தப் பெண்ணை மெட்ரோ ரயிலில் முதன்முறையாகப் பார்த்த போது சிவப்பு நிற ஸ்வெட்டர் அணிந்திருந்தாள். மிகவும் ஒல்லியான உடல்வாகு. ஆனால் சற்றே பெரிய கண்கள். நறுக்கிய ஆப்பிள் துண்டு போலச் சிறிய உதடு. தோளில் ஆரஞ்சு வண்ணக் கைப்பை. அவளிடம் அபூர்வமான அழகு வெளிப்பட்டது.

அதை அவள் அறிந்திருப்பாளா எனத் தெரியவில்லை. ஆனால், ரயிலிலிருந்தவர்கள் அத்தனை பேரும் அதை உணர்ந்தார்கள். அவள் ரயிலிலிருந்த யாரையும் ஏறிட்டுப் பார்க்கவில்லை.

வாசனைத் திரவியத்தைத் தரையில் கொட்டிவிட்டால் குபீர் என்று எழுமே ஒரு மணம். அதுபோல அவளது இருப்பு அந்தப் பெட்டியிலிருந்தவர்களைச் சந்தோஷப்படுத்தியது.

இறங்க வேண்டிய ரயில் நிலையம் வந்தவுடன் அவள் சாவி கொடுக்கப்பட்ட பொம்மை போவது போல இயந்திரத்தனமாக இறங்கி வெளியேறி நடந்தாள். ஒரு வார்த்தை கூடப் பேசாமல், கண்ணைத் திருப்பாமல் அவள் அந்த நாளுக்கான சந்தோஷத்தை வழங்கிப் போனாள் என்பது தான் நிஜம்.

அன்று அலுவலகம் போன பிறகும் அவள் நினைவிலே இருந்தான். மாலை வீடு திரும்பும் ரயிலில் அவள் வருவாளா என ஏக்கத்துடன் பார்த்துக் கொண்டிருந்தான். ஆனால் அவள் வரவில்லை.

எஸ்.ராமகிருஷ்ணன் ● 109

அதன் பிறகு ஒவ்வொரு நாளும் அவள் சரியாக அவன் இருக்கும் அதே ரயில் பெட்டியில் தான் ஏறினாள். பெரும்பாலும் ஜன்னலோர இருக்கையில் தான் அமர்ந்து கொண்டாள். ஒரு போதும் எவரையும் அவள் நேர்கொண்டு பார்க்கவேயில்லை. ஆனால் அவன் ஒவ்வொரு நாளும் அவள் பக்கத்தில் நெருங்கிவிட்டது போலவும், மௌனமாக அவளுடன் நட்பு கொண்டது போலவும் உணர்ந்தான்.

சில நாட்கள் அவள் இறங்கிப் போன பிறகு அவள் அமர்ந்திருந்த இடத்தின் வெறுமையைத் தடவிப் பார்த்துக் கொள்வான். அவளுக்கு அவனாகவே ஒரு பெயர் சூட்டினான். அவளைப் பற்றி அவனாகவே ஒரு கதையை உருவாக்கிக் கொண்டான்.

ஒவ்வொரு நாளும் அவளுக்கும் அவனுக்குமான இடைவெளி குறைவதாக அவன் உணர்ந்தான். விளக்கின் சுடரை இருள் பார்த்துக் கொண்டிருப்பது போன்றிருந்தது அவனது செய்கை.

அலுவலகத்தில் முன்பைவிட உற்சாகமாக வேலை செய்தான். திடீரென உலகமே இளமையானது போல உணர்ந்தான். அவள் எத்தனை அடிகள் நடந்து ரயிலை விட்டு இறங்கிப் போகிறாள் என்று எண்ண ஆரம்பித்தான். அவளது கைப்பையாக மாறிவிடமுடியாதா என ஏக்கம் கொண்டான்.

அவளோடு ஒரு வார்த்தை பேசவில்லை. பேச முயற்லவும் இல்லை. பின்தொடரவில்லை. யார் என்று தேடி அறிந்து கொள்ள முயலவில்லை. அவளைப் பார்த்துக் கொண்டிருப்பதே போதுமானதாகயிருந்தது. அவளைப் பற்றிய கனவுகளுடன் வாழ்வேதே இனிதாகத் தோன்றியது.

பின்பு ஒரு நாள் காலை அவள் ரயிலில் வரவில்லை. ஏன் வரவில்லை என்று சற்றுப் பதற்றமாக உணர்ந்தான். அலுவலகத்திற்குப் போன பிறகு அவளது உடல்நிலை பற்றிக் கவலை கொண்டான். வீடு திரும்பிய பிறகு அவளுக்காகப் பிரார்த்தனை செய்தான். அதன்பிறகு அவள் வரவேயில்லை.

அதே ரயிலில் இப்போதும் அவன் போய்க் கொண்டேதானிருக்கிறான். அவள் வழக்கமாக ஏறும் ரயில் நிலையம் வந்தவுடன் அவன் மனதில் அவள் ஏறிவிட்டதாக உணருகிறான். அவள் அதே ஜன்னல் இருக்கையில்

அமர்ந்திருப்பதாக உணருகிறான். இறங்க வேண்டிய இடத்தில் இறங்கி நடந்து மறைவதாகவும் உணர்கிறான்.

அவனுக்கு அந்தப் பெண் யாரெனத் தெரியவே தெரியாது. ஆனால், அவள் நேரில் சில நாட்களும் நினைவில் வாழ்நாள் முழுவதும் கூடவே வரப்போகிறவள் என்பது நன்றாகவே தெரியும்.

...

42

கடைசிப் பரிட்சை

ஓவ்வோர் ஆண்டும் டிசம்பர் மாதத்தில் அவனுக்கு ஒரு கடிதம் வரும். அந்தக் கடிதத்தில் அவன் எழுத வேண்டிய பரிட்சை பற்றியும் அதற்கான நாள் மற்றும் இடமும் குறிப்பிடப்பட்டிருக்கும்.

குறிப்பிட்ட நாளில் அந்த இடத்திற்குத் தேடிப் போய்ப் பார்த்தால் அப்படியொரு பரிட்சை மையமேயிருக்காது. அவனைப் போல வேறு யாராவது பரிட்சை எழுதத் தேடி வந்திருப்பார்களா எனத் தேடிப் பார்ப்பான். ஆனால், வேறு எவருக்கும் அப்படி ஒரு கடிதம் வந்திருக்காது.

கல்லூரி நாட்களில் அவன் வி.கி. பிலாசபி படித்தான். அதில் ஒரு பரிட்சை எழுதவில்லை. எழுதி முடித்துப் பட்டம் பெற அவன் விரும்பவில்லை என்பதே உண்மையான காரணம்.

ஆகவே பரிட்சை நாளுக்கு ஒரு வாரம் முன்பு அவன் காசிக்குக் கிளம்பிப் போய்விட்டான். நாடோடியாக அலைந்து பின்பு ஊர் திரும்ப ஆறுமாதமானது. அப்பா கோபித்துக் கொண்டார். தத்துவம் படிப்பதை அப்படியே மூட்டை கட்டி வைத்துவிட்டான். அப்பாவின் ரைஸ்மில்லைக் கவனிக்கத் துவங்கினான். திருமணம் செய்து கொண்டான்.

அவனுக்குத் திருமணமான ஆண்டிலிருந்து தான் அந்தக் கடிதம் வருவது துவங்கியது. முதலில் ஆச்சர்யமாக இருந்தது. யார் அப்படி ஒரு கடிதத்தைத் தனது வீட்டு முகவரி தேடி அனுப்பியது எனப் பார்த்தபடியே இருந்தான். அதில் பல்கலைக்கழக முத்திரையிருந்தது. அவன் எழுத வேண்டிய

பேப்பரின் பெயரும் அதற்கான பரிட்சை நாள், இடம் குறிப்பிடப்பட்டிருந்தன.

சரி அதை எழுதி முடித்துவிடுவோமே என நினைத்துப் பரிட்சை நடக்கும் இடத்திற்குப் போனான். அது ஒரு ஓலைச்சுவடிகள் காப்பகம். அங்கே அப்படி எந்தத் தேர்வும் நடைபெறவில்லை என்று காவலாளி விரட்டியனுப்பினான். பரிட்சை இடம் மாற்றப்பட்டதா எனத் தெரியவில்லை. எரிச்சலோடு வீடு திரும்பினான்.

அடுத்த ஆண்டும் அதேபோல ஒரு கடிதம் வந்தது. முதல்நாளே அந்த இடத்திற்குப் போனான். அப்போதே அது தவறான முகவரி என்று தெரிந்துவிட்டது. யார் அவனோடு விளையாடுகிறார்கள். எதற்காக ஆண்டில் ஒரு முறை இப்படிக் கடிதம் வருகிறது.

ஆத்திரத்துடன் அவன் பல்கலைக்கழகத்திற்கே சென்று முறையிட்டான். யாரும் அப்படிக் கடிதம் எதையும் அனுப்பி வைக்கவில்லை என்று பதில் தந்தார்கள். உங்கள் முத்திரையோடு கடிதம் வருகிறதே எனக் கேட்டதற்கு அது தகவல் அனுப்பும் இயந்திரத்தில் ஏற்பட்ட குழப்பமாக இருக்ககூடும் என்று பதில் தந்தார்கள். என்ன செய்வது என அவனுக்குத் தெரியவில்லை.

அடுத்த ஆண்டு கடிதம் வந்த போது அதைப் பிரிக்காமலே கிழித்துப் போட்டான். ஆனால், அதன் அடுத்த வருஷம் நிச்சயம் பரிட்சை நடக்காது. வெறுமனே தேடிப்போகிறோம் என்ற நினைப்போடு சென்றான். அந்தப் பயணம் மகிழ்ச்சி தருவதாகவே இருந்தது.

அடுத்த ஆண்டு முதல் அந்தப் பரிட்சைக்குப் போய்ச் சும்மா திரும்பி வருவது அவனுக்குப் பிடித்திருந்தது. ஆகவே ஒவ்வோர் ஆண்டும் அவன் அக்கடிதம் வந்தவுடன் ரகசிய யாத்திரை போவது போல மனதளவில் தயார் ஆகிவிடுவான்.

குறிப்பிட்ட நாளில் மகிழ்ச்சியாக அந்த முகவரிக்குப் போவான். பரிட்சை நடக்கவில்லை என்று யாரோ சொல்லும் போதும் அவனுக்குக் கோபம் வராது. தெரிந்த விஷயம் தானே என்பது போலச் சந்தோஷமாக அங்கிருந்து திரும்பி நடப்பான். இல்லாத விஷயத்தைத் தேடிச் செல்வது பிடித்தேயிருந்தது.

அந்தக் கடிதம் தவறுதலாக அனுப்பப்படுகிறதா அல்லது ஏதோ ரகசிய விதியின் செயல்பாடா என அவனுக்குப் புரியவில்லை. ஆனால் ஒரேயொரு விஷயம் அவனுக்குப் புரிந்தது.

ரசிக்கத் துவங்கியவுடன் தவறுகள் விருப்பமாக மாறிவிடுகின்றன. அத்தோடு அவன் தத்துவப் படிப்பிலிருந்து இன்னமும் மீளவில்லை. அதில் முழு ஈடுபாடு இருக்கவே செய்கிறது. அதன் அடையாளம் தான் இப்படி நடக்காத பரிட்சையைத் தேடி அலைவது.

இதைப்பற்றி நினைக்கும் போது மட்டும் அவன் தனக்குதானே சிரித்துக் கொண்டான்.

...

43
சாப்பாட்டுக் கணக்கு

தேரடித் தெருவிலிருந்தது அந்தச் சிறிய சைவ உணவகம். அங்கே வேலை செய்த ஒரு சர்வருக்கு விசித்திரமான பழக்கமிருந்தது. ஒரு நாளில் யார் யார் எவ்வளவு தொகைக்குச் சாப்பிட்டார்கள் என்ற பில் கணக்கைத் துல்லியமாக மனதில் வைத்திருப்பான். அந்த நாளின் முடிவில் அன்று மிக அதிகமான தொகைக்குச் சாப்பிட்டவர் யார் என்று தேர்வு செய்வான். அதில் அவனுக்கு ஒரு சந்தோஷம்.

அவனிடம் இப்படி ஒரு திறமை இருப்பது யாருக்கும் தெரியாது. சில நேரம் அவன் தோசை என்பதற்குப் பதிலாக ரூ. 25 என்றும், வடை என்பதற்குப் பதிலாக ரூ. 8 என்றும், இட்லி என்பதற்குப் பதிலான ரூ. 4 என்றும் ஹோட்டலில் இருந்த சகலவிதமான உணவுப்பொருட்களுக்கும் அதனதன் தொகையைக் கொண்டு அடையாளம் வைத்துக் கொண்டிருந்தான்.

யாராவது தோசை கேட்டால் மனதில் மறுநிமிசம் ரூ. 25 என்று தோன்றி மறையும். வேடிக்கையும் விசித்திரமுமான அவனது இந்தச் செயல் சுவாரஸ்யமான விளையாட்டினைப் போலிருந்தது.

இந்தக் கணக்கை இரவில் வீடு வந்து சேரும்வரை நினைவில் வைத்திருப்பான். உறங்குவதற்கு முன்பு சிலேட்டில் எழுதியதை ஈரத்தைத் தொட்டு அழிப்பது போல அன்றைய நாளின் பில்கணக்கு முழுவதையும் அழித்துவிடுவான்.

மறுநாள் காலை வழக்கம் போல ஹோட்டலுக்குப் போகையில் எழுதப்படாத வெற்றுக் காகிதம் போலத் தன்னை உணருவான்.

எஸ்.ராமகிருஷ்ணன்

ஹோட்டலில் ஒரு ஆள் எப்போது சாப்பிட வந்தாலும் சாப்பிட்டுப் பில் கொடுத்து முடித்தவுடன் தனது சிறிய பாக்கெட் நோட்டில் அந்தத் தொகையைக் குறித்துக் கொள்வதையும் அதன் எதிரில் நாள் நேரம் இரண்டினையும் குறிப்பதைக் கண்டிருக்கிறான். அது ஒரு வகை விசித்திரம். சில ஆட்கள் ஹோட்டல் பில்லைக் கேட்டு வாங்கிக் கொண்டுபோய் வீட்டில் பத்திரப்படுத்திக் கொள்வார்கள்.

சாப்பிடும் விஷயத்தில் மட்டுமில்லை சாப்பாட்டுக் கணக்கிலும் நிறைய வித்தியாசமான மனிதர்கள் இருக்கிறார்கள். எந்த இரண்டு மனிதர்களும் ஒன்று போலச் சாப்பிடுவதேயில்லை.

அவன் தனது சர்வர் வாழ்க்கையில் மனிதர்களின் சாப்பாட்டு முறை மற்றும் ருசி பற்றி நிறைய ரகசியங்களைக் கண்டறிந்திருக்கிறான். உலகிற்கு அந்த விஷயங்கள் தேவையற்றவை. ஆனால், அவனுக்கு அந்த ரகசியங்கள் தான் வேலையைச் சுவாரஸ்யப்படுத்துபவை.

இத்தனை ஞாபகசக்தியும் கணிதத் திறனும் கொண்டவனுக்குச் சிறு குறையிருந்தது. அவனால் மனைவி சொல்லி அனுப்பிய மளிகைப் பொருட்களை இரவில் வாங்கிச் செல்வதற்கோ, மருந்துக்கடையில் வாங்க வேண்டிய மாத்திரையின் பெயரோ, எந்த நாளில் தவணைச் சீட்டுக் கட்ட வேண்டும் என்றோ நினைவேயிருக்காது.

மனைவி கோவித்துக் கொள்ளும் போது தலையைச் சொறிந்தபடியே ஞாபகமறதி என்று சொல்லிக் கொள்வான்.

ஒரு நாணயத்தின் இரண்டு பக்கங்களும் ஒரு போதும் ஒன்றாக இருக்காது தானே.

…

44
ஒரே பெரிய வீடு

தொலைவில் காணும் போது அந்த ஊர் மிகச்சிறியதாகவே தெரிந்தது. ஆண்டுக்கணக்கில் இலக்கற்று நடந்து திரிந்த அந்த மனிதன் சோர்ந்து போயிருந்தான். பசியும் தாகமும் வாட்டின.

அந்த ஊரினுள் வந்தவுடன் ஒருவர் கூட அவன் யார் எந்த ஊர் என எதையும் விசாரிக்கவில்லை. மாறாக எங்கள் வீட்டிற்குச் சாப்பிட வாருங்கள் எனப் பலரும் அழைத்தார்கள். ஒரு வீட்டில் சாப்பிடுவதற்கு ஒத்துக் கொண்டான். அந்த வீட்டிலிருந்தவர்கள் பல ஆண்டுகளுக்குப் பிறகு வீடு திரும்பிய மகனை வரவேற்பது போல ஆசையாக உணவளித்தார்கள்.

சாப்பிட்டு முடித்த பிறகு தான் பார்த்தான். அந்த வீட்டிலிருந்து அடுத்த வீட்டிற்குப் போவதற்கு உள்ளாகவே வழியிருந்தது. "இது என்ன புதிதாக இருக்கிறதே" எனக் கேட்டான்.

"இந்த ஊரில் எல்லா வீடுகளும் உள்ளுக்குள் இணைக்கப் பட்டிருக்கின்றன. எந்த வீட்டிலிருந்தும் எந்த வீட்டிற்கும் போய்வரலாம். நாங்கள் தனித்தனியே வசிக்கிறோம். ஆனால், உள்ளுக்குள் ஒன்றாக ஒரே பெரிய வீடு போலவே வாழ்ந்து கொண்டிருக்கிறோம்."

வழிப்போக்கன் ஆச்சர்யமாக இருக்கிறதே என்றபடியே "அடுத்தவரைப் பற்றிப் பயம் கிடையாதா?" எனக் கேட்டான்.

"இந்த ஊரில் எவரும் அடுத்த மனிதனைச் சந்தேகிக்கவே மாட்டோம். வலது கை இடது கையைச் சந்தேகிக்குமா என்ன" எனக் கேட்டார்கள்.

எஸ்.ராமகிருஷ்ணன்

வியப்போடு அந்த வழிப்போக்கன் கேட்டான்,

“வெளியாட்களையும் நம்புவீர்களா?”

“தொலைவிலிருந்து தானே வெளிச்சம் வருகிறது. தொலைவிலிருந்து தானே மழை வருகிறது. தொலைவிலிருந்து வரும் காற்றும் பறவைகளும் மகிழ்ச்சியைத் தானே தருகின்றன. தொலைவிலிருந்து தான் நன்மைகள் வருகின்றன என நாங்கள் நம்புகிறோம். அதனால் தான் வெளியாட்களையும் நம்புகிறோம்.”

“வியப்பாக இருக்கிறது” என இரண்டாம் முறையாகச் சொல்லிக்கொண்டான்.

ஊரைச் சுற்றிப் பார்க்க வந்த போது சிறுவர்கள் வட்ட வட்டமாக அமர்ந்து சாப்பிட்டுக் கொண்டிருப்பதைக் கண்டான்.

“இது என்ன புதிதாக இருக்கிறதே?” எனக் கேட்டான்.

“ஊரிலுள்ள எல்லாச் சிறுவர்களும் ஒன்றாகத்தான் சாப்பிடுவார்கள். எல்லோர் வீட்டிலிருந்தும் சமைக்கப்பட்ட உணவு ஒன்றாக வைக்கபட்டுவிடும். இருப்பதை அனைவரும் பகிர்ந்து சாப்பிடுவார்கள்.”

“நல்ல பழக்கம்” என்றான் வழிப்போக்கன்.

“இங்கே திருமணம் என்பது எளிமையானது. ஒரு கைப்பிடி செம்மண்ணை மணமகன் கொண்டு வருவான். ஒரு குவளை தண்ணீரை மணமகள் கொண்டுவருவாள். அந்த மண்ணில் தண்ணீரைக் கலக்கச் செய்வார்கள். மண்ணோடு நீர் கலப்பது தான் திருமணம்.”

“வியப்பாக இருக்கிறது” என மூன்றாம் முறையாகச் சொன்னான்.

அந்த ஊர்வாசிகள் சொன்னார்கள்,

“இந்த ஊரில் பழைய பாதையொன்று இருக்கிறது. அது பல நூறு வருஷங்களாக உள்ள பாதை. எந்தப் பேச்சுவார்த்தையும் நல்ல நிகழ்வுகளும் அந்தப் பாதையில் வைத்துப் பேசியே முடிவு செய்யப்படும். அந்தப் பாதை அறியாத ஒரு ரகசியமும் ஊருக்குக் கிடையாது. பழைய பாதை தான் ஊரின் அடையாளம். பாதை ஒரு போதும் பொய் சொல்லாது.”

அந்த வழிப்போக்கன் சொன்னான்,

"கடலின் ஆழத்தில் முத்து விளைவது போல உலகம் அறியாத சிற்றூரில் நல்ல மனிதர்கள் அர்த்தமுள்ள வாழ்க்கையை வாழுகிறீர்கள். கடவுளுக்கு நன்றி சொல்வேன். அதிசயம் என்பது மனிதர்களே தான்."

மிகுந்த மகிழ்ச்சியோடு அவன் தனது பயணத்தைத் தொடரத் துவங்கினான்.

...

45

இளமையின் படிக்கட்டுகள்

அவர் ஓய்வு பெறுவதற்கு இன்னமும் மூன்று ஆண்டுகளே இருந்தன. அந்த அலுவலகத்தின் உயர்பதவியிலிருந்தார். ஒவ்வொரு நாளும் காலையில் அலுவலகம் வந்து சேர்ந்தவுடன் அவருக்கு நீண்டகாலம் பணியாற்றிக் கொண்டிருக்கிறோம் என்பது போன்ற அசதி வந்துவிடும். திடீரென உடல் கனமாகிவிட்டதைப் போல உணருவார்.

எல்லாப் பொருட்களும் பார்த்துப் பழகியவை. அதே ஊழியர்கள், அதே ஜன்னல், அதே திரைச்சீலை, கண்ணாடி டம்ளர்கள், மரமேஜை, நாற்காலி, ஏன் கழிப்பறையில் ஓடும் கரப்பான் பூச்சி கூடப் பார்த்துப் பார்த்துப் பழகியது தான். எதுவும் புதியதில்லை. எதிலும் விருப்பமில்லை என்று தனக்குத் தானே சொல்லிக் கொள்வார்.

பின்பு வேலையின் சுமை அவரை இழுத்துக் கொண்டுவிடும். கையெழுத்து இடவேண்டிய கோப்புகள். அன்றாட நடவடிக்கைகள் என வேலையில் மூழ்கிவிடுவார். மதிய உணவின் போது அதே சோறு, அதே சாம்பார், தொடுகறிகள் என்ற சலிப்பு மனதில் தோன்றி மறையும். சாப்பிட்டாக வேண்டுமே என்று சாப்பிட்டு முடிப்பார். அதன்பிறகு அரைமணி நேரம் உறங்கிவிடுவார்.

ஒவ்வொரு நாளும் மாலை நான்கு மணி ஆனது திடீரென மனது மிகுந்த உற்சாகமாகிவிடும். இளமையின் படிக்கட்டுகளில் கிடுகிடுவென இறங்கி ஓடுவது போலிருக்கும். எழுந்து கண்ணாடியில் தன்னைப் பார்த்துக் கொள்வார். நரைத்த

மீசைகள் மறைந்து இளமையின் அரும்பு மீசை தெரிவது போலத் தோன்றும். தன் வயது இருபது என்பது போலவே உணருவார்.

கழிப்பறைக் கதவைத் தாழிட்டுக் கொண்டு சப்தமாகத் தனக்குத் தானே பேசிக் கொள்வார், சிரிப்பார், இறகுப் பந்தாடுவது போலக் காற்றில் கைகளை வீசி விளையாடுவார். சில நேரம் தனியே நடனமாடுவதும் உண்டு. பத்து நிமிஷம் இப்படி அசட்டுத்தனமாக நடந்து கொள்வது அவருக்குப் பிடித்திருந்தது.

பின்பு தலை சீவி பவுடர் போட்டுக் கொண்டு அவரது அறையை விட்டு வெளியே வருவார். மற்ற ஊழியர்களுடன் உற்சாகமாகப் பேசுவார். ஜன்னல் வழியாகப் பள்ளி விட்டுச் செல்லும் சிறுமிகளை வேடிக்கை பார்ப்பார்.

ப்யூனிடம் கேலியாகப் பேசுவார். சூடான தேநீரைத் துளித்துளியாக ருசித்துக் குடிப்பார். திடீரென அலுவலகம் ஊழியர்கள், அந்த மேஜை நாற்காலிகள், எல்லாமும் புதியதாகத் தோன்றும். இந்த நாள் எவ்வளவு மகிழ்ச்சியாக இருக்கிறது என்று எண்ணிக் கொள்வார்.

ஐந்து மணியை நெருங்கியதும் நடுவானில் பட்டம் அறுபட்டுத் தனியே பறப்பது போலச் சட்டென மனநிலை மாறிவிடும். இன்னும் மூன்று ஆண்டுகள் வேலை செய்ய வேண்டும். எத்தனை நாட்கள், எத்தனை மணித்துளிகள் என்று சலித்துக் கொள்வார்.

ஒரு நாளில் ஒரேயொரு மணிநேரம் மட்டும் அவரால் இளமையின் படிகளில் இறங்கி அமர முடிகிறது. அதன் பிறகு அந்தப் படிக்கட்டுகள் மறைந்துவிடுகின்றன.

தன்னைப் போலவே மற்றவர்களும் இப்படிச் சில நிமிடங்களோ, சில மணி நேரமோ காலத்தின் பின்னால் போய் வருவார்கள் என்றே நம்பினார். ஆனால், ஒருவரிடம் அதைப்பற்றிக் கேட்டுக் கொள்ளவேயில்லை.

•••

46
உறவென்பது

அவனது பெரியப்பாவின் வீடு அதே தெருவில் தானிருந்தது. ஆனால், இந்த முப்பத்தைந்து வருசத்தில் ஒருமுறை கூட அவன் பெரியப்பா வீட்டிற்குப் போனதேயில்லை.

அப்பா இறந்த பிறகு அம்மாவும் பாட்டியும் தான் அவனை வளர்த்தார்கள். மிகவும் கஷ்டமான குடும்பச் சூழல். வறுமை. அப்போதும்கூடப் பெரியப்பா ஒருவேளை சோறு போட்டதேயில்லை. எப்போதாவது அவர்கள் வீட்டினைக் கடந்து போகையில் அவனைக் கண்டதும் பெரியப்பா முகத்தைத் திருப்பிக் கொண்டுவிடுவார்.

அப்பா இறக்கும் முன்பாகவே பெரியப்பாவிற்கும் அவருக்கும் சண்டை. அதுவும் பூர்வீகச் சொத்தைப் பெரியப்பா ஏமாற்றி வாங்கிக் கொண்டுவிட்டார் என்று அப்பா சண்டையிட்ட பிறகு பெரியப்பாவோடு உறவு முறிந்துவிட்டது.

பெரியப்பா என்றில்லை அவரது பிள்ளைகள், பெரியம்மா, அந்த வீட்டு வேலையாட்கள்கூட அவனை வெறுத்தார்கள். அவன் நிழல்கூட அந்த வீட்டுப்படியில் பட்டுவிடக்கூடாது என்பதில் கவனமாக இருந்தார்கள்.

பாட்டி செத்துப்போய்விட்டால் அவனும் அம்மாவும் அந்த ஊரில் பிச்சைதான் எடுக்க வேண்டும் எனப் பெரியப்பா பலமுறை பேசியிருக்கிறார்.

வெறுப்பு ஒரு மனிதனுக்குள் நிரம்பிவிட்டால் அவனது கண் பார்வைகூட விஷமாகத்தானிருக்கும்.

அவன் பத்தாம் வகுப்பில் பெயிலாகிப் போனான். அன்று பெரியப்பா வீட்டில் பால் பாயாசம் செய்தார்கள் என்றாள் பாட்டி.

அம்மா ஒரு முறை தெருவில் பூ வாங்கிக் கொண்டிருக்கும் போது பெரியம்மா "எவன் கூடப் போறதுக்குடீ பூ வாங்குறே" எனக் காதுபடக் கேட்டாளாம். அம்மா அதன்பிறகு சாமிபடத்திற்குக் கூடப் பூ போடுவதில்லை.

பெரியப்பாவின் வெறுப்பிற்குப் பயந்து அம்மா வேறு ஊருக்குப் போய்விடலாம் என்ற போதெல்லாம் பாட்டி போகக்கூடாது என்பதில் உறுதியாக இருந்தாள். "அவன் கண்முன்னால் நாம வாழ்ந்து காட்டணும்" என்றாள்.

அந்த வைரக்கியம் தான் அவனைக் கமிஷன் கடையில் வேலைக்குச் சேர வைத்தது. சில ஆண்டுகளில் சொந்தமாகக் காண்டிராக்ட் எடுக்க வைத்தது. கிடைத்த பணத்தில் பழைய வீட்டினை இடித்து அப்பா பெயரிலே புதிய வீடு கட்ட வைத்தது. வசதி வாய்ப்புகளை உருவாக்கியது

பெரியப்பா வாதநோயால் கைகால்கள் வராமல் முடங்கிப்போனார். அவரது பிள்ளைகள் ஆளுக்கு ஓர் ஊராக வெளியேறிப் போனார்கள். எப்போதும் அந்த வீட்டுக்கதவு அடைத்தே இருந்தது.

ஒருநாள் பெரியப்பா வீட்டிலிருந்து அவரது இளையமகன் தேடிவந்திருந்தான். பெரியப்பா சதா உன்னை நினைத்துக் கண்ணீர் விடுகிறார். நடந்த தவறுகளுக்காக வருந்துகிறார். ஒருவேளை அவர் வீட்டில் சாப்பிட வர வேண்டும் என்று மன்றாடுகிறார் என்று அழைத்தான். அம்மா போகக்கூடாது என்றாள். பாட்டி அந்த வீட்டில் கை நனைக்கக் கூடாது என்று ஆத்திரப்பட்டாள். அவனுக்கும் அப்படித்தான் தோன்றியது.

ஆனால், மாறிமாறி ஆள் வந்து அழைத்துக் கொண்டேயிருந்தார்கள். கோவிலில் வைத்து ஒரு நாள் பெரியம்மா கண்ணீர் விட்டு அழைத்தாள். மறுக்கவே முடியாத நிலையில் ஒருவேளை சாப்பிட்டு அவர் மீதான வெறுப்பை நீக்கிவிடலாம் என அவர்கள் வீட்டுப்படியேறினான்.

அழுக்கடைந்து போன தரையில் ஒரேயொரு இலை. அதில் கொஞ்சம் காய்கறிகள். அப்பளம். இலை நிறையச்

சாதம் போட்டுச் சாம்பார் போட்டாள் பெரியம்மா. சாப்பிட மனமேயில்லாமல் சாப்பிட்டான். பரிமாறும் போது ஒரு வார்த்தை பெரியம்மா பேசவில்லை. அவனே இலையை எடுத்துக்கொண்டு பின்வாசலில் போட்டுவந்தான்.

கிளம்பும் போது கட்டிலில் கிடந்த பெரியப்பாவைப் பார்த்தான். உருக்குலைந்த உடம்பு. அவர் கையெடுத்துக் கும்பிட்டார். அவனும் வணங்கிவிட்டு வீடு வந்து சேர்ந்தான். அம்மாவும் பாட்டியும் கோபித்துக் கொண்டார்கள். அவர்களால் பெரியப்பாவை மன்னிக்க முடியவேயில்லை.

சரி போகட்டும். எத்தனை நாளுக்கு இந்த வெறுப்பை வைத்துக் கொண்டேயிருப்பது என அவர்களிடம் வாதிட்டான். அவர்கள் உனக்கு ஒன்றும் தெரியாது என எரிச்சல்பட்டார்கள்.

அவன் சாப்பிட்டுத் திரும்பிய மூன்று நாட்களுக்குப் பிறகு பாட்டி சொன்னாள்,

"எவனோ ஒரு ஜோசியக்காரன் சொன்னானாம். பகையாளியைக் கூப்பிட்டு ஒருவேளை சோறு போட்டா உயிர் பிழைச்சிக்கிடும்னு. அதான் உன் பெரியப்பா உன்னைக் கூப்பிட்டுச் சோறு போட்டிருக்கான். நீயும் அதைத் தின்னுட்டு வந்துருக்கே. அது சோறு இல்லடா மலம்."

கேட்கும் போது அதிர்ச்சியாக இருந்தது. வெறுப்பு மாறவே மாறாதா? ஒரு மனிதர் திருந்திவிட்டார் என்பது பொய்தானா ? பெரியப்பா தனது வெறுப்பின் உச்சமாகத் தான் ஒருவேளை சோறு போட்டிருக்கிறாரா?

மூன்று நாட்களுக்கு முன்பு சாப்பிட்டதை வாந்தி எடுக்க அவன் ஓங்கரித்துக் கொண்டிருந்தான்.

பாட்டி ஆங்காரத்துடன் சொன்னாள்

"பட்டாலும் புத்தி வரலையே, இப்படி முட்டாப்பயலா இருக்கியே. உன் பெரியப்பன் செத்தாலும் அந்தப் பொணம் கூட உன்னை அவமானப்படுத்தும்டா. உடைந்த பானையும் விலகிப்போன உறவும் ஒட்டவே ஒட்டாதுடா."

உலகைப் புரிந்து கொள்ள முடிந்த அவனால் உறவுகளைப் புரிந்து கொள்ள முடியவேயில்லை.

•••

47
26ஆம் பக்கம்

அந்த நாவலின் 26ஆம் பக்கம் தனியே வீதியில் கிடந்தது. எப்படி நாவலிலிருந்து வெளியேறி வந்தோம் என அதற்குத் தெரியவில்லை. ஒரு நாவலை விட்டு வெளியேறிய பிறகு தனது வாழ்க்கைக்கு என்ன அர்த்தம் என்றும் அதற்குத் தெரியவில்லை.

நாவலின் பகுதியாக இருந்தவரை அதற்குப் பெரிய பொறுப்புகள் எதுவுமில்லை. 26ஆம் பக்கத்தில் ஒரேயொரு வீடும் அதில் வசிக்கும் பெண்ணும் மட்டுமே இருந்தார்கள். அந்தப் பெண் நாள் முழுவதும் தனித்தே இருந்தாள். எப்போதாவது அவளுக்கு ஒரு கடிதம் வரும். வெளிநாட்டிலிருந்த அவளது கணவன் எழுதிய கடிதமது. அவ்வளவு தான் 26ஆம் பக்கத்தின் வாழ்க்கை.

ஆனால், நாவலிலிருந்து வெளியேறிய பிறகு அதற்குத் திகைப்பாகவும் பயமாகவும் இருந்தது. தான் இப்போது யார் என்று குழப்பமாக வந்தது. 26ஆம் பக்கத்திலிருந்த பெண்ணும் தன்னைப் போலவே இனி என்ன ஆகும் என்று குழம்பித் தானே போயிருப்பாள்.

ஒரு நாவலின் பகுதியாக இருப்பது என்பது குடும்பத்தில் ஒருவராக இருப்பதைப் போன்றது. ஆனால் விடுபட்டு வெளியேறிய பிறகு வாழ்க்கை திகைப்பூட்டுவதாக மாறிவிடுகிறது.

தன் நாவலுக்கு எப்படியாவது திரும்பி விட வேண்டும் என 26ஆம் பக்கம் ஆசைப்பட்டது. அது எளிதானதில்லை. நாடு இழந்த அகதியின் துயரம் போல 26ஆம் பக்கம் தனது நிர்க்கதியை நினைத்து வருந்தியது.

நிச்சயம் இந்தப் பிரிவிற்குத் தான் காரணமில்லை என்று புலம்பியது. யார் காரணமாக இருந்தாலும் மீண்டும் தன்னிடம் சேருவது எளிதில்லை என்பதை அது புரிந்து கொண்டது.

தன்னைப் போலவே அந்த நாவலிலிருந்து பிரிந்து போன இன்னொரு பக்கத்தைக் கண்டால் கூடப் போதும் என ஏங்கியது.

யாரோ ஒருவன் கீழே கிடந்த 26ஆம் பக்கத்தைக் கையில் எடுத்துப் படித்துப் பார்த்துவிட்டு வேஸ்ட் பேப்பர் என்றபடியே கசக்கி வீசினான். 26ஆம் பக்கம் ஆற்றாமையோடு "நான் வேஸ்ட் பேப்பரில்லை. ஒரு நாவலின் பக்கம். அதுவும் முக்கியமான பக்கம்" என்று சப்தமிட்டது.

வாழ்விடத்தை இழந்துவிட்டவர்களின் குரலை எப்படி உலகம் பொருட்படுத்தாதோ, அப்படியே 26ஆம் பக்கத்தின் குரலையும் எவரும் பொருட்படுத்தவில்லை.

பாவம் அந்த 26ஆம் பக்கம் தவிப்பும் பயமுமாகத் தன் சொந்த இடத்திற்குப் போய்விட முடியாதா என ஏங்கிக் கொண்டேயிருக்கிறது.

...

48
அன்னாகரீனினா பொம்மை வாங்குகிறாள்

தனது மகன் செர்யோஷாவின் பிறந்தநாளுக்குப் பரிசளிக்க விளையாட்டுப் பொம்மைகளை வாங்க விரும்பினாள் அன்னாகரீனினா.

மனிதர்கள் தராத ஏதோவொரு அன்பை, நெருக்கத்தைப் பொம்மைகள் தருகின்றன. அதைச் சிறுவர்கள் உணர்ந்திருக்கிறார்கள். கணவனையும் மகனையும் விட்டுப் பிரிந்து காதலனுடன் வாழும் அன்னாவிற்கு எந்தப் பொம்மையை வாங்குவது எனத் தெரியவில்லை.

மனக்குழப்பம் கொண்டவர்களால் பொம்மைகளைத் தேர்வு செய்ய இயலாது. பொம்மைகள் களங்கமின்மையின் அடையாளம். மௌனத்துணை.

பொம்மைகள் வழியாகவே சிறுவர்கள் தங்களைப் பெரியவர்களாக உணருகிறார்கள். அதனால் தான் பொம்மைக்கு ஒரு சிறுமி சோறு ஊட்டுகிறாள். தூங்க வைக்கிறாள்.

அன்னாகரீனினா பொம்மைக் கடையிலிருந்த விதவிதமான பொம்மைகளைப் பார்த்தபடியே இருந்தாள். பொம்மைகளின் கண்கள் உயிர்ப்பற்றவை. பொய்யான சிரிப்புக் கொண்ட பொம்மைகளின் முகம் செயற்கையானது. அடியும் வலியும் பொம்மைகளை ஒன்றும் செய்யாது. பெரியவர்களுக்குப் பொம்மை என்பது விலைக்கு வாங்கப்படும் பொருள். சிறார்களுக்கோ பொம்மைகள் கோபத்திற்கும் ஆசைக்குமான வடிகால்.

காலம் சிலரைப் பொம்மையாக்கித் தானே உருட்டி விளையாடுகிறது உண்மையில் அன்னா தன்னையே ஒரு பொம்மையாக்கி மகனிடம் தரவே விரும்பினாள். எந்தப் பொம்மையும் அன்னையாக முடியாது தானே.

எவ்வளவு அழகான பொம்மையாக இருந்தாலும் அது தரும் சந்தோஷம் நீடிப்பதில்லை. விரைவிலே தூக்கி எறியப்படும். பிய்த்து எறியப்படும். தன் வாழ்க்கையும் அந்த நிலைக்கு வந்துவிட்டிருப்பதை அன்னா அறிந்திருந்தாள்.

பொம்மைகளைத் தேர்வு செய்ய முடியாமல் நிற்கும் அன்னாவைப் பார்த்துக் கடைப்பையன் கேட்டான்.

“எந்த வயது பிள்ளைக்குப் பொம்மைகள் தேடுகிறீர்கள்?”

“தாயைப் பிரிந்த பையனுக்கு” என்றாள் அன்னா.

“சாப்பிடும் போதும் உறங்கும் போதும் தான் சிறுவர்களுக்கு அன்னையின் நினைவு வரும். மற்ற நேரங்களில் அவர்கள் வேறு உலகில் சஞ்சரிக்கிறார்கள். விளையாடுகிறார்கள். இந்தப் பொம்மையைப் பாருங்கள். அதன் இதயம் திறந்து அதற்குள்ளிருந்து ஒரு குருவி வெளியே வந்து சப்தமிடும். இயக்கி காட்டவா.”

அன்னா கரீனினா தலையாட்டினாள்.

அந்தப் பையன் பொம்மையை இயக்கிக் காட்டினான். பொம்மையின் இதயப்பகுதியிலிருந்த சிறிய கதவு திறந்து சிவப்புக்குருவி வெளியே எட்டிச் சப்தமிட்டது. எல்லோர் இதயத்திற்கும் இப்படியொரு சிறு குருவி இருக்கத்தானே செய்கிறது. எப்போது வெளியே எட்டிச் சப்தமிடும் என்று தான் அறிய முடியவில்லை.

அன்னா அந்தப் பொம்மையை வாங்கிக் கொண்டாள். அதை நேரிலே மகனிடம் கொடுக்க விரும்பினாள். கணவன் இல்லாத அதிகாலை நேரம் பார்த்து மகனைக் காணச் சென்றாள். அம்மா இறந்துவிட்டதாகத் தந்தை சொன்னது பொய் என உணர்ந்த மகன் படுக்கையிலிருந்து எழுந்து ஆசையாக அம்மாவைக் கட்டிக் கொண்டான். பேச முடியாமல் விம்மினாள் அன்னா. கணவன் வருவதற்குள் வெளியேறி விட வேண்டும் என்ற பதைபதைப்பில் மகனிடம் ஏதோ பேசினாள்.

படிக்கட்டில் கணவன் வரும் ஓசை கேட்டது. பதற்றமாக எழுந்து வெளியேறினாள்.

கணவன் எதிரே வந்துவிட்டான். இரண்டு பொம்மைகள் போல அவர்கள் ஒருவரையொருவர் பார்த்துக் கொண்டார்கள். அவனும் எதையும் கேட்கவில்லை. அவளும் எதையும் சொல்லவில்லை.

பதற்றத்தில் அன்னாகரீனினா ஆசையாக வாங்கிவந்த பொம்மையை மகனிடம் கொடுக்கவில்லை. தரப்படாத பரிசு போலக் கனக்கும் பொருள் உலகில் வேறில்லை. அந்தப் பொம்மையை இனி என்ன செய்வது என அவள் வேதனைப்பட்டாள். எல்லாத் தவறுகளுக்கும் தானே காரணம் என நினைத்து வருந்தினாள். அதன் பிறகே ரயிலில் விழுந்து அன்னாகரீனினா தன்னை மாய்த்துக் கொண்டாள்.

அவள் வாழ்வும் ஒரு பொம்மையைப் போலவே ஆனது.

●●●

49
சாப்ளினின் கண்ணாடி

சார்லி சாப்ளின் ஓர் அதிசயமான கண்ணாடியை வைத்திருந்தார் என்கிறார்கள். சாப்ளினைத் தவிர வேறு யாரும் அந்தக் கண்ணாடியைப் பார்க்க அனுமதிக்கபடவில்லை.

இந்த உலகில் ஒரேயொரு மனிதன் பார்க்கும் கண்ணாடி ஒன்று இருப்பது எத்தனை சந்தோஷமாக இருக்கிறது.

எத்தனை ஆயிரம் பேர் பார்த்தாலும் கண்ணாடியில் எந்தச் சுவடுமிருப்பதில்லை.

சாப்ளின் அந்தக் கண்ணாடியை அவரே உருவாக்கிக் கொண்டார். அவரது படுக்கை அறையில் அந்தக் கண்ணாடி இருந்தது. படப்பிடிப்பிற்குச் செல்லும் முன்பு அதன் முன்னால் வந்து நின்று பார்ப்பார்.

கண்ணாடி மௌனமாக எதையோ சொல்கிறது. நடிகராக அவர் படப்பிடிப்புத் தளத்தில் விதவிதமான கண்ணாடிகளைக் கண்டிருந்த போதும் தனது சொந்தக் கண்ணாடி தரும் நெருக்கத்தை எதுவும் தருவதில்லை என்று உணர்ந்திருந்தார்.

சில நேரம் அந்தக் கண்ணாடி முன்பாக அவர் நிற்கையில் அவரை அறியாமல் கண்ணீர் வரத் துவங்கும்.

கண்ணாடி தான் எப்போதும் வயதை நினைவுபடுத்துகிறது. தனது வெற்றியைத் தோல்வியைப் பெருமைகளை அவர் கண்ணாடி முன்பாக நின்று சொல்லியபடியே இருப்பார். உலகைச் சிரிக்க வைக்க முடிந்த கலைஞர்களுக்கு ஏன் சொந்த வாழ்க்கை இத்தனை துயர மிக்கதாக இருக்கிறது.

சாப்ளின் தனித்திருக்கையில் யாராவது தன்னைச் சந்தோஷப்படுத்த மாட்டார்களா என ஏங்குவார். காதலிக்கும் பெண்கள் அவரது கண்களில் தீர்க்கமுடியாத வேதனையிருப்பதை அறிவார்கள். அது வறுமையில் வாடிய அவரது அம்மாவின் கண்களிலிருந்து அவருக்குத் தாவிக் கொண்ட துயரம் என்பதை அறிந்திருந்தார்கள்.

தண்ணீரில் நீந்துவதைப் போல தற்காலிகமாகத் தன்னை மறக்கவே அவர் காதலித்தார்.

சாப்ளினின் வைத்திருந்த கண்ணாடியென்பது உண்மையில் ஒரு கண்ணாடியில்லை. அது ஒரு புகைப்படம். அநாதைக் காப்பகத்தில் மெலிந்த சிறுவனாகக் கறுப்பு உடை அணிந்த புகைப்படம். அந்தச் சிறுவனின் கண்களில் இந்த உலகில் தன்னை நேசிக்க ஒருவருமில்லை என்ற உண்மை வெளிப்பட்டது.

அந்தப் புகைப்படத்தைக் காணும் போதெல்லாம் தன்னைக் கண்ணீர் விடச் செய்த இந்த உலகைத் தான் சிரிக்க வைப்பேன் என்ற ஆவேசம் மேலிடும்.

நம் எல்லோரின் மனதிலும் பால்ய வயதின் ஏதோவொரு புகைப்படம் அழிவற்றுத் தொங்கிக் கொண்டிருக்கிறது. அந்தப் புகைப்படத்துடன் ரகசியமாக உரையாடுகிறோம். எதிர்காலக் கனவுகளைப் பகிர்ந்து கொள்கிறோம். சோர்வடையும் போது உத்வேகம் கொள்கிறோம்.

சிரிப்பை மறந்த சிறார்களின் புகைப்படங்கள் இந்த உலகிற்கு எதையோ சொல்கின்றன. புகைப்படத்தின் எடை என்பது அதிலிருக்கும் சந்தோஷத்தின் பொருட்டே அமைகிறது என்கிறார்கள்.

புகைப்படம் நம்மோடு பேசும் மொழி நாம் மட்டுமே அறிந்தது. ரகசியமானது. ஆறுதல் தரக்கூடியது.

உலகம் அதைப் பொருட்படுத்துவதேயில்லை.

...

50
ஒரு துளி கண்ணீர்

"சிரமம் வேண்டாம் வெளியிலே சாப்பிட்டுக் கொள்கிறேன்" என்றான் நாதன். ஆனால், பழனி கேட்கவேயில்லை. "எப்போதும் வெளியே தானே சாப்பிடுகிறீர்கள். இன்றைக்கு என் வீட்டிற்கு மதியம் சாப்பிட வாருங்கள்" என்றார். எவ்வளவோ மறுத்தும் பழனி கேட்கவில்லை.

மதியம் ஒரு மணிக்குச் சாப்பிட வருவதாக ஒத்துக் கொண்டான். இருவரும் ஒரே அலுவலகத்தில் வேலை செய்தார்கள். முப்பத்தியெட்டு வயதாகியும் நாதன் திருமணம் செய்து கொள்ளவில்லை. தனியறை எடுத்துத் தங்கியிருந்தான். பழனி புறநகரில் குடியிருந்தார்.

தெரிந்தவர் வீட்டில் போய்ச் சாப்பிடுவது கூச்சமானது. எதைச் சாப்பிடுகிறோம் எவ்வளவு சாப்பிடுகிறோம் என்று கவனமாக இருக்க வேண்டும். எதையாவது பிடிக்கவில்லை என்று ஒதுக்கினால் மனக்கஷ்டம் உண்டாகிவிடும். ஹோட்டலில் அந்த நெருக்கடி கிடையாது.

நாதன் வழக்கமாக ஒரு மெஸ்ஸில் தான் சாப்பிட்டான். ஞாயிற்றுக்கிழமை காலையில் எப்போதும் சாப்பிடுவது கிடையாது. ஆகவே பனிரெண்டு மணிக்கெல்லாம் மதியச் சாப்பாட்டினை முடித்துவிடுவான். ஆனால், அடுத்த வீட்டில் பனிரெண்டு மணிக்குச் சாப்பாடு எதிர்பார்க்க முடியாது தானே.

ஒரு மணிக்குச் சாப்பிட வருவதாகச் சொன்ன போதும் நாதன் போன போது மணி ஒன்றரை ஆகியிருந்தது. வீட்டின்

காலிங்பெல்லை அடிக்கும் போது உள்ளே ஏதோ உரத்த சப்தம் கேட்டது.

"யாருனு பாருங்க" என்று ஒரு பெண் குரல் கேட்டது. "ஏன் கத்துறே" எனச் சொல்லியபடியே பழனி கதவைத் திறந்தார்.

நாதனைக் கண்டதும் பொய்ச் சிரிப்புடன் உள்ளே அழைத்துப் பிரம்பு நாற்காலியில் உட்கார வைத்தார். சமையல் அறையினுள் எழுந்த புகை ஹால் வரை பரவியிருந்தது.

"அப்பளம் பொறிச்சிட்டா சாப்பிடலாம்" என்றார் பழனி. டீப்பாயில் கிடந்த வார இதழைப் புரட்டிக் கொண்டிருந்தான். பழனி உள்ளே போய் ஏதோ கேட்பது தெரிந்தது. மணி இரண்டைக் கடந்த பிறகும் சாப்பாடு தயாராகி முடியவில்லை. நாதன் பொறுமையாகக் காத்திருந்தான்.

இலை போட்டு உப்பு வைத்து அந்தப் பெண் சோறு பரிமாறினாள். அப்போது தான் அவளை முதன்முறையாகப் பார்த்தான். நெற்றியில் நீளமான தழும்பு, களைத்துப் போன முகம். அந்தப் பெண் சோற்றுக் கரண்டியினை உயர்த்தும் போது தன்னை அறியாமல் அவள் கண்ணிலிருந்து ஒரு சொட்டுக் கண்ணீர் உதிர்ந்து சோற்றில் விழுந்தது. பழனி அதைக் கவனித்தானா எனத் தெரியவில்லை.

அந்தப் பெண் சோற்றில் விழுந்த கண்ணீரைப் பார்த்தபடியே சேலையால் முகத்தைத் துடைத்துக் கொண்டாள். கண்ணீர்த் துளி விழுந்த சோற்றை எப்படிச் சாப்பிடுவது என நாதன் கவலை கொண்டான்.

அவர்களுக்குள் என்ன சண்டை எதற்காக அழுகிறாள் தன் பொருட்டுத் தான் சண்டையா எதுவும் விளங்கவில்லை. அவன் சோற்றில் கை வைக்காமல் அமர்ந்திருந்தான். அந்தப் பெண் எதுவும் நடக்காதவள் போலச் சோற்றில் சாம்பார் ஊற்றினாள். கண்ணீர் அதில் கரைந்து போனது. மெல்லிய குரலில் சாப்பிடுங்கள் என்று சொன்னாள்

கண்ணீர்த் துளி கலந்த சோற்றைச் சாப்பிடுவது மனதைக் கனக்கச் செய்தது. பழனி அவளை நோக்கி "சாருக்கு நெய் போடு" என்றார். நாதன் வேண்டாம் என்றபோதும் அவள் நெய் போட்டாள். அவள் முகத்தில் விவரிக்க முடியாத வேதனை படிந்திருந்ததைக் காண முடிந்தது.

எஸ்.ராமகிருஷ்ணன்

சோற்றைப் பிசைந்து சாப்பிட்டான். ஒரு துளி கண்ணீர் சாப்பாட்டின் ருசியை மாற்றிவிடுகிறது. அவனால் அச் சோற்றைச் சாப்பிட முடியவில்லை. ஆனால், சாப்பிடாமல் போனால் நிச்சயம் அந்தப் பெண்ணைப் பழனி திட்டுவார், சண்டை போடுவார். அது அப்பெண்ணிற்கு மேலும் துயரம் என்பதால் விருப்பமேயில்லாமல் சாப்பிட்டான்.

"இனி ஒரு போதும் யார் வீட்டிற்கும் சாப்பிடப் போகக்கூடாது" என்று மனதில் ஒரு குரல் எழுந்து கொண்டேயிருந்தது.

சாப்பிட்டு முடித்து இலையை மடக்கிய போது பழனி கேட்டார்.

"சாப்பாடு பிடிக்கலையா. சரியாவே சாப்பிடலை."

"அப்படியெல்லாம் இல்லை நல்லா சாப்பிட்டேன்" என்றான்.

கைகழுவுவதற்காக அவர்கள் பின்கட்டிற்குப் போனார்கள். அந்தப் பெண் எச்சில் இலையைப் பார்த்து ஏதோ சொல்லிக் கொண்டிருப்பது கேட்டது. கையைத் துடைத்தபடியே வந்த பழனி என்ன என்று கோபமாக அவளிடம் கேட்டார். அவள் பதில் சொல்லவில்லை. சில நிமிடங்களில் கிச்சனில் இருந்த ரேடியோ பாட ஆரம்பித்தது. பழனியிடமிருந்து விடைபெற்றுக் கொண்டு நாதன் தன் அறைக்கு வந்தான். பெருங்குற்றவுணர்ச்சி அவனை ஆக்கிரமித்துக் கொண்டது.

அதன் சில நாட்களில் நாதன் மாற்றல் வாங்கிக் கொண்டு வேறு ஊருக்குப் போய்விட்டான். ஆனால், தன் வாழ்நாள் முழுவதும் சோற்றைக் காணும் போதெல்லாம் ஒரு துளி கண்ணீரின் நினைவு வருவதை மட்டும் அவனால் தவிர்க்க முடியவேயில்லை.

•••

51
மூன்று கிளிகள்

பறவைகளை யாராவது சகோதரிகள் என்று நினைப்பார்களா? வள்ளி ஆச்சி அப்படி நினைத்தாள். அன்றாடம் தன்னுடைய வீட்டின் பின் சுவரில் வந்தமரும் மூன்று கிளிகளை அவள் அக்கா தங்கைகள் என்றே கருதினாள். அக்கிளிகளும் சகோதரிகளைப் போலவே ஒன்றாக வாலசைத்தன.

மூன்று கிளிகளைப் போலத் தான் ஆச்சியும் மூன்று பெண்களில் ஒருத்தியாகப் பிறந்தாள். ஆனால், அவளது மூத்த சகோதரிகள் பத்து ஆண்டுகளுக்கு முன்பே இறந்துவிட்டார்கள். ஆச்சிக்கும் வயது எழுபதைக் கடந்தாகிவிட்டது. அரண்மனை போலப் பெரிய வீடு. வீட்டின் ஜன்னல்களை எண்ணத் துவங்கினாலே ஒரு நாள் போய்விடும்.

ஆச்சி ஒருத்தியாக இருந்தாள். ஒரேயொரு பணியாள். ஆச்சி சில நேரம் கிளிகளைத் தன் வீட்டிற்குள் அழைப்பாள். தான் ஒரு கெடுதலும் செய்யமாட்டேன் என்று வாக்குறுதிகள் தருவாள். ஆனால், கிளிகளுக்குச் சுவரே போதுமானதாக இருந்தது.

பெரிய வீடாக இருந்தாலும் பறவைகள் சுவரில் தான் அமருகின்றன. மனிதனைத் தவிர வேறு எந்த ஜீவராசியும் இருப்பிடம் பெரியதாக இருக்க வேண்டும் என்று நினைப்பதேயில்லை.

சிறிய கூடு, சிறிய குகை, சிறிய மரக்கிளை போதுமான தாகயிருக்கிறது. ஆனால் மனிதர்களுக்கு எல்லாமே பெரிதாகத் தேவைப்படுகிறது.

மூன்று கிளிகளில் ஒன்று எப்போதுமே விலகியே அமர்ந்திருக்கும். அதுதான் ஆச்சிக்கு விருப்பமான கிளி. அவள் அப்படித்தானிருந்தாள். குடும்பத்தோடு சேர்ந்திருந்தாலும் தனித்திருப்பதே அவள் பழக்கம்.

கிளிக்குப் பழம் வைப்பதற்கென ஆச்சி தனியே ஒரு பீங்கான் தட்டு வைத்திருந்தாள். அதுவும் பர்மாவில் வாங்கியது தான்.

மூன்று கிளிகளும் ஒன்றாகப் பழம் தின்றதேயில்லை. ஏதாவது ஒரு கிளி மட்டும் தான் பழத்தைக் கொத்தும். ஆச்சியின் மூத்த சகோதரி அப்படித்தானிருந்தாள். அவளுக்குத் தூங்கி எழுந்தவுடன் சாப்பிட வேண்டும். அதுவும் வயிறு நிறையச் சாப்பிட வேண்டும். காபி என்றாலும் இரண்டு டம்ளர்கள் வேண்டும். இரவில் விழித்துக் கொள்ளும் போதுகூட எதையாவது தின்றுவிட்டுத் தான் தூங்குவாள். அவள் தான் முதலில் இறந்து போனாள். இறந்த அன்று ஒரு சொட்டுத் தண்ணீர்கூட வாயில் செல்லவில்லை. வெறும் வயிற்றோடு செத்துப் போனாளே என்று தான் ஆச்சி அழுதாள். கிளிகள் பட்டினி கிடப்பதுண்டா. கிளிகளுக்குக் கடந்த கால நினைவுகள் உண்டா.

மூன்று கிளிகளுக்கு ஒன்று போல வாழ்க்கை இருக்காது தானே.

ஒன்றாக அமர்ந்திருக்கையில் ஏன் கிளிகள் குரலற்று ஒன்றையொன்று பார்த்தபடியே இருக்கின்றன. ஏன் ஒரே திசையைப் பார்க்கின்றன.

கிளிகள் சுவரை விட்டுப் பறக்க எத்தனிக்கும் போது ஆச்சி தன்னை அறியாமல் கண்கலங்குவாள். பறவைகள் போனபிறகு வெற்றுச்சுவரைப் பார்த்தபடியே இருப்பாள். பின்பு நீண்ட பெருமூச்சுடன் பின் வாசற்கதவை மூடிவிட்டுத் தன் அறைக்குத் திரும்பி வருவாள்.

பெரிய வீடுகள் தனிமையை அதிகப்படுத்திவிடுகின்றன. பெருங்கடலின் முன் நிற்கும் சிறு நண்டைப் போல உணரச் செய்கின்றன. ஆச்சி தன் கட்டிலுக்குப் போய்ப் படுத்துக் கொள்வாள். ஆமையின் ஓடு போல அந்த வீடு தன் முதுகோடு சேர்ந்து கொண்டது போலத் தோன்றும்.

கடந்த காலத்தை நினைக்க நினைக்க மனது தண்ணீரில் விழுந்த காகிதம் போலத் துயரமாகிவிடும். அதை மறைத்துக் கொள்வதற்காகவே அவள் கந்தசஷ்டி கவசம் பாடுவாள்.

பின்பு கண்ணாடி டம்ளரிலுள்ள தண்ணீரைப் போல உறைந்து மௌனமாகி விடுவாள்.

அவ்வளவு தான் அவளால் செய்ய முடிந்தது.

...

52
சிற்பியான எலி

அந்த நகரில் ஒரு எலி சிற்பியாக வாழ்ந்து வந்தது.

சில ஆண்டுகளுக்கு முன்பாக ஒருநாள் பேக்கரி ஒன்றின் உள்ளே இரவில் திருடப் போகையில் அங்கே செய்து வைக்கப்பட்டிருந்த விதவிதமான கேக்குகளையும் அதன் அலங்கார வடிவத்தையும் கண்ட அந்த எலி அவற்றை உண்ணும் சிற்பங்களாகவே கருதியது. ஆகவே தானும் அப்படியான சிற்பங்களைச் செய்ய வேண்டும் என்று ஆசைப்பட்டது.

திருடி வந்த கேக் துண்டினை வைத்துக் கொண்டு சிற்பம் செய்து பார்த்தது. ஆரம்பத்தில் அந்த எலி நினைத்தது போலச் சிறிய உருவத்தைக் கூடச் செய்ய முடியவில்லை. ஆகவே அது பகலில் பேக்கரியினுள் ஒளிந்து கொண்டு கேக் செய்கிற பெண்ணின் நடவடிக்கைகளை ஆழ்ந்து கவனித்தது. சில வாரங்களில் அந்த எலி நினைத்த உருவத்தைச் செய்வதற்குக் கற்றுத் தேர்ந்தது.

அதன்பிறகு திருடி வந்த கேரட் துண்டில் அது ஒரு முகத்தைச் செதுக்கியது. குடைமிளகாயில் முகமூடி செய்தது. ரொட்டித் துண்டுகளைக் கொண்டு நடனமாடும் பெண்ணைச் செய்தது. இப்படி விதவிதமான சிற்பங்களைச் செய்து காட்டியது.

இதை மற்ற எலிகள் கேலி செய்தன. சிற்பமாகச் செய்து வைக்கப்பட்ட ரொட்டித் துண்டினை கடித்துத் தின்றன. அந்த எலி மற்றவர்களின் ஏளனத்தைப் பொருட்படுத்தவேயில்லை.

ஒரு நாள் அந்த எலி சாக்லேட் துண்டில் சிறிய சிற்பம் ஒன்றைச் செய்து கொண்டிருக்கும் போது பூனை வரும் சப்தம்

கேட்டது. பேக்கரியில் திருடிக் கொண்டிருந்த எலிகள் ஓட்டம் பிடித்தன. ஆனால், சிற்பி எலி ஓடவில்லை. அது கையில் சிறிய கத்தியை ஏந்தியபடியே பூனையைப் பார்த்துக் கம்பீரமாக "நான் ஒரு சிற்பி" என்றது.

கையில் கத்தியோடு நிற்கும் எலியைக் கண்ட பூனை குழப்பத்துடன் "அதனால் என்ன நீ எலிதானே" என்றது.

"மற்ற எலிகளும் நானும் ஒன்றல்ல. நானொரு கலைஞன்." என்றது சிற்பி எலி.

"கலைஞன் என்றால் என்ன?" எனக்குழப்பத்துடன் கேட்டது பூனை.

"சிருஷ்டிப்பது. புதியன செய்வது." என்றது எலி

"என்னைக் கண்டு உனக்குப் பயம் வரவில்லையா" எனக்கேட்டது பூனை.

"கலைஞனுக்குப் பயம் கிடையாது. கலையால் எந்தப் பயத்தையும் வெல்ல முடியும்." என்றது எலி.

"நான் உன்னைக் கொல்லப்போகிறேன்" என்று கோபமாகச் சொன்னது பூனை.

அதைக் கேட்ட எலி சொன்னது,

"நான் இன்னும் சிற்பத்தை முடிக்கவில்லை. அது வரை பொறுத்திரு."

இது என்ன புது உத்தரவாக இருக்கிறதே எனப் பூனை யோசித்தபடியே எலி சாக்லேட் சிற்பம் செய்வதைப் பார்த்துக் கொண்டிருந்தது. எலியோ கவனத்தை வேறுபக்கம் திருப்பாமல் சிற்பம் செய்வதிலே மூழ்கியிருந்தது. காத்திருப்பின் எரிச்சல் தாங்காமல் பூனை சொன்னது.

"உன்னைக் கொல்லப்போகிறேன்".

அதைக்கேட்ட எலி முறைத்தபடியே சொன்னது,

"சரி உன் இஷ்டம். அதற்கு முன்பு ஒரு சிறிய போட்டி. உன்னால் ஒரு சிறிய வேலையைச் செய்ய முடியுமா. அதில் ஜெயித்துவிட்டால் நீ என்னைக் கொன்று தின்னலாம்"

எஸ்.ராமகிருஷ்ணன்

“சொல், எதுவாக இருந்தாலும் நிமிஷத்தில் ஜெயித்துக் காட்டுகிறேன்” என்றது பூனை.

உடனே எலி ஒரு சாக்பீஸை எடுத்துத் தரையில் சாய்வாக ஒரு கோடு போட்டது. பின்பு பூனையைப் பார்த்துச் சொன்னது,

“இந்த கோட்டினை நேராக நிற்கச் செய்”.

பூனைக்குப் புரியவில்லை. சாய்கோட்டினை எப்படி நேராக நிற்க வைக்க முடியும் எனக் குழம்பியது. வேறு ஒரு கோடு போட முயன்றது. ஆனால், எலி அதை ஒத்துக் கொள்ளவில்லை. எவ்வளவு முயன்றும் சாய்வான கோட்டினை நேராக்க முடியவில்லை.

உடனே எலி சொன்னது,

“நீ தோற்றுவிட்டாய். உன்னைப் போன்ற முட்டாளை வெல்ல ஆயுதம் தேவையில்லை. மதியே போதும். கலைஞனின் ஆயுதம் அவனது எண்ணங்கள் தான். எதிரியைக் கண்டு கலைஞன் பயம் கொள்வதுமில்லை. எதிரிக்கு எதிராக ஆயுதம் எடுப்பதுமில்லை. கலை தான் அவனது ஒரே ஆயுதம். புரிகிறதா. போ.” என்று விரட்டியது.

தோற்றுப்போன பூனை செய்வதறியாமல் விலகிப் போனது.

•••

53
பூச்சரம் சூடிய குரங்கு

அந்தக் குரங்காட்டியையும் அவனது பெண் குரங்கினையும் ஊரே அறிவார்கள். எப்போதும் தனது தோளில் குரங்கை உட்கார வைத்துக் கொண்டு அவன் சுற்றிக் கொண்டிருப்பான். சாப்பிடப்போகும் போதும் கூட அருகில் உட்கார வைத்துத் தனது இலையிலிருந்த உணவை அதற்கும் தருவான். அவன் சலூனில் சென்று முடிவெட்டிக் கொள்ளும் போது அக்குரங்கு கண்ணாடியில் தன்னைப் பார்த்தபடியே இருக்கும். சில வேளைகளில் அந்தப் பெண் குரங்கிற்கு அவன் பூச்சரம் வாங்கிச் சூடிவிடுவான்.

பெரும்பாலும் அவன் பள்ளியின் முன்னால் மாலை நேரங்களில் வித்தை காட்டுவது வழக்கம். அப்போது பெண் குரங்கிற்குச் சிறிய பச்சை நிறத் தொப்பி அணிந்துவிடுவான். அதை மாட்டிக் கொண்டவுடன் குரங்கின் இயல்பு மாறிவிடும். வேகமாகத் துள்ளுவதும், குதிப்பதும், குட்டிக்கரணம் போடுவதும் எனக் குரங்கு உற்சாகமாக வித்தைகள் செய்யும்.

துண்டில் சிதறிக்கிடக்கும் சில்லறைகளை அவன் பொறுக்கிக் கொண்டிருக்கும் போது குரங்கும் உதவி செய்யும். சில நாட்கள் அவன் இரவுக்காட்சி சினிமாவிற்குப் போவான். அப்போது குரங்கும் அவனுடன் சினிமா பார்க்கச் செல்லும்.

பூங்காவிலிருந்த ரேடியோ அறையை ஒட்டிய சிமெண்ட் பெஞ்சு தான் அவனது வசிப்பிடம். இரவில் அவன் அந்தச் சிமெண்ட் பெஞ்சில் படுத்துக் கொள்ளும் போது குரங்கு பெஞ்சின் அடியில் சுருண்டு கிடக்கும். எத்தனையோ வருஷமாக அவர்கள் இப்படித்தான் இருந்தார்கள்.

ஒரு நாள் அந்தக் குரங்காட்டி ஓர் இரும்புச் சங்கிலி வாங்கி வந்தான். அந்தச் சங்கிலியைக் குரங்கின் கழுத்தில் கட்டி மறுமுனையை அருகிலிருந்த வேப்பமரத்தில் கட்டினான். பிறகு பெண் குரங்கிடம் இங்கேயே இரு. ஊருக்குப் போய்விட்டு வருகிறேன் என்றான் குரங்காட்டி.

அவனது ஊர் எது. ஏன் போகிறான் என எதுவும் குரங்கிற்குத் தெரியாது. வித்தை செய்வது போலக் கையை உயர்த்தி அசைத்து விடைகொடுத்தது. ஊருக்குப் போன குரங்காட்டி இரண்டு நாட்களாகியும் வரவில்லை. குரங்கிற்குப் பசி தாங்கமுடியவில்லை. அது ஆவேசத்துடன் சப்தமிட்டது. அங்குமிங்கும் சங்கிலியை இழுத்துக் கொண்டு சுற்றியது. யாரும் குரங்கிற்கு உதவி செய்யவில்லை. தன்னை வேடிக்கை பார்க்கும் காகத்தைக் கண்டு குரங்கு ஆத்திரப்பட்டது.

யாரோ ஒருவர் வாழைப்பழம் கொடுத்தார்கள். அதைத் தின்று குரங்கு பசியாறியது. ஒரு நாள், இரு நாள் என நாட்கள் கடந்த போதும் குரங்காட்டி வரவேயில்லை. அந்தக் குரங்கின் நிலை கண்டு பரிதாபமான பூங்காவின் காவலாளி அதன் சங்கிலியை அவிழ்த்துவிட்டான். பெண் குரங்கிற்கு எங்கே போவது என்று தெரியவில்லை. அது சிமெண்ட் பெஞ்சிலிருந்து மரத்திற்குத் தாவியது. குரங்காட்டி வரக்கூடும் என்ற நம்பிக்கை அதற்கு இருந்தது. ஆகவே உயரமான மரத்தில் ஏறி சாலையில் அவன் வருகிறானா எனப் பார்த்தபடியே இருந்தது.

குரங்காட்டி வரவேயில்லை. சங்கிலி இல்லாத போதும் அந்தக் குரங்கு அதே மரத்தடியில் வந்து உட்கார்ந்து கொண்டது. காவலாளி அதை வெளியே போகும்படி துரத்திய போதும் அது நகரவேயில்லை. பசித்த நேரத்தில் மட்டும் சப்தமிட்டது. காவலாளி மீதமான உணவை அதற்குக் கொடுத்தான். பகலும் இரவும் அந்தக் குரங்கு அதே இடத்தில் அப்படியே உட்கார்ந்திருந்தது. சிலர் அதைக் கண்டு பரிதாபப்பட்டார்கள். சிலர் கல்லை வீசி அடித்தார்கள்.

திடீரென ஒரு நாள் காலை அக்குரங்கு அந்த மரத்தைச் சுற்றி வரத்துவங்கியது. வேப்பமரத்தைச் சுற்றி ஏதாவது வரம் கேட்கிறதா எனக் காவலாளி கேலி செய்தான். ஆனால், அக்குரங்கு வேம்பரத்தைச் சுற்றிச் சுற்றி வேகவேகமாக நடந்து கொண்டேயிருந்தது. ஆட்கள் கல் எறிந்து விரட்டிய

போதும் அது நடப்பதை நிறுத்தவேயில்லை. ஓராயிரம் முறை அந்த மரத்தைச் சுற்றி நடந்தது. சில நேரம் இரவில் குரங்கு நடந்து கொண்டிருந்ததைக் காவலாளி பார்த்தான். என்ன வேண்டுதல் அது. எதற்காக இப்படி நடக்கிறது என்று எவருக்கும் புரியவில்லை.

குரங்காட்டி திரும்ப வரக்கூடும் என அந்தக் குரங்கு உறுதியாக நம்பியது. அவனுக்காகக் காத்திருந்தது. பிரார்த்தனை செய்வது போல நாளெல்லாம் நடந்து களைத்து ஒடுங்கிப் போனது. பசிக்காகக் குரல் கொடுப்பதை நிறுத்திக் கொண்டது. பின்னொரு நாள் ஓர் அடி எடுத்து வைக்க முடியாமல் மயங்கி விழுந்தது அக்குரங்கு.

இங்கேயே இரு என்ற குரங்காட்டியின் ஒரு சொல் தான் அக்குரங்கினை இப்படிச் சுற்றி வரச்செய்து கொண்டிருந்தது என்பதை உலகம் அறியவேயில்லை. சொன்ன சொல்லிற்கு மனிதர்கள் விசுவாசமாக இல்லாமல் இருக்கலாம். ஆனால், அக்குரங்கு கடைசி வரை விசுவாசமாக இருந்தது.

பிரிவுத்துயரும் பிரார்த்தனைகளும் மனிதர்களுக்கு மட்டுமானதா என்ன?

...

54
இது வேறு ஜன்னல்

பூங்காவில் அந்த மனிதர் பேசிக் கொண்டிருப்பதை ஒரு இளைஞன் கேட்டுக் கொண்டிருந்தான்.

"என் வீட்டின் ஜன்னல்களை எண்ணமுடியாது. ஒவ்வொரு ஜன்னலைத் திறக்கும் போது நான் காணும் காட்சிகள் வேறு வேறானவை. மனிதர்கள் நிறைய ஜன்னல்கள் உள்ள வீடுகளில் வசிக்க வேண்டும். எந்த ஜன்னல் வழியாக உலகை நீங்கள் அறிந்து கொள்வீர்கள் என்று தெரியாது. வெட்டவெளி கற்றுத்தராததை ஜன்னல்கள் கற்றுத் தந்துவிடக் கூடியவை" என்றார் அந்த மனிதர்.

"உங்கள் வீடு எங்கேயிருக்கிறது?" எனக் கேட்டான் அந்த இளைஞன்.

"மாதா கோவில் பின்புறமுள்ள தெரு. கடைசி வீடு. பெரிய மாமரமிருக்கும்" என்றார்.

"நான் உங்கள் வீட்டிற்கு வரலாமா?" எனக் கேட்டான் இளைஞன்

"கண்டிப்பாக வரலாம்" எனப் புன்னகைத்தார் அந்த மனிதர்.

மறுநாள் மாலை அவரது வீடு தேடிச்சென்றான். வெளியே மாமரம் தென்பட்டது. அவன் நினைத்தது போலப் பெரிய வீடில்லை. சராசரியான சிறியதொரு வீடு. அதில் ஒரு மாடி. வெளியே இருந்து பார்த்தால் இரண்டே ஜன்னல்கள்.

ஏன் இந்த மனிதர் இப்படிப் பொய் சொன்னார் எனக் குழம்பியபடியே காலிங்பெல்லை அடித்தான். அவரே கதவைத் திறந்தார்.

"ஏன் இப்படிப் பொய் சொல்லுகிறீர்கள்" எனச் சற்றே கோபமாகக் கேட்டான் இளைஞன்.

"என்ன பொய். எதற்கு இவ்வளவு கோபம். உள்ளே வா தம்பி" என்றார் அந்த மனிதர்.

"எண்ண முடியாத ஜன்னல்கள் இருப்பதாகச் சொன்னீர்களே" எனக் கேட்டான் இளைஞன்.

"அதுவா. ஜன்னல் என்றதும் மரஜன்னல் நினைவிற்கு வந்தால் அதற்கு நானா பொறுப்பு" எனக்கேட்டுச் சிரித்தார்.

"மரமோ கண்ணாடியோ இரும்போ எதுவாயினும் ஜன்னல்கள் வெளியே தெரியும் தானே" என்றான் இளைஞன்.

"வா மாடிக்குப் போகலாம்" என அழைத்துக் கொண்டு போனார். அங்கே சுவர் முழுவதும் மரரேக்குகள் பொருத்தப்பட்டிருந்தன. அதில் ஆயிரக்கணக்கான புத்தகங்கள். எழுதும் மேஜையில், கட்டிலில், தரையில் என வரிசை வரிசையாகப் புத்தகங்கள் அடுக்கப்பட்டிருந்தன.

"இது தான் நான் சொன்ன எண்ணிக்கையற்ற ஜன்னல்கள். புத்தகம் தான் எனக்கான ஜன்னல். அதைத் திறந்தவுடன் என் வீட்டின் எதிரில் உள்ள காட்சிகள் தெரியாது. ஆனால், தொலைதூர உலகம் தெரியும். அதன் மனிதர்கள் தெரிவார்கள். மாமன்னர்களைக் கூட இருந்த இடத்திலே காண முடியும். ஓராயிரம் குதிரைகள் ஒரு புத்தகத்திற்குள் ஓட முடியும்.

உலகிற்கு இவை வெறும் அச்சடிக்கப்பட்ட காகிதங்கள். எனக்கோ என் அறிவிற்கான, அனுபவத்திற்கான ஜன்னல்கள்..

மரமும், கல்லும், இரும்பும் கொண்ட வீட்டிற்கே பத்து பன்னிரண்டு ஜன்னல்கள் தேவை என்றால், பெருவாழ்க்கை வாழ முற்படும் மனிதனுக்கு எத்தனை ஜன்னல்கள் தேவை. நீயே யோசித்துப்பார் என்றார்.

அவன் வியப்போடு ஒரு புத்தகத்தை எடுத்துப் புரட்டினான். ஸ்பினோசாவின் எத்திக்ஸ் என்ற புத்தகமது. அதன் முகப்பில் ஆல்பர்ட் ஐன்ஸ்டீன் எனக் கையெழுத்துப் போட்டிருந்தது. அவன் வியப்போடு கேட்டான்.

"ஐன்ஸ்டீன் படித்த புத்தகமா?"

"பார்த்தாயா. ஒரு புத்தகம் எழுதப்பட்டவனால் மட்டுமில்லை வாசித்தவனாலும் புகழ் பெறுகிறது. இந்தப் புத்தகம் என் பிறந்த நாளுக்கு எனது அமெரிக்க நண்பர் கொடுத்த பரிசு

புத்தகங்களுக்குள் காடும், கடலும், மலையும், அருவிகளும், பாலையும், பள்ளத்தாக்கும் இருக்கின்றன. உலகில் நீ காணும் சகல உயிரினங்களும், சந்திர சூரியர்களும் கூட புத்தகங்களுக்குள்ளே இருக்கிறார்கள். புத்தகங்களுக்குள்ளும் நல்ல மனிதர்கள், கெட்ட மனிதர்கள் இருக்கிறார்கள். புத்தகங்கள் சூழ வாழுகிறவனின் மகிழ்ச்சியை உன்னால் புரிந்து கொள்ள முடியாது

பாடப்புத்தகங்களுக்கு வெளியே எதையும் இதுவரை படிக்கவில்லை. இன்றே வாசிக்கத் துவங்கு. உன் ஜன்னல் திறக்கும் போது அதன் புதிய வெளிச்சத்தையும், காற்றையும், முன்னறியாத காட்சிகளையும் நீ காணுவாய், உணருவாய். உன்னை விரிவடையச் செய்யும் போது உலகமும் சேர்ந்து விரிவடையும்."

அந்தப் பையன் ஆசையோடு கேட்டான்.

"இங்கேயே அமர்ந்து இந்தப் புத்தகத்தைப் படிக்கலாமா?"

"சந்தோஷமாக" என்றார் அந்த மனிதர்.

அந்த இளைஞன் ஐன்ஸ்டீன் படித்த ஸ்பினோசா புத்தகத்தைப் புரட்டினான்.

நூற்றாண்டு காலம் ஒரு நொடியில் மறைந்து புத்தம் புதியது போலப் புத்தகம் அவனை வரவேற்றது.

சொற்களின் வழியே அவன் பறக்கத் துவங்கியிருந்தான்.

...

55
கணிதப்புதிர்

கணிதப்புதிர் ஒன்றிற்குத் தீர்வு காணுவதற்காக ஆர். எஸ். சர்மா தனது வாழ்நாளில் எழுபது ஆண்டுகளைக் கழித்திருந்தார். அவரது பதினாறாவது வயதில் ஒரு நாள் பள்ளி ஆசிரியரும் வானவியல் அறிஞருமான அவரது தந்தை அழைத்து அந்தக் கணிதப்புதிரைப் பற்றிச் சொன்னார்.

இதுவரை உலகில் எவராலும் அந்தக் கணிதப்புதிர் தீர்த்து வைக்கப்படவில்லை. ஆகவே அதைச் சர்மா தீர்த்துவிட்டால் உலகின் கவனம் அவர் மீது விழும். கணிதமேதையாகக் கொண்டாடப்படுவார் என்று சொன்னார் தந்தை.

சர்மா தந்தையிடமிருந்தே கணிதம் கற்றுக் கொண்டார். ஒன்பது வயதிற்குள் அவர் முக்கியமான கணித நூல்களைக் கற்று விற்பன்னராகியிருந்தார். தந்தையால் கூடத் தீர்க்கமுடியாத கணிதப்புதிர்களைத் தீர்வு கண்டு சொன்னார் சர்மா. அதன் காரணமாகக் கிராமமே அவரைக் கணிதமேதை என்று கொண்டாடியது.

தந்தை கொடுத்த அந்தக் கணிதப் புதிருக்குத் தீர்வு காணச் சர்மா பகலிரவாக முயன்று கொண்டிருந்தார். படித்து முடித்தவுடன் வேறு ஊருக்கு வேலைக்குப் போனால் கவனம் சிதறிவிடும் என்பதால் உள்ளூர் ஆரம்பப் பள்ளியிலே ஆசிரியராக வேலை செய்தார். அவர்கள் வீடிருந்த வீதியில் வசித்த ஒரு பெண்ணையே திருமணம் செய்து கொண்டார்.

பள்ளி விட்டு வீடு திரும்பியதும் தனது அறைக்குப் போய்விடுவார். சில நாட்கள் பின்னிரவு வரை விழித்துக்

கணித ஆய்வில் மூழ்கியிருப்பதுண்டு. சர்மாவிற்கு நான்கு பெண்பிள்ளைகள் பிறந்தார்கள். வீட்டுக்கஷ்டங்கள் எதுவும் அவருக்குத் தெரியாது. எந்த நல்ல காரியத்திற்கும் போய் வர மாட்டார். உள்ளூரில் நண்பர்கள் எவரும் கிடையாது. கோவிலுக்குக் கூடப் போய்வருவதில்லை.

சர்மாவிற்குக் கணித ஆய்வைத் தவிர வேறு எதிலும் ஈடுபாடில்லை. சில நேரம் அவரைத் தேடி நகரிலிருந்து யாராவது வருவார்கள், அவர்களுடன் கணிதம் பற்றிப் பேசிக் கொண்டிருப்பார். இரண்டு முறை தனது ஆய்விற்காகக் கல்கத்தா போய் வந்தார் சர்மா.

அவரது மரபீரோ முழுவதும் கணித நோட்டுகள் இருந்தன. வெயிலும் மழையும் கடந்து போயின. காலம் கண்முன்னே ஓடி மறைந்தது. தனது ஐம்பது வயதிற்குள்ளாகச் சர்மா கணிதப் புதிரைத் தீர்த்துவிட்டதாக நம்பினார். அதை நிரூபணம் செய்ய வேண்டி பல்வேறு ஆய்வாளர்களுக்கும் கணித சபைகளுக்கும் கடிதம் அனுப்பிக் கொண்டேயிருந்தார். லண்டனுக்கும் அமெரிக்காவிற்கும் கூடத் தனது கணித ஆய்வு முடிவினை அனுப்பி வைத்திருந்தார் சர்மா. எவரிடமிருந்தும் ஒரு பதிலும் வரவில்லை.

தான் ஐரோப்பாவில் பிறந்திருந்தால் தன்னைக் கொண்டாடியிருப்பார்கள் என்று நம்பினார் சர்மா. அவரது கோபத்தை வீட்டோரிடம் காட்டினார். ஆனால், உலகம் தனது ஆய்வினை என்றாவது ஏற்றுக் கொள்ளும் என முழுமையாக நம்பினார்.

பிள்ளைகள் வளர்ந்து பெரியவர்கள் ஆனார்கள். சர்மாவின் மனைவியே தனது உறவு வழியாக மாப்பிள்ளை தேடித் திருமணம் செய்து வைத்தாள். எந்த மருமகனையும் சர்மாவிற்குப் பிடிக்கவில்லை. மகளோடு போய்க் கொஞ்ச காலம் இருக்கிறேன் எனச் சர்மாவின் மனைவி டெல்லி போன போதும் அவர் கிராமத்திலே தங்கிவிட்டார். உலகம் அவரை மறந்து தன்போக்கில் போய்க் கொண்டிருந்தது.

முதுமையின் சோர்வும் தள்ளாட்டமும் அவரைச் சாய்வு நாற்காலியில் முடக்கிப் போட்டது. அப்படியும் காலையிலிருந்து மாலை வரை தனது கணித ஆய்விலே இருந்தார். உலகம் ஏன் தன்னைப் போல ஒரு சாமானிய மனிதனை ஏற்க மறுக்கிறது எனக் கோபப்பட்டார்.

ஒரு மழைக்காலத்தில் அவருக்குக் குளிர்சுரம் வந்தது. அதில் மீளமுடியாமல் இறந்து போனார். சர்மாவின் அறையை அப்படியே பூட்டிவிட்டார்கள். அந்தக் கணித ஆய்வுகள் கண்டுகொள்ளப்படவேயில்லை.

சர்மா இறந்த பதினாறு ஆண்டுகளுக்குப் பிறகு அவரது பேரன் தாத்தாவின் கணித ஆய்வுகளைப் பற்றிக் கேள்விப்பட்டு அதைக் காணக் கிராமத்திற்கு வந்தான். மர அலமாரியிலிருந்த கணிதப் புதிர் பற்றிய ஆய்வுக் குறிப்புகளை வாசித்தான்.

பிறகு தனது அம்மாவிடம் போன் பண்ணிச் சொன்னான்

“இந்தப் புதிரை 1946லே தீர்த்துவிட்டார்கள். அதுவும் பதினாறு வயதான ஒரு ஜெர்மன் மாணவன் தீர்த்துவிட்டான். அதை அறியாமல் தன் வாழ்நாள் முழுவதையும் இதற்காகச் செலவழித்திருக்கிறார். அதுவும் தாத்தா போல இத்தனை படிநிலைகள் இல்லாமலே அந்தப் பையன் புதிரைத் தீர்த்து வைத்துவிட்டான். என்றோ முடிந்து போன ஒரு விஷயத்தை அறிந்து கொள்ளாமல் தாத்தா நாட்களை வீணடித்திருக்கிறார்.”

அதைக்கேட்ட சர்மாவின் மகள் வருத்தமான குரலில் கேட்டாள்.

“நிஜமாவா சொல்றே. நாளும் பொழுதும் ஆராய்ச்சி பண்ணிகிட்டே இருந்தாரே. ஒரு வாய் சந்தோஷமாகச் சாப்பிட்டதில்லையே. எதையும் அனுபவித்ததில்லையே. அத்தனையும் வீண் தானா.”

பேரன் சொன்னான்

“ஒருவேளை யாராவது இந்த உண்மையைச் சொல்லியிருந்தாலும் தாத்தா ஏற்றுக் கொண்டிருக்க மாட்டார். கணிதம் ஒரு பித்து அம்மா. அதிலிருந்து எளிதாக விடுபடமுடியாது. பாவம் தாத்தா.”

மறுமுனையில் சர்மாவின் மகள் பேச்சற்று அழும் குரல் கேட்டது.

•••

56
உலகம் கேட்கிறது

வாழ்வில் முதன்முறையாக ஒரு ரேடியோ ஸ்டேஷன் முன்பு நிற்கிறோம் என்ற யோசனையோடு அண்ணாந்து பார்த்துக் கொண்டிருந்தார் ராகவன். அவரது கையைப்பிடித்தபடியே நின்றிருந்தான் அவரது ஒன்பது வயது மகன் பாலு. அகில இந்திய வானொலி நிலையம் முன்பாக அவர்கள் நின்றிருந்தார்கள்.

1970களில் சில வீடுகளில் தான் ரேடியோ இருந்தது. ராகவன் பர்மாவில் வேலை செய்தவர் என்பதால் அங்கிருந்து வால்வு ரேடியோ ஒன்றை வாங்கி வந்திருந்தார். அந்த வானொலியில் லைட் எரிவதற்கே ஐந்து நிமிஷங்கள் ஆகும். அதன்பிறகு கரகரவெனச் சப்தம் கேட்கத் துவங்கி பத்து நிமிஷங்களுக்குப் பிறகு தான் ரேடியோ பாட ஆரம்பிக்கும்.

அந்நாட்களில் ரேடியோவிற்கு லைசன்ஸ் வாங்க வேண்டும். ராகவன் அதற்கான லைசன்ஸ் வாங்கியிருந்தார். அது பிரேம் போடப்பட்டுச் சுவரில் தொங்கியது. ரேடியோவில் செய்தி ஒலிபரப்பாகும் நேரம் ராகவன் வீட்டு முன்னால் பெரிய கூட்டம் திரண்டிருக்கும். ரேடியோ தான் வெளியுலகையும் அவர்கள் கிராமத்தையும் ஒன்றிணைத்தது. ரேடியோவில் எத்தனையோ தலைவர்கள் பேசி ராகவன் கேட்டிருக்கிறார். ஆனால், இதுவரை ஒருமுறை கூட ரேடியோ ஸ்டேஷனைப் பார்த்ததேயில்லை.

ராகவனின் வீட்டில் பல ஆண்டுகளாக அந்த ரேடியோ பாடிக்கொண்டேயிருந்தது. வீட்டுப் பெண்களுக்கு அதுதான் உலகோடு இருந்த ஒரே துணை.

இரண்டு வாரங்களுக்கு முன்பாக ராகவனின் முகவரிக்கு ஒரு கடிதம் வந்திருந்தது. ராகவனின் மகன் படிக்கும் பள்ளியிலிருந்து பாலுவை ரேடியோவில் கதை சொல்வதற்குத் தேர்வு செய்திருக்கிறார்கள் என்ற செய்தி அதிலிருந்தது. அவரால் நம்ப முடியவில்லை. தங்கள் குடும்பத்தில் முதல் ஆள் ரேடியோவில் பேசப்போகிறான் என்று பெருமைப்பட்டார். ரேடியோவில் ஒரு மனிதன் குரல் ஒலிப்பது சாமானிய விஷயமா என்ன.

குறிப்பிட்ட நாளில் அப்பாவும் பையனும் புத்தாடைகள் அணிந்து கொண்டு அதிகாலையிலே கிளம்பியிருந்தார்கள்.

பத்தரை மணிக்குத் தான் ரேடியோ ஸ்டேஷனில் குரல்பதிவு. ஆனால், ஏழு மணிக்கு முன்பாகவே அதன் வாசலுக்கு வந்துவிட்டார்கள். ரேடியோ கேட்டுக் கேட்டு மனதில் பதிந்து போயிருந்த சித்திரத்திற்கும் அந்த அலுவலகத்திற்கும் தொடர்பேயில்லை.

கையிலிருந்த கடிதத்தைக் காவலாளியிடம் காட்டிய போது உள்ளே போகும்படி அனுப்பினான். அரைவட்ட மேஜை ஒன்றிலிருந்த பெண்மணி அந்தக் கடிதத்தை வாங்கி ஒரு நோட்டில் பதிவுசெய்துவிட்டு இன்னும் நேரமிருக்கிறது என மரபெஞ்சில் காத்திருக்கச் சொன்னாள்.

பின்பு கண்ணாடி அறை ஒன்றினுள் பாலுவை அழைத்துக் கொண்டு சென்று மைக் முன்னால் நிற்கச் சொன்னார்கள். அடுத்த அறையில் ராகவன் உட்கார்ந்து கொண்டார். ஐந்து நிமிஷத்திற்குள் கதையை முடித்துவிட வேண்டும் என நிகழ்ச்சி தயாரிப்பாளர் பாலுவிடம் சொல்லிக் கொண்டிருந்தார்

"யாரிடம் சொல்லவேண்டும்" எனக்கேட்டான் பாலு.

"யாரும் இருக்கமாட்டார்கள். நீயாகச் சொல்லிக்கொண்டே யிரு. பதிவு செய்து கொள்வோம்" என்றார் தயாரிப்பாளர்.

பிரபலமான இசையமைப்பாளர்கள், பாடகர்கள், பேச்சாளர்கள் ரேடியோ ஸ்டேஷனுக்குள் தான் இருப்பார்கள் என்று நம்பி வந்த ராகவனுக்கு அங்கே யாருமில்லை என்பது ஏமாற்றமளித்தது.

பாலு கதை சொல்வதைக் கண்ணாடி வழியாகப் பார்த்துக் கொண்டிருந்தார் ராகவன். அவன் தைரியமாகக் கதை சொல்லிக்

கொண்டிருந்தான். ஐந்து நிமிஷத்தில் கதை முடிந்துவிட்டது. அவ்வளவு தானா எனப் பாலு ஏமாற்றமாகக் கேட்டான்.

"அடுத்த வாரம் ஒலிபரப்பாகும். நேரம் தெரிவிக்கிறேன்" என்றார் நிகழ்ச்சி தயாரிப்பாளர்.

குறிப்பிட்ட நாளில் பாலு கதை சொல்வதை ஒலிபரப்பினார்கள். அன்று ரேடியோ கேட்க வீடு நிறையக் கூட்டம். ரேடியோவில் பாலு கதை சொல்வது ஒலிபரப்பாக ஆரம்பித்து.

வீட்டிற்குள்ளாகக் கேட்டுக் கொண்டிருந்த பாலுவின் குரலை ஊரும் உலகமும் கேட்டுக் கொண்டிருக்கிறது என்பது ராகவனை நெகிழ்ச்சிக்குள்ளாக்கியது. ஒரு குரல் வான்வெளிக்குச் சென்று அங்கிருந்து தன் வீடு தேடி வருகிறது என்பது எத்தனை வியப்பானது.

வானொலியில் ஒலிக்கும் போது பாலுவின் குரல் மிகவும் இனிமையாக இருந்தது.

பாலு கதை சொல்வதைக் கேட்டுக் கொண்டிருந்த அம்மாவின் கண்களில் தானே கண்ணீர் கசிந்தது. அவன் கதை சொல்லி முடித்தவுடன் பாட்டி ரொம்ப அதிர்ஷ்டசாலிடா பாலு என்று சொன்னாள்.

ரேடியோ கேட்ட எல்லோரும் பாலுவைப் புகழ்ந்து பாராட்டிக் கொண்டிருந்தார்கள். அதுவரை ஒரு சாதனமாக மட்டுமே இருந்த ரேடியோ திடீரெனக் குடும்ப உறுப்பினர் போலாக மாறியது.

அன்றிரவு வீட்டோர் உறங்கிய பிறகு ராகவன் ரகசியமாக எழுந்து போய் ரேடியோ பெட்டியை முத்தமிட்டார்.

ஏன் அப்படிச் செய்தோம் என்று பிறகு கூச்சப்பட்டபோதும் ரேடியோவை முத்தமிட்டது அவருக்குச் சந்தோஷமாகவே இருந்தது.

...

57
நீராக மாறியவர்கள்

நினைத்த மாத்திரத்தில் தண்ணீராக மாறக்கூடிய நான்கு குள்ளர்கள் இருந்தார்கள். அவர்களின் வேலை வாசனையற்ற மலர்களைக் கண்டறிந்து தனது விரல்தொடலின் மூலம் அந்த மலருக்கு வாசனை தருவது.

வாசனையில்லாத மலரின் ஏக்கம் விவரிக்க முடியாதது. இருட்டில் பறக்கும் பறவையின் கேவலைப் போல உலகம் அறியாதது. குள்ளர்கள் உலகின் அத்தனை மலர்களும் மணம் கொண்டிருக்க வேண்டும் என நினைத்தார்கள்.

இதற்காகக் காடு மலைசுற்றி அறியப்படாத சிறு மலரை அடையாளம் கண்டு அதற்கொரு வாசனையைக் கொடுத்தார்கள். புதிய வாசனையைப் பெற்றுக் கொண்ட மலர்கள் சந்தோஷத்தில் நடனமாடின.

பசித்த வேளைகளில் குள்ளர்கள் கிராமங்களைத் தேடிச் சென்றார்கள். மலர்களுக்கு வாசனையை உண்டுபண்ணத் தெரிந்த குள்ளர்களால் தங்கள் பசியைப் போக்கிக் கொள்ளத் தெரியவில்லை. ஆகவே அவர்கள் உணவை யாசித்தார்கள். போகுமிடெல்லாம் கேலியும், கிண்டலும், அவமானமும் அவர்களைத் துரத்தின. உருவத்தைக் கண்டு கேலி செய்வது எத்தனை குரூரமானது. உலகில் மனித இனத்தைத் தவிர வேறு எந்த உயிரினமும் இந்தப் பேதம் காட்டாது.

மனத்துயர் அடையும் நேரங்களில் அவர்கள் சட்டெனத் தண்ணீராக மாறிவிடுவார்கள். தண்ணீராக மாறியதும் நால்வரும் ஒன்று கலந்துவிடுவார்கள். அந்த நெருக்கமும் குளிர்ச்சியும் அவர்களை ஆற்றுப்படுத்தப் போதுமானதாகயிருந்தது. துயரம்

தீர்ந்தவுடன் அவர்கள் மறுபடி குள்ளர்களாகிவிடுவார்கள். இப்படித்தான் அவர்கள் பல ஆண்டுகளாகச் சுற்றியலைந்தார்கள்.

வடக்கில் ஒருமுறை அவர்கள் பயணித்த போது வழியில் பாழ்நிலமாக இருந்தது. என்ன நடந்தது என அவர்களால் புரிந்து கொள்ள முடியவில்லை. எரிக்கப்பட்ட கிராமங்கள், இறந்து கிடந்த உடல்கள், வாசனைமிக்க பூக்கள் கூட வாசனையற்றே இருந்தன. பிழைத்துக்கிடந்த சிலருக்குக் கைகால்கள் இல்லை. "என்ன ஆனது" என்று குள்ளர்கள் அவர்களிடம் கேட்டபோது நடுங்கும் குரலில் "யுத்தம் யுத்தம்" என்றார்கள்.

குள்ளர்கள் யுத்தத்தால் அழிக்கப்பட்ட நிலத்தினைக் கடந்த போது தாங்க முடியாத வேதனை கொண்டார்கள். வழியில் கண்ட ஒரு நத்தை சொன்னது.

"என் கூடு சிறியது. அதைக் கூட யுத்தம் உடைத்துவிட்டது. உடைந்த கூட்டோடு நிற்கிறேன். யுத்தம் கொடியது."

அதைக் கேட்ட ஒரு குள்ளன் "அய்யோ பாவம்" என்றான். வேறு ஓர் இடத்தில் ஒரு காலை இழந்த கிழவன் சொன்னான்.

"எங்கே போகிறீர்கள் குள்ளர்களே. வயல்கள் எரிக்கப்பட்டுவிட்டன. ஆற்றில் பிணங்கள் மிதக்கின்றன. கிராமங்களில் மனித நடமாட்டமேயில்லை. திரும்பிப் போய்விடுங்கள். தன் இனத்தை அழித்துத் தானே முடிசூடிக் கொள்கிறான் மனிதன். போருக்குக் காரணங்கள் தேவையில்லை."

குள்ளர்கள் துயரமான குரலில் கேட்டார்கள்

"இனி நாங்கள் என்ன செய்வது."

கிழவன் சொன்னான்,

"சந்தோஷம் தான் வாசனையாக மாறுகிறது. யுத்தம் உலகின் சந்தோஷத்தைப் பறித்துக் கொண்டுவிட்டது. என்று சந்தோஷம் மீளுகிறதோ அன்று திரும்பிவாருங்கள்."

அந்தக் குள்ளர்கள் நால்வரும் நிமிஷத்தில் தண்ணீராக உருமாறினார்கள். ஒன்று கலந்து ஓடி, சிறு குளத்தில் நீரோடு ஒன்றாகினார்கள். பின் அவர்கள் குள்ளர்களாக உருக்கொள்ளவேயில்லை. இன்றும் நீராகக் காத்துக் கொண்டுதானிருக்கிறார்கள்.

...

58
காதல் பறவைகள்

அன்புமிக்கச் சுனிதா அகர்வால் அவர்களுக்கு,

நீங்கள் எனது திருமணப்பரிசாகக் கொடுத்தனுப்பிய இரண்டு காதல் பறவைகளை உங்களிடமே திருப்பி அனுப்பி வைக்கிறேன். இது முறையான செயலில்லை என்ற போதும் இந்தப் பறவைகள் வந்த நாள் முதல் நான் நிம்மதியற்றுப் போய்விட்டேன் என்பதால் இதை நீங்களே ஏற்றுக் கொள்ள வேண்டும் என்று மன்றாடுகிறேன்.

எனக்கோ, என் மனைவிக்கோ பறவைகள் வளர்க்க வேண்டும் என்ற ஆசை இருந்ததே கிடையாது. ஒருமுறை அழகான நாய்க்குட்டி ஒன்றை வீட்டிற்குக் கொண்டுவந்த போது உடனே அதை வெளியே கொண்டு போய்விட்டுவிட வேண்டும் என்று மனைவி சண்டையிட்டாள். இரவோடு இரவாக அதை நண்பர் ஒருவர் வீட்டில் ஒப்படைத்தேன்.

ஆனால், உயரதிகாரியான நீங்கள் இப்படி என்னைக் கேட்காமலே இந்தக் காதல் பறவைகளைப் பரிசாக அனுப்பி வைத்தபோது எப்படி மறுப்பது எனத் தெரியவில்லை.

இந்தப் பறவைகள் தொடர்பாக நடந்த சில நிகழ்ச்சிகளை நான் சொல்ல விரும்புகிறேன். முதல் நிகழ்ச்சி இந்தப் பறவைகள் எனது வீட்டிற்கு வந்த நாளிலிருந்து ஒருமுறை கூடக் குரல் எழுப்பவேயில்லை. காகிதத்தில் செய்து வைத்த பறவைகளைப் போல அமைதியாக இருந்தன. புதிய இடம் என்பதால் அப்படியிருப்பதாக எனது மனைவி சொன்னாள். ஆனால், மூன்று நாட்கள் கடந்தபிறகும் இப்பறவைகள் குரல்

எழுப்பவேயில்லை. ஏன் இவை இவ்வளவு மௌனமாக இருக்கின்றன என்றும் புரியவில்லை.

நானும் என் மனைவியும் அலுவலகம் கிளம்பிய பிறகு இந்தப் பறவைகள் நாள் முழுவதும் இனிய குரலில் சப்தமிடுவதாகவும் அது ஒரு காதல் நாடகம் போலிருப்பதாகவும் பக்கத்து வீட்டு ஆள் சொன்னார்.

அது உண்மையாக இருக்குமா எனச் சோதித்துப் பார்க்க நான் அலுவலகம் போவதாகப் பாவனை காட்டிவிட்டு வெளியே ஒளிந்து கொண்டேன். பக்கத்து வீட்டுக்காரர் சொன்னது நூறு சதவீத உண்மை என்பதை நானே பார்த்தேன்.

அந்தப் பறவைகள் ஒன்றையொன்று உரசிக் கொண்டன. அலகால் வருடின. இனிமையான குரல் எழுப்பின. இதைக் கண்டதும் எனக்கு ஆத்திரமாக வந்தது. சட்டென வாசற் கதவைத் திறந்து உள்ளே போனேன். என்னைக் கண்டவுடன் பறவைகள் ஒடுங்கிப் போயின.

இந்த நிகழ்வை என் மனைவியிடம் சொன்னபோது அவள் "சுத்தப்பொய்" என்றாள். மறுநாள் அவளே ஒளிந்திருந்து பார்த்து உண்மையை அறிந்து கொண்டபோது சொன்னாள்,

"காதற் பறவைகள் தனிமையை விரும்புகின்றன. அதை நாம் கெடுக்க வேண்டாம்."

"சரி அப்படியே இருக்கட்டும்" என்று விட்டுவைத்தேன். அடுத்த சில நாட்களில் என் மனைவி சொன்னாள்.

அந்தப் பறவைகள் நாளெல்லாம் சண்டையிடுவதாகப் பக்கத்துவீட்டுப் பெண்மணி சொல்கிறாள். உக்கிரமான சண்டையாம்.

அவள் சொன்னது போலவே ஒரு பறவை காயம்பட்டிருந்தது. அதை மட்டும் தனியே எடுத்து மருந்திட்டு வேறு ஒரு கூண்டு வாங்கி அதில் அடைத்து வைத்தேன். ஆனால், பிரிக்கப்பட்ட பிறகு அந்தப் பறவைகளின் சண்டை அதிகமாகியது. இரண்டும் பகலிலும் சண்டையிட்டுக் கத்தின. ஒரு நிமிஷம் ஓயவேயில்லை.

இது நடந்த இரண்டாம் நாள் ஒரு பறவை என்னைக் கண்டவுடன் "முட்டாள்... முட்டாள்" எனச் சொல்லத் துவங்கியது. இன்னொரு பறவை என் மனைவியைக் கண்டதும்

"முட்டாள்... முட்டாள்" எனக் கத்தியது. இருவராலும் அதைக் கேட்க முடியவில்லை. கூண்டின் மீது துணியைச் சுற்றி மறைத்து வைத்தேன். அப்படியும் என் நடை சப்தம் கேட்டுப் பறவை கத்தியது. என் மனைவியின் கனவில் அந்தப் பறவை வந்து சுற்றுவதாகப் பயந்து அலறினாள்.

இதன் பிந்திய நாட்களில் காரணம் இல்லாமல் நானும் என் மனைவியும் சின்னஞ்சிறு விஷயங்களுக்குக் கூடச் சண்டையிட ஆரம்பித்தோம். சில நாட்கள் அந்தக் காதல் பறவைகள் போலவே "முட்டாள்... முட்டாள்" எனப் பரஸ்பரம் திட்டிக் கொண்டோம். எங்களுக்கு என்ன ஆனது எனப் புரியவில்லை. வீடு நிம்மதியற்றுப் போனது.

இன்னும் இந்தக் காதல் பறவைகளை வைத்திருந்தால் அது எங்களை நிரந்தரமாகப் பிரித்துவிடும் என நம்புகிறேன். ஆகவே திரும்பி அனுப்பி வைக்கிறேன். கூண்டில் அடைபட்டால் பறவைகளுக்கும் கூடக் காதல் கசந்துவிடும் என்பதைப் புரிந்து கொண்டேன்.

நீங்கள் பரிசாக அனுப்பிய பறவைகளைப் பெற்றுக் கொள்ளுங்கள். இதில் எந்த வருத்தமும் உங்களுக்கு ஏற்படாது என நம்புகிறேன்.

உங்கள் உண்மையுள்ள ஊழியன்

புருஷோத்தமன்

...

59
கானலை அருந்தும் யானை

பாடிப் பரிசில் பெறுவதற்காக வந்த அவர் மூன்று நாட்களாகக் காத்திருந்தார். கொடிமங்கலத்து வாதுளி நற்சேந்தனார் என்பது அவரது பெயர்

மலைநாட்டில் பௌர்ணமி தோறும் நிலா வட்டம் கூடுவது வழக்கம். ஊர்க் கிழார் பாணர்களையும் பாடினிகளையும் வரவேற்றுக் கௌரவிப்பார். பரிசில் தந்து அனுப்பி வைப்பார். ஒரு முறை அவர் பாணன் ஒருவனுக்குப் புள்ளிமான் ஒன்றைப் பரிசாக அளித்து அனுப்பினார் என்றார்கள். புள்ளிமானுடன் ஒரு பாணன் நெடுந்தொலைவு நடந்து செல்லும் காட்சி நற்சேந்தனார் மனதில் வந்து போனது.

ஊர்க் கிழாரின் குடும்பத்தில் ஏதோ பிணக்கு. ஆகவே அவர் வெளியே வரமாட்டார் என்றார்கள். அவரை நாடிப் பலகாத தூரம் நடந்து வந்த நற்சேந்தனாருக்கு வேறு போக்கிடமில்லை. அவராக அழைக்கும் வரை தான் காத்திருப்பதாகச் சொன்னார்.

நிலா நாளின் இரவுகளில் ஊர்முற்றத்தில் கிழாரும் அவரது உற்றாரும் ஒன்று கூடுவார்கள். கள்ளும் சுட்ட இறைச்சியும் பரிமாறப்படும். துடி இசைத்துப் பாடல் பாடுவதும் கூத்தாடுவதும் நடக்கும். பாணன் தான் புனைந்த பாடலைப் பாடுவான். பின்பு பொருள் கூறுமாறு விளிப்பார் கிழார். பாணன் அப்பாடலின் நயத்தை எடுத்துச் சொல்வான். சில வேளைகளில் கிழாரே பொருள் சொல்வதும் நடக்கும். நிலா வெளிச்சத்தில் கவிதை கேட்கையில் சொற்களும் ஒளிரத்துவங்கிவிடுகின்றன.

ஏடும் எழுத்தாணியும் இல்லாமல் மனதிலிருந்தே பாணன் கவிதையைப் பாடுவான். கேட்பவரும் மனதிலே கவிதையை ஏற்றிக் கொள்வார்கள். பாணன் சென்றபிறகு கிழாரே சில நேரம் கேட்ட பாடலை நினைவிலிருந்து திரும்பச் சொல்லி இன்புறுவதுண்டு.

கவிதையின் வழியே இயற்கை பிரகாசமடைவதைக் கிழார் உணர்ந்திருந்தார். நாரையும் குரங்கும் நிலவும் சூரியனும் காற்றும் மழையும் கவிதையில் இடம்பெற்றவுடன் அபூர்வமான தோற்றம் கொண்டுவிடுகின்றன. பூவிற்குள் தேனிருப்பது போலப் பாடலுக்குள் ஓர் இனிமையிருக்கிறது. அதை ருசிக்கவே கிழார் பாணர்களை வரவேற்றார்

நற்சேந்தனாரைப் போலவே வேறு சில பாணர்களும் அந்த நிலா வட்டத்தில் பாடிப் பரிசில் பெறக் கிழாரின் முற்றம் நாடி வந்திருந்தார்கள். கிழார் அவர்களைக் காண மாட்டார் என்ற செய்தி அவர்களை வேதனைப்படுத்தியது. காத்திருக்க மனதின்றி அவர்கள் வேறு புரவலரை நாடி நடந்தார்கள். ஆனால் நற்சேந்தனார் புறப்படவில்லை. பாலை நிலம் மழைக்குக் காத்திருப்பது போலக் காத்திருந்தார்.

நிலா நாளில் முற்றம் கூடவில்லை. கிழாரைக் காணவும் முடியவில்லை. புறப்படும் வேளை வந்தது. நற்சேந்தன் கரடுமுரடான மலைப்பாதையில் ஒற்றை ஆளாக நடந்து திரும்பத் துவங்கினார்.

வீட்டில் காத்திருக்கும் கிழத்தியின் முகம், பசி கொண்ட பிள்ளைகளின் கண்கள், ஒடுங்கிய உடலுடன் படுக்கையிலிருக்கும் தந்தையின் உருவம் யாவும் நற்சேந்தன் மனதில் வந்து போயின.

யாரைக் கோவித்துக் கொள்வது. பரிசல் பெற்று வாழ்வதன் கொடுமையை இனி எத்தனை காலம் நீடிப்பது. ஏன் மனது இப்படிக் கவிதையில் கிடந்து உழறுகிறது. சொற்களால் வயிற்றுப் பசியைப் போக்க முடியுமா. நற்சேந்தனின் மனது கொந்தளித்தது. வெறும் கையோடு வீடு திரும்பும் மனிதன் அச்சு முறிந்த தேர் போலாகிவிடுகிறான். தன் மீதே கோபம் கொள்கிறான். இயலாமை அவன் மீது சவாரி செய்ய ஆரம்பிக்கிறது.

நடக்க நடக்க நற்சேந்தனின் மனதில் ஒரு பாடல் உருவாகத் துவங்கியது. கானல் நீரை மெய்யென நம்பி ஒரு யானை தன்

தும்பிக்கையை நீட்டி அகன்ற வாய் திறந்து குடிக்க முயன்றது. அது தண்ணீரில்லை. கானல். பேய்த்தேர் என்பார்களே அந்தத் தோற்ற மயக்கம். பாவம் அந்த யானை நீர் கிடைக்காமல் வருந்தி நிலத்தை விட்டு விலகியோடியது. அந்த யானையாகத் தன்னையே நினைத்துக் கொண்டார்.

மனதில் நீர்தேடி ஓடும் யானையின் உருவம் தோன்றி மறைந்தது. உலகம் வியக்கும் யானையாக இருந்தாலும் பசியை வெல்ல முடியாது. பசி யானையை மண்டியிடச் செய்யும். அலைக்கழிக்கும். தோற்கடிக்கும். மலைப் பாதையில் நடந்தபடியே மனதில் ஒவ்வொரு சொல்லாக அடுக்கி ஒரு பாடலை உருவாக்கினார் “விண் தோய் சிமைய விறல்வரை கவாஅன் , வெண்தேர் ஓடுங் கடங்காய் மருங்கில்” என நீளும் அப்பாடல் பசியின் அடையாளமேயில்லாமல் காதலின் துயரமாக உருமாறியது. அது தான் கவி செய்யும் மாயம்.

•••

60
பெயர் எழுதப்பட்ட கால்பந்து

அப்பாவின் நினைவாக வீட்டிலிருந்தது அந்தக் கால்பந்து. அதில் விளையாட்டு வீரர்களின் பெயர்கள் யாவும் கையெழுத்திடப்பட்டிருந்தன. மங்கிய அந்த எழுத்துகளைக் கொண்டு ஒன்றிரண்டு பெயர்களை மட்டுமே வாசிக்க முடிந்தது.

கால்பந்து விளையாட்டில் அப்பா கோல்கீப்பராக இருந்தார். அப்பா பரிசாகப் பெற்ற சில கோப்பைகள் வீட்டிலிருந்தன. ஆனால், அவர் கால்பந்து விளையாடுவது போல ஒரு புகைப்படம் கூட வீட்டில் இல்லை. எத்தனையோ மேட்ச் விளையாடியிருப்பாரே ஒன்றில் கூடவா புகைப்படம் எடுத்துக் கொள்ளவில்லை அல்லது அந்தப் புகைப்படங்களைத் தொலைத்துவிட்டார்களா?

எங்கள் திருமணத்திற்குப் பிறகு உன் அப்பா ஒருமுறை கூடக் கால்பந்து விளையாடியதில்லை. ஆகவே எனக்கும் அவர் எப்படி விளையாடுவார் என்று தெரியாது என்றாள் அம்மா.

திருமணத்தின் போது புகைப்படம் எடுத்திருப்பீர்கள் தானே எனக் கேட்டதற்கு அது ஒரு கதை. உன் அப்பா வீட்டில் எங்கள் காதலை ஏற்றுக் கொள்ளவில்லை. ஆகவே ரகசியக் கல்யாணம் செய்து கொண்டோம். புகைப்படம் எதையும் எடுக்கவில்லை. நீ பிறந்த மூன்றாம் மாதம் அவர் இறந்துவிட்டார் என்றாள் அம்மா.

அதைக் கேட்டு வருத்தமாக இருந்தது.

அப்பாவின் முகம் என்பது வெறும் சொற்களால் உருவாக்கப்பட்டது தானா.

அப்பாவை நினைவு கொள்ளும் அவரது நண்பர்கள் பலரும் அவர் ஒரு சிறந்த கோல்கீப்பர் என்று பெருமையாகப் பேசினார்கள். அவரது முன்கோபம் பற்றி நிறையக் கதை சொன்னார்கள்.

அப்பாவின் புகைப்படத்தைத் தேடி அவன் பல ஆண்டுகளாக அலைந்தான். அந்தக் காலக் கால்பந்தாட்ட குழுக்களிடம் விசாரித்தான். எல்லோருக்கும் அப்பாவின் பெயர் தெரிந்திருந்தது. ஒருவரிடமும் புகைப்படமில்லை.

அப்பா படித்த கல்லூரி மலரில் இருப்பதாகக் கேள்விப்பட்டு அக்கல்லூரிக்குச் சென்றான். ஆண்டு மலரில் கால்பந்தாட்ட அணியின் புகைப்படமிருந்தது. ஆனால், அதில் அப்பா இல்லை. அந்தப் புகைப்படத்திலிருந்தவர்களின் பெயர் விபரங்களைப் பெற்றுக்கொண்டு ஒவ்வொருவராகத் தொடர்பு கொண்டான். இதற்காகவே ஊர் ஊராகச் சுற்றினான். எவரிடமும் புகைப்படமில்லை.

திருச்சியிலுள்ள பழைய ஸ்டுடியோ ஒன்றில் கிடைக்கக் கூடும் என்றார்கள். அந்த ஸ்டுடியோ முதலாளி இருந்த நெகட்டிவ் எல்லாவற்றையும் எரித்துவிட்டதாகக் கூறினார். ஒரு மனிதன் பத்து ஆண்டுகள் தீவிரமாகக் கால்பந்து விளையாடியிருக்கிறான். ஆனால், அவனது ஒரு புகைப்படம் கூட எவரிடமும் இல்லை.

இந்தத் தேடுதல் வேட்டையில் பல்வேறு கால்பந்தாட்ட அணிகளின் அரிய புகைப்படங்களைத் தேடிக் கண்டுபிடித்தான். அந்தக் குடும்பங்களுக்கு இந்தப் பழைய புகைப்படத்தை அனுப்பி வைத்தான். தமிழகத்தின் புகழ்பெற்ற கால்பந்து வீரர்கள் கூட வாழ்க்கைப் போராட்டத்தில் தோற்றுப் போய்த் துயரத்தில் வாழ்ந்து முடிந்த கதையை அறிந்து கொண்ட போது வருத்தமாக இருந்தது.

பின்னொரு நாள் ஒரு நண்பன் தொலைபேசியில் அழைத்து "உன் அப்பா பெயர் எட்வின் செல்வ நாயகம் தானே" எனக் கேட்டான். "ஆமாம்" என்றான்.

"சிமெண்ட் பேக்டரி ஒன்றின் ஆடிட்டிற்காகச் சென்றிருந்தேன். பேக்டரி பொன்விழா மலரில் பழைய புகைப்படங்கள் கிடைத்தன. அதில் ஒன்றில் உன் அப்பா இருக்கிறார். அந்தப் புகைப்படத்தை வாட்ஸ் அப்பில் அனுப்பி வைத்திருக்கிறேன்."

வாட்ஸ்அப்பில் புகைப்படம் வந்திருந்தது. தெளிவற்ற கறுப்பு வெள்ளை புகைப்படம். மைதானத்தில் எடுக்கப்பட்டிருக்கிறது. விளையாட்டு வீரர்கள் ஒன்று கூடி நிற்கிறார்கள். அப்பா கையில் கால்பந்தை வைத்தபடியே நின்றிருந்தார். அவரது முகம் தெளிவாகத் தெரியவில்லை. ஆனால், அவர் நிற்கும் விதமும் பந்தை ஏந்திய நிலையும் அவனைப் பரவசப்படுத்தியது. இருபது வயதில் அவன் இருந்தது போலவேயிருந்தது அப்பாவின் தோற்றம். அதே முகச்சாடை, மூக்கு, கண்கள், சரிந்து விழும் தலைமயிர்.

வேகமாக ஒடி கண்ணாடியில் தன்னைப் பார்த்துக் கொண்டான். அப்பாவைக் காணுவது போலவேயிருந்தது. தன்னை மீறி அவன் சிரித்தான். அப்பாவும் சிரிப்பதாக நினைத்துக் கொண்டான்.

•••

61

பேசாத்துணை

ரோசி டிசோசா என்ற அந்தப் பெண்ணிற்குக் கடைசிவரை துணையாக இருந்தது அந்த நாய் மட்டுமே. அவள் நோயுற்ற தருணங்களில் கூட அந்நாய் படுக்கையின் அருகிலே இருந்தது. சில நேரம் ரோசி இரவில் நோயின் வேதனை தாங்கமுடியாமல் அழுவாள். அப்போது அந்த நாய் அவளது கைகளை நக்கித் தனது அன்பைத் தெரிவிக்கும். அவ்ளை மருத்துவமனையில் அனுமதித்த நாட்களில் நாய் வார்டின் உள்ளே வந்துவிட்டது. மருத்துவமனையினுள் நாயிற்கு அனுமதியில்லை என வெளியே துரத்திவிட்டார்கள். அப்படியும் அந்நாய் மருத்துவமனை வளாகத்தை விட்டுப் போகவேயில்லை.

மனிதர்கள் காட்டாத அபூர்வமான நேசத்தை நாய்கள் காட்டுகின்றன. நாய்களுக்கு அதன் எஜமானர்களின் சுகதுக்கங்கள் நன்றாகத் தெரியும். எஜமானரின் சந்தோஷமே நாய்களின் மகிழ்ச்சி.

ரோசி டிசோசா இறந்த அன்று அந்த நாய் சவ ஊர்வலத்தினைப் பின்தொடர்ந்தது. அவளது கல்லறையை விட்டு அகலவேயில்லை. யாராலும் அந்த நாயை அங்கிருந்து அப்புறப்படுத்த முடியவில்லை.

ரோசி டிசோசா இறந்த இரண்டாம் நாள் அவளது உயில் பிரிக்கப்பட்டது. அவளது சொத்தின் மதிப்பு ஆறரைக் கோடிக்கும் அதிகமாகயிருந்தது.

தனது சொத்து முழுவதையும் அந்த நாயிற்கே எழுதியிருந்தாள். முன்பு போலவே இனியும் அந்நாய் தனது வீட்டிலே வசிக்க வேண்டும். அதற்கு வேளைக்கு வேளை உணவு தருவதற்காக

ஒரு காப்பாளர் நியமிக்கப்பட வேண்டும். அந்த நாயைத் தவிர வேறு மனிதர் எவரும் அந்த வீட்டில் வசிக்கக் கூடாது. நாயின் காலத்திற்குப் பிறகு கைவிடப்பட்ட இன்னொரு நாயை அந்த வீட்டில் குடியிருக்கச் செய்ய வேண்டும்.

ஒரு வேளை நாய் இறந்து போனால் அதற்கு முறையாக இறுதி ஊர்வலம் நடத்தப்பட வேண்டும். அதற்கும் கல்லறை கட்டப்பட வேண்டும். அதன் உருவச்சிலை வீட்டின் முகப்பில் வைக்கப்பட வேண்டும் என்று உயில் எழுதியிருந்தாள். உயிலை நிறைவேற்ற நியமிக்கப்பட்ட வழக்கறிஞர் விசித்திரமான அந்த உயிலை நடைமுறைப்படுத்த வேண்டி அந்த நாயை அவளது வீட்டிற்கு அழைத்து வந்தார்.

நாயை அந்த வீட்டின் உரிமையாளர் என்று பதிவு செய்து கொடுத்தார். அதற்கான உணவு தர ஒருவர் நியமிக்கப்பட்டார். அவர் மூன்று வேளையும் அந்த வீட்டிற்கு வந்து உணவு கொடுத்துப் போனார். நாயின் பெயருக்கே வரி விதிக்கப்பட்டது. வீட்டின் முகப்பில் நாயின் பெயரே பொறிக்கப்பட்டது.

ஒவ்வொரு நாளும் மாலையில் அந்நாய் தனது வீட்டிலிருந்து கிளம்பி ரோசி டிசோசாவின் கல்லறையை நோக்கிச் செல்லும். அக்கல்லறையின் முன்னால் இரவெல்லாம் படுத்துக் கிடக்கும். விடிகாலையில் வாடிய முகத்துடன் மெதுவாக வீடு திரும்பி வரும்.

பின்பு பகல் முழுவதும் ரோசி டிசோசாவின் படுக்கை அறையில் அவளது கட்டிலை ஒட்டி படுத்துக் கிடக்கும். அவள் வழக்கமாகக் காபி தயாரிக்கும் நேரம் வந்தவுடன் அந்நாய் சமையலறையை நோக்கிச் செல்லும். அவள் இல்லாத போதும் அந்நாய் இருப்பதாகவே நம்பியது.

உணவு கொண்டுவருபவர் அந்நாய் கொஞ்சம் கொஞ்சமாக உணவை விலக்கி வருவதை அறிந்தார். சரியாக ஆறு ஆண்டுகள் இப்படி வசித்த அந்நாய் பின்பு ஒரு நாள் ரோசி டிசோசா கல்லறையின் முன்பாகவே இறந்து கிடந்தது.

அந்நாய் இறந்து போனது ரோசி டிசோசா இறந்து போன அதே நாள். அதே நேரம் என்பது தான் ஆச்சர்யமான ஒற்றுமை.

...

62
சிறியதே அழகு

பிரம்மாண்டமான மலையின் அருகில் அமைந்திருந்தது அந்தப் பௌத்த மடாலயம். அதில் இளந்துறவிகள் நிறைய இருந்தார்கள். ஒவ்வொரு நாளும் அவர்களுக்கு ஒரு புது பயிற்சி அளிக்கப்பட்டது.

அன்றைய நாளின் பயிற்சியாகப் பிக்கு தரசக் எதிரேயுள்ள மலையைச் சிறியதாக்கும்படி கட்டளையிட்டார். இவ்வளவு பெரிய மலையை எப்படிச் சிறியதாக்குவது என இளந்துறவிகளுக்குத் தெரியவில்லை. அவர்கள் மலையின் அருகே சென்று கண்மூடித் தியானம் செய்தார்கள். சிலர் மந்திரம் சொன்னால் சிறியதாகிவிடும் என நினைத்து உச்சாடனம் செய்தார்கள். ஒருவராலும் மலையைச் சிறியதாக்க முடியவில்லை.

மாலை நேரம் பிக்கு தரசக் அங்கே வந்து எளிய விஷயத்தைக் கூட ஏன் செய்ய இயலவில்லை என்று சிரித்தபடியே ஒரு கலயத்தில் தண்ணீர் நிரப்பி வைத்தார்.

சில நிமிஷங்களில் சலனமற்ற தண்ணீரில் மலையின் தோற்றம் தெரிய ஆரம்பித்தது.

பிக்கு தசரக் மென்மையான குரலில் சொன்னார்,

"இதோ மலை சிறியதாகிவிட்டது. எல்லாப் பெரிய பொருட்களும் ஏதோவொரு இடத்தில் சிறியதாவது தான் இயற்கை. சிறியதே அழகு. சிறிய குவளை பெரும் ஆற்றின்

நீரை ஏந்திக் கொள்வதில்லையா. குவளைக்குப் பானைத் தண்ணீரும் ஒன்று தான். சுழித்தோடும் ஆறும் ஒன்று தான். நீங்கள் குவளையாக இருங்கள்."

அன்றைக்கு இளந்துறவிகள் ஒரு புதிய பாடத்தைக் கற்றுக் கொண்டார்கள்.

...

63
கூட்டாஞ்சோறு

அந்த ஊரின் சிறந்த சமையற்காரர்களாக இருந்த எவரும் திருமணம் செய்து கொள்ளவில்லை. அதிலும் துரையப்பா, சாமியார் போலச் சாயவேஷ்டி தான் கட்டிக் கொள்வார். சமைக்கிறவன் துறவியாக இருக்க வேண்டும் என்பது போலிருக்கும் அவரது தோற்றம்.

கல்யாண வீடுகளில் துரையப்பா சமையல் என்றால் தனி விசேசம். எல்லாத் திருமண வீடுகளுக்கும் சமைக்க அவர் ஒத்துக் கொள்வதில்லை. துரையப்பாவைக் கட்டாயப்படுத்தி எவரும் சமைக்க வைத்துவிட முடியவே முடியாது. அவரது சம்பளம் 1001 ரூபாய். அதில் பாதியைக் கோவிலுக்குக் கொடுத்து விடுவார்

கல்யாண வீட்டில் அவர்தான் பலசரக்குச் சாமான்கள் வாங்குவார். அவர்தான் என்ன சமைக்க வேண்டும் என்று முடிவு செய்வார். அதில் திருமண வீட்டார் தலையிடக்கூடாது. எரியும் அடுப்பிலிருந்து அரைக்கும் தேங்காய் வரை அவர் கண்முன்னே நடக்க வேண்டும். சமையற்பணியாளர்களை ஒரு போதும் கடிந்து கொள்ளமாட்டார். சமைக்கிறவன் கோபப்பட்டால் சமையல் விளங்காது என்பது அவரது நம்பிக்கை.

துரையப்பா ஒரு டம்ளர் தண்ணீரில் விரலை நனைத்துக் கொடுத்தால் போதும் அதுவே ருசிமிக்க ரசமாகிவிடும் என்பார்கள். அவரது கைப்பக்குவம் அப்படி.

பச்சைப் பாம்பை உருவிவிட்டுத் தான் இந்த ருசி கைகூடியது என்று பெண்கள் பேசிக் கொள்வார்கள். சிலர் பிறவியிலே பெற்ற அதிர்ஷ்டம் என்பார்கள்.

துரையப்பா திருமண வீடுகளுக்குச் சமைக்கப் போகாத நாட்களில் தனக்கெனச் சமைத்துக் கொள்வதில்லை. அரைமூடி தேங்காய். ஒரு வாழைப்பழம். சில நேரம் பச்சைக் காய்கறிகளைச் சாப்பிடுவதுண்டு. யார் வீட்டுக்காவது சாப்பிடக் கூப்பிட்டாலும் போகமாட்டார்.

திருமண வீட்டில் துரையப்பா சமையலைச் சாப்பிட்ட பெண்கள் அவர் மீது பொறாமைப்படுவார்கள். இப்படி ஓர் அவியல் தங்களால் வைக்க முடியவில்லையே என்று அவரிடம் பக்குவம் கேட்பார்கள். அவர் சிரித்தபடியே "அதுல என்ன பக்குவம் இருக்கு. எல்லாத்தையும் ஒண்ணா போட்டு வேகவைக்க வேண்டியது தானே" என்பார். "ரகசியத்தைச் சொல்ல மாட்டாரு" என்று சலித்துக் கொள்ளும் பெண்களிடம் துரையப்பா சொல்வார்.

"கைப்பக்குவம் என்ன இருக்கு. மனப்பக்குவம் தான்மா சமையலுக்கு ருசி. சமையற்காரன் அவசரப்படக்கூடாது. கோபதாபம் இருக்கக் கூடாது. படிப்பாளி சரஸ்வதி தேவியைக் கும்பிடுகிற மாதிரி நாம அடுப்பில் வாழுற அன்னபூரணியைக் கும்பிடணும். சமையல் தானா கைகூடவேண்டும். நம்ம கையில் ஒண்ணுமில்லை."

துரையப்பா சிறுவயதில் மிகுந்த வறுமையில் கஷ்டப்பட்டார். பன்னிரண்டு பிள்ளைகளைப் பெற்ற பெற்றோர் அவரைப் பாட்டி வீட்டில் வளர்க்க விட்டுப்போனார்கள். பெரும்பாலும் இரவு வேளைகளில் சாப்பிட எதுவும் கிடைக்காது. பட்டினி தான். வெறும் வயிற்றோடு தான் படுத்துக் கிடப்பார்.

பகலிலும் பாட்டி சமைக்க நிறைய நேரம் எடுத்துக் கொள்வாள். பாட்டிக்கு உதவி செய்வதற்காகவே அவர் சமையல் கற்றுக் கொண்டார். பாட்டி இறந்த பிறகு தான் சமையல் வேலைக்குச் சென்றார்.

அந்த நாட்களில் அடுப்பிலிருந்து வரும் வாசனையை வைத்தே அவர் அந்த உணவு என்ன பக்குவத்திலிருக்கிறது என்பதை அறிந்து சொல்லத் துவங்கினார். அந்தத் திறமை தான் அவரைச் சமையற்காரனாக மாற்றியது. பின்பு அவர் சமைக்காத பெரிய திருமணங்களே இல்லை. துரையப்பா வைக்கும் அவியலுக்கும், சாம்பாருக்கும், பால் பாயாசத்திற்கும்

அடிமை என்றே ஊர்மக்கள் சொல்வார்கள். இத்தனை பேரும் புகழும் இருந்த போதும் துரையப்பாவிடம் ஒரு விசித்திரமான பழக்கமிருந்தது.

மாதம் ஒரு நாள் புளியந்தோப்பிற்கு வருவார். அங்கே விளையாடிக் கொண்டிருக்கும் சிறுவர்களை அழைத்துக் கூட்டாஞ்சோறு சமைக்கலாம் என்பார். சிறுவர்கள் ஆசையாக வீட்டிற்கு ஓடி ஆளுக்கு ஒரு கை அரிசி கொண்டு வருவார்கள். சிலர் காய்கறிகள், உப்பு புளி மிளகாய்க் கொண்டு வருவார்கள். ராக்கு தன் வீட்டிலிருந்த பெரிய மண்பானையைக் கொண்டு வருவான்.

கல் அடுப்பு மூட்டி துரையப்பா புளியந்தோப்பிலே சமைக்க ஆரம்பிப்பார். சிறுவர்கள் அவர் சமைப்பதை ஏதோ மாயாஜாலக் காட்சி பார்ப்பது போலப் பார்த்துக் கொண்டிருப்பார்கள். சோற்றோடு காய்கறிகளை வெட்டிப்போட்டு அவர் கூட்டாஞ் சோறு சமைப்பார். இதற்குள் ஒரு பையன் வாழை இலை வெட்டிக் கொண்டு வந்திருப்பான்.

புளியந்தோப்பிற்குள் உட்கார வைத்துச் சிறுவர்களுக்கு அவரே பரிமாறுவார். பெரிய அகப்பையில் அள்ளி அள்ளி இலையில் வைப்பார். ஆஹா அப்படியொரு ருசி. நாக்கு குதியாளம் போடும். சாப்பிடும் சிறுவர்களின் கண்களில் அந்தச் சந்தோஷம் பீறிடும். சிறுவர்கள் சாப்பிட்ட கையை நாக்கால் நக்கி நக்கி ருசிப்பதைக் கண்டு சிரித்துக் கொள்வார்.

கூட்டாஞ்சோறு இரண்டு கை அளவு மட்டுமே பானையில் மிச்சமிருக்கும். அதில் தான் ஒரு கை எடுத்து இலையில் வைத்துச் சாப்பிடுவார். அப்போது மட்டுமே அவர் தன் சமையலைப் புகழ்ந்து கொள்வார். மீதமான ஒரு கை கூட்டாஞ்சோற்றைப் பூமித்தாயிற்குப் படையல் என்று சொல்லி மண்ணில் சிறிய குழி தோண்டி அந்தச் சோற்றைப் போட்டு மூடிவிடுவார். பின்பு கண்களை மூடிப் பிரார்த்தனை செய்வது போல நின்றிருப்பார். சில நேரம் அவரது கண்கள் கசிந்து போயிருக்கும். சிறார்கள் மீண்டும் விளையாட ஆரம்பிப்பார்கள். துரையப்பா தன் வீடு நோக்கித் திரும்பிப் போவார்.

ஆயிரம் திருமண வீடுகளில் சமைத்திருந்தாலும் அந்தக் கூட்டாஞ்சோறு தான் அவருக்குப் பிடித்தமான சமையல்.

ருசி நாக்கில் படிந்தவுடன் அது நினைவாகிவிடுகிறது. நல்ல நினைவுகள் ஒரு நாளும் அழிவதேயில்லை. எத்தனை வயதானாலும் நல்ல சாப்பாட்டிற்கு ஏங்குவது அந்த நினைவால் தான்.

பசியைக் கடந்து செல்பவர்களின் கைகளுக்குத் தான் ருசி சாத்தியப்படும் போலும்.

...

64

ரிங் மாஸ்டர்

சர்க்கஸிலிருந்த அந்தச் சிங்கம் மூன்று வேடிக்கைகளைச் செய்தது. முக்காலியில் ஏறி நின்று இரண்டு கால்களைத் தூக்கி சல்யூட் அடிப்பது, கால்பந்து ஒன்றைக் காலால் உதைத்து விளையாடுவது, நெருப்பு வளையம் ஒன்றில் பாய்ந்து தாவுவது என இந்த மூன்றையும் சிங்கம் செய்யும் போது அரங்கம் அதிரும். பார்வையாளர்கள் கூச்சலிடுவார்கள். கைதட்டுவார்கள்.

ரிங் மாஸ்டர் பணிவுடன் தலை வணங்கி அந்தப் பாராட்டினை ஏற்றுக் கொள்வான். பின்பு சிங்கத்தின் பிடரியைத் தடவி விட்டு ஒரு வளர்ப்பு நாயைப் போலக் கூண்டிற்குக் கூட்டிச்செல்வான்.

காட்டிலிருந்த வரை அந்தச் சிங்கம் சவுக்கைப் பற்றிக் கேள்விப்பட்டது கூடக் கிடையாது. ஆனால், பிடிபட்டு சர்க்கஸிற்குக் கொண்டுவரப்பட்ட நாளில் முதல் சவுக்கடி அதன் மீது விழுந்த போது ஆவேசமாகச் சப்தமிட்டபடியே பாய்ந்தது. ஆனால், கழுத்தில் கட்டப்பட்ட சங்கிலி இறுக்கிப் பிடிக்கவே தடுமாறி விழுந்தது. ரிங் மாஸ்டர் மறுபடியும் சவுக்கால் வேகமாக அடித்தான். சவுக்கடி பட்ட வலி சிங்கத்தை மூர்க்கமாக்கியது.

ரிங் மாஸ்டர் சிரித்தபடியே சொன்னான்.

“உன்னை விட நான் பலசாலியில்லை. ஆனால் தந்திரசாலி”

சிங்கம் அவனைப் பாய்ந்து கொல்ல வேண்டும் எனத் துடித்தது. இரண்டு நாட்கள் அவன் சிங்கத்திற்கு

உணவளிக்கவில்லை. பசி தாங்க முடியாமல் இரும்புக் கம்பிகளைக் கடிக்க முயன்று தோற்றது. மூன்றாம் நாள் அவன் உணவைக் கொண்டு வந்து கூண்டின் வெளியே வைத்து விட்டுச் சவுக்கோடு நின்றிருந்தான்.

கண்ணெதிரே உணவு தெரிந்தாலும் சிங்கத்தால் சாப்பிட முடியவில்லை. அவன் இப்போது சவுக்கை உயர்த்திச் "சாப்பாடு வேண்டுமென்றால் இந்த முக்காலியின் மீது ஏறி நில்" என்று சப்தமிட்டான். அவன் உத்தரவிற்குப் பணிந்து சிங்கம் முக்காலி மீது ஏறி நின்றது. அவன் சவுக்கை உயர்த்தியபடியே "கால்களை உயர்த்திச் சல்யூட் அடி" என்று சப்தமிட்டான். பழக்கமில்லாத சிங்கம் பசியைப் போக்கிக் கொள்ள அவன் சொன்னபடியே செய்தது.

அப்படித்தான் மூன்று வேடிக்கைகளையும் சிங்கம் பழகியது.

சவுக்கும், கூண்டும், பசியும் தான் தன்னை இப்படியாக்கி வைத்திருக்கிறது என உணர்ந்த சிங்கம் அந்த மனிதனை ஏமாற்றுவதற்காகவே அவன் சொல்வதைச் செய்வதாக நம்பியது. சிறிய நடிப்பின் வழியே தேவையான உணவைப் பெற்றுக் கொள்ளலாம் என்றால் அதைச் செய்ய வேண்டியது தானே எனக் கருதியது சிங்கம்.

ரிங் மாஸ்டரும் சிங்கத்தைப் போலவே பசியைத் தாங்கிக் கொள்ள முடியாமலே சர்க்கஸில் வேலைக்குச் சேர்ந்தான். சிங்கத்தின் கூண்டினைப் போலவே அவனுக்குச் சர்க்கஸ் கூடாரம். அதைவிட்டு வெளியே போக முடியாது. சிங்கத்திற்குச் சவுக்கு என்பது போல அவனுக்கு முதலாளி தரும் சம்பளம். சிங்கத்தைப் போலவே அவனும் முதலாளியை ஏமாற்றுவதற்காகவே நடித்துக் கொண்டிருந்தான்.

எட்டு ஆண்டுகள் அந்தச் சர்க்கஸ் இந்தியா முழுவதும் சுற்றி வந்தது. எல்லா நாளும் சிங்கம் இந்த மூன்று வேடிக்கைகளைச் செய்து கைதட்டு வாங்கியது. மற்ற நேரங்களில் அது கூண்டிற்குள் படுத்துக்கிடந்தது. தேவையான இறைச்சியை இரும்பு வாளியில் கொண்டு வந்து போடுவார்கள். மழைக்கால இரவில் திடீரென வானில் இடி இடிக்கும் போது அதற்குக் காடு நினைவிற்கு வரும். அப்போது சிலிர்த்து எழுந்து கொள்ளும். ஆனால், கூண்டினை விட்டு வெளியே போக முடியாது என்ற நிஜம் அதை மறுபடி முடக்கிவிடும்.

எஸ்.ராமகிருஷ்ணன் ● 173

எப்போதாவது சில வேளை கூண்டினைச் சுற்றிவரும் வண்ணத்துப்பூச்சிகளைக் காணும் போது யாரும் சவுக்கால் அடித்து வண்ணத்துப்பூச்சிகளை வேடிக்கை செய்யச் சொல்வதில்லை எனப் பொறாமையாக இருக்கும்.

சிங்கத்தின் மனதில் என்றாவது ஒரு நாள் அந்த ரிங் மாஸ்டரை அடித்துக் கொல்ல வேண்டும் என்ற கோபம் ஒளிந்திருந்தது.

ஒரு குறிப்பிட்ட நாளில் அவன் சிங்கத்தைச் சர்க்கஸ் அரங்கிற்குக் கொண்டு வந்தபோது சவுக்கைக் கொண்டுவரவில்லை. கலையாத போதையில் நடந்து வந்தவன் சிங்கத்தை முக்காலியில் உட்காரும்படி உத்தரவிட்டான்.

எப்போதும் போல நடந்து முக்காலி மீது ஏறி நின்ற சிங்கம் ரிங் மாஸ்டரை வெறித்துப் பார்த்து. இது தான் சந்தர்ப்பம். ஒரே அடி. இத்தனை ஆயிரம் மக்கள் முன்னால் அவனை அடித்துக் கொல்ல வேண்டும். சிங்கத்தின் கண்கள் உக்கிரமாகின. அவன் சிங்கத்தை அடுத்த விளையாட்டிற்கு அழைப்பதற்காகக் கைகளை உயர்த்தினான்.

சிங்கம் அவனை நேர்கொண்டு பார்த்தது. அவனும் பார்த்தான். அந்தக் கண்களிலிருந்த வெறி அவன் உடலை அதிரச் செய்தது. தன் கையில் சவுக்கில்லை என்று அறிந்தவுடன் பயத்தை மறைத்துக் கொண்டு கீழே இறங்கி பந்தை எடு என உக்கிரமாகக் கத்தினான்.

அவன் மீது பாய்ந்து தாக்கச் சிங்கம் தாவியது, பார்வையாளர்கள் பயத்தில் கத்தினார்கள்.

ரிங் மாஸ்டர் முகத்தில் மரணபயம் பீறிட்டது.

சிங்கம் ரிங் மாஸ்டர் மீது பாயாமல் தாவி பந்தின் அருகில் வந்து அதை உதைத்து விளையாட ஆரம்பித்தது. பார்வையாளர்கள் ஆரவாரம் செய்தார்கள்.

ரிங் மாஸ்டர் சிங்கத்தைத் தடவிக் கொடுத்தான். ஒரு நிமிஷம் அவன் மனதில் அது சிங்கம் என்ற உண்மை தோன்றி மறைந்தது.

சிங்கம் எதுவும் நடக்காதது போன்ற பாவனையில் வளர்ப்பு நாயைப் போல அவன் பின்னால் நடந்தது.

எட்டு வருஷப் பழக்கம் என்பது சாதாரண விஷயமா என்ன.

65
கர்னலின் நாற்காலி

அந்த மரநாற்காலி கர்னல் ஜேம்ஸ் ஃபார்லாங்கிற்காகவே செய்யப்பட்டது. அவர் ஆறடிக்கும் அதிகமான உயரம் என்பதால் அவரது உடலமைப்பிற்கு ஏற்ப தேக்கு மரத்தில் நாற்காலி செய்து கொடுத்தார் பெருமாள் ஆசாரி. 19வது படைப்பிரிவின் தலைவராகவும் நிலக்காட்சி ஓவியராகவும் இருந்த ஜேம்ஸ் ஃபார்லாங் தான் பயணம் செய்யும் இடங்களுக்கெல்லாம் அந்த நாற்காலியைத் தூக்கிக் கொண்டு வருவதற்காகவே சவரிமுத்துவை நியமித்திருந்தார்.

அவன் நாற்காலியின் இருபக்கமும் கயிறுகள் போட்டு அதை முதுகில் சுமந்தபடியே வருவான். ஏற முடியாத மலைப்பகுதியாக இருந்தால் நாற்காலியில் ஜேம்ஸ் ஃபார்லாங்கை உட்கார வைத்துத் தானே சுமந்து கொண்டு மலையேறுவான். ஜேம்ஸ் தவிர வேறு எவரும் அந்த நாற்காலியில் உட்காருவதற்கு அனுமதி கிடையாது. இரவில் அந்த நாற்காலியைப் பட்டுத் துணி சுற்றி தனியே பாதுகாத்து வைத்திருப்பது வழக்கம்.

கர்னல் ஜேம்ஸ் ஃபார்லாங் பயங்கர முன்கோபி. ஆத்திரம் வந்தால் வெள்ளிப்பூண் போட்ட பிரம்பால் அடி பிய்த்து எடுப்பது வழக்கம். சவரிமுத்துவும் நிறைய முறை அடிவாங்கியிருக்கிறான். அடிவாங்கியவர்கள் வலியில் சப்தமிட்டால் மேலும் அடி விழும். ஆகவே யாரும் கத்தமாட்டார்கள்.

படைப்பிரிவு ஓரிடம் விட்டு மற்றோர் இடம் போகையில் ஜேம்ஸ் தனது கறுப்புக் குதிரையின் முன்னால் செல்வார். சவரி முத்துவும் பணியாளர்களும் சோல்ஜர்களின் பின்னால் நடந்து வருவார்கள். எங்காவது ஜேம்ஸ் தனது குதிரையை நிறுத்தினால்

மறு நிமிஷம் சேர் என்று உரத்துச் சப்தம் எழுப்புவார். அந்தச் சப்தம் கேட்டவுடன் சவரி நாற்காலியோடு ஓடுவான். எவ்வளவு வேகமாக ஓடி அவர் முன்னே நாற்காலியைப் போட்டாலும் அவர் கோபத்தில் திட்டுவதே வழக்கம். சில நேரம் நாற்காலி தரையில் சரியாக நிற்கவில்லை என்றாலும் அவனுக்குத் தான் அடிவிழும். ஒருமுறை அவன் நாற்காலியைச் சேற்றில் போட்டுவிட்டதாக முப்பது கசையடி பெற்றதும் உண்டு.

ஓவியம் வரையும் போது ஜேம்ஸ் ஃபார்லாங்கின் இயல்பு மாறிவிடும். ஆழ்ந்த தியானத்தில் இருப்பவன் போலத் தூரத்து மலையைப் பார்த்தபடியே இருப்பான். ஒரு முறை குன்றின் உச்சியில் நாற்காலியைப் போடச்சொல்லி அந்தச்சூரியனைப் பார்த்தபடியே இருந்தான்.

முகாமிட்ட நாட்களில் கூடச் சவரிக்கு ஓய்வு கிடையாது. திடீரென நள்ளிரவில் ஜேம்ஸ் ஃபார்லாங் குதிரையில் கிளம்பிவிடுவான். அப்போது இருட்டில் நாற்காலியைத் தூக்கிக் கொண்டு ஓட வேண்டும். ஒருமுறை ஜேம்ஸ் நோயுற்ற போது சவரி மூன்று நாட்கள் நாற்காலியைத் தொடவேயில்லை. பகலும் இரவும் உறங்கினான். அவனது கனவில் கூட ஜேம்ஸ் ஃபார்லாங் சேர் என்று கத்துவது கேட்டது.

விசுவாசமான ஊழியனாகவும் அமைதியான மனிதனுமாக இருந்த சவரியை ஒருமுறைகூட ஜேம்ஸ் ஃபார்லாங் பாராட்டவில்லை. சவரி தனது சொந்த ஊருக்குப் போய் தந்தை தாயைப் பார்த்து வர அனுமதிக்கவுமில்லை. நாற்காலியைப் போட்டு அமர வசதியற்ற இடங்களில் சவரிமுத்துவை குனிந்து மண்டியிடச் சொல்லி அவன் முதுகில் ஜேம்ஸ் ஃபார்லாங் உட்கார்ந்து கொள்வார். சவரி முத்து ஒருபோதும் கோபம் கொள்ளவேயில்லை.

மஞ்சள் அருவி எனப்படும் பேரருவியைக் காண மலையேறிய போது வழியில் மழை பெய்ய ஆரம்பித்தது. ஈரமான காட்டுப்பாதையில் நடக்க முடியவில்லை என்று ஜேம்ஸ் ஃபார்லாங் நாற்காலியில் ஏறி உட்கார்ந்து சுமக்கச் சொன்னார். காற்றோடும் மழையோடும் அவர்கள் நடந்தார்கள். நாற்காலியைச் சுமந்தபடியே நடப்பது சிரமமாக இருந்தது.

ஒரு சரிவில் ஜேம்ஸ் வலப்பக்கம் திரும்பி நடக்கும்படி உத்தரவிட்டார். அந்தப் பாதையில் இறங்கி நடக்கும் போது உடன் வந்த சோல்ஜர்கள் வழிதப்பிப் போய்விட்டதைச் சவரி

முத்து உணர்ந்தான். ஜேம்ஸ் அவர்களைப் பற்றித் தனக்குக் கவலையில்லை நீ நட என்று சப்தமிட்டார். திடீரென அந்தக் காட்டில் தானும் ஜேம்ஸ் ஃபார்லாங்கும் மட்டுமே இருப்பதை உணர்ந்தான். பெருமழை அவன் மனதில் ஏதேதோ விபரீத எண்ணங்களை உருவாக்கியது. தொலைவில் மஞ்சள் அருவியின் ஓசை கேட்க ஆரம்பித்தது.

நடக்க நடக்க மழை நின்றது போல மாலைவெயில் பரவ ஆரம்பித்தது. அந்த மஞ்சள் வெளிச்சத்தில் அருவி பொன்னிறமாகத் தெரியத் துவங்கியது. ஜேம்ஸ் ஃபார்லாங் வியப்போடு ஒண்டர்புல் என்றபடியே நாற்காலியை உயரமான பாறை ஒன்றின் மீது போடும்படி சொன்னான். சவரி முத்து நாற்காலியைப் பாறையின் மீது போட்டபோது அது சரியாக நிற்கவில்லை. கீழே உட்கார்ந்து நாற்காலியின் காலைப் பிடித்துக் கொள் என்றான் ஜேம்ஸ் ஃபார்லாங். சவரி முத்து அப்படியே செய்தான்.

ஜேம்ஸ் ஃபார்லாங் தனது சிறிய நோட்டில் அருவியின் தோற்றத்தை பென்சிலால் வரையத் துவங்கியபோது சவரி முத்து ஜேம்ஸை ஏறிட்டுப் பார்த்தான்.

திடீரெனக் காடு அவனிடம் ஏதோ சொல்வது போலத் தோன்றியது. தூரத்து மேகம் கூட அவனிடம் எதையோ சொன்னது.

சவரி முத்து பிறகு ஒரு நிமிஷமும் யோசிக்கவில்லை. நாற்காலியோடு ஜேம்ஸை அருவியை நோக்கித் தள்ளினான். பேரருவியினுள் நாற்காலி விழுந்து பாறையில் மோதி சிதறிப்போவது தெரிந்தது. ஜேம்ஸ் ஃபார்லாங் அருவிக்குள் விழுந்து மறைந்து போனான். அதன் பிறகு சவரிமுத்துவை யாரும் காணவேயில்லை. ஜேம்ஸ் ஃபார்லாங்குடன் அவனும் அருவியில் சிக்கி இறந்துவிட்டதாகவே நம்பினார்கள்.

ஆனால், தென்மாவட்டத்தின் சின்னஞ்சிறிய கிராமத்தில் சவரி முத்து ஆடு மேய்த்தபடியே எளிய வாழ்க்கையை வாழ்ந்து கொண்டிருந்தான். தன் வாழ்க்கையில் ஒருமுறை கூட எந்த நாற்காலியிலும் சவரி முத்து உட்காரவில்லை என்பது தான் வாழ்வின் விசித்திரம்.

...

எஸ்.ராமகிருஷ்ணன்

66

கப்பல் நூலகம்

ஜே.எஸ்.பிரதானா என்ற கப்பலில் ராமபத்ரன் நூலகராக இருந்தார். ஆங்கிலம், பிரெஞ்சு ஸ்பானிஷ் உள்ளிட்ட பதினாறு மொழிகளில் வெளியான புத்தகங்கள் அங்கிருந்தன. 1950களில் அந்தக் கப்பலின் கேப்டனாக இருந்த வின்சன்ட் ஸ்மித் தீவிர வாசிப்பாளர் என்பதால் அரிய புத்தகங்களை வாங்கிச் சேகரித்திருந்தார்.

ராமபத்ரன் கப்பல் நூலகத்தின் பொறுப்பாளராகப் பணிக்குச் சேர்ந்து பன்னிரண்டு ஆண்டுகள் கடந்துவிட்டன. வருஷத்தின் ஒன்பது மாதங்கள் கப்பலில் வேலை. மூன்று மாதங்கள் விடுமுறை. அப்போதும் அவர் சொந்த ஊருக்குப் போனதில்லை. துறைமுக நகரங்களில் புத்தகங்கள் வாங்குவதற்காகக் கடை கடையாகத் தேடி அலைவார். மூன்று மாத காலத்திற்குள் ஆயிரம் புத்தகங்களுக்கும் மேலாகச் சேகரித்துவிடுவார். பின்பு அவற்றைக் கப்பலுக்குக் கொண்டு சென்று வரிசையிட்டுப் பதிவு செய்வது அவரது வேலை.

பயணிகள் கப்பல் என்பதால் எப்போதும் பரபரப்பாகவே இருக்கும். ராமபத்ரனுக்குக் கப்பலில் சிறியதோர் அறை ஒதுக்கப்பட்டிருந்தது. அவர் பெரும்பாலும் நூலகத்திலே இருப்பார். அவருக்கு உறுதுணை செய்வதற்காக இரண்டு உதவியாளர்கள் இருந்தார்கள். அவர்கள் பயணிகள் கேட்கும் புத்தகங்களை எடுத்துத் தருவார்கள். ஆகவே ராமபத்ரன் நிறைய வாசிப்பதற்கு நேரமிருந்தது.

நூலகத்திலே அமர்ந்து வாசிப்பதற்காக மூன்று வட்ட மேஜைகள் இருந்தன. அதில் எப்போதும் சில கிழவர் உட்கார்ந்து

எதையாவது படித்துக் கொண்டிருப்பார்கள். முதற்வகுப்பு கப்பற்பயணிகள் நூல்களைத் தனது அறைக்குக் கொண்டு சென்று படிக்கலாம். மாலைநேரம் கப்பலின் மேற்தளத்தில் போடப்பட்டிருந்த நாற்காலியில் அமர்ந்து இளம் பெண்கள் புத்தகம் வாசிப்பதுண்டு.

மிதந்து செல்லும் நூலகம் என்பது விசித்திரமானது. அது கடலின் மீது சொற்களால் ஆன நிலவெளியை உருவாக்கக் கூடியது.

ராமபத்ரனுக்கு நாவல்கள் படிப்பதில் மட்டும் தான் ஆர்வம். கப்பல் நூலகத்தில் புத்தகம் கேட்டு வருபவர்கள் பெரும்பாலும் வரலாறு சார்ந்தோ, கடற்பயணம் சார்ந்தோ தான் புத்தகம் கேட்பார்கள். சிலர் கவிதை நூல்களைக் கேட்பதுண்டு. அபூர்வமாகச் சிலர் புதிய மொழிகள் கற்றுக்கொள்ளும் துணை நூல்களை வாங்கிப் போவதுண்டு.

ராமபத்ரன் நாவல்களைப் படிப்பதற்கு முக்கியக் காரணமிருந்தது. நாவலைப் புரட்டத் துவங்கியதும் நிலம் கண்முன்னே தோன்றத் துவங்கும். ஊரும், மனிதர்களும், காதலும், குடும்பச் சண்டைகளும் விரிவடையும். தான் கப்பலில் இருக்கிறோம் என்பதையும் முடிவற்ற கடலின் கொந்தளிப்பையும் அவர் மறந்துவிடுவார். நாவலின் சூரியனும் உலகின் சூரியனும் ஒன்றில்லை. நாவலில் பெய்யும் மழை உலகின் மழையை விட வேறானது. அப்படித்தான் நாவலின் மனிதர்களும்.

ராமபத்ரனுக்கு ஒரு பழக்கமிருந்தது. நாவலில் தனக்குப் பிடித்தமான கதாபாத்திரம் ஒன்றிற்குக் கடிதம் எழுதுவார். அக்கடிதம் தான் அக்கதாபாத்திரத்தை எவ்வளவு நேசிக்கிறேன் என்பதை வெளிப்படுத்துவதாகியிருக்கும். சில நேரம் அந்தக் கதாபாத்திரத்திற்கு ஆலோசனைகள் சொல்வதாக இருக்கும். ஒன்றிரண்டுசமயம் கதாபாத்திரத்திற்குப் பண உதவிதேவைப்பட்டால் அனுப்பி வைப்பதாகக் கூடக் கடிதம் அமைந்திருக்கும். இந்தக் கடிதங்களை எழுதுவதன் மூலம் ராமபத்ரன் நாவலுடன் மிக நெருக்கமாவதாக உணர்ந்தார். கடிதங்களை யார் முகவரியிட்டு அனுப்புவது என்ற யோசனையில் நாவலின் பெயரையும் நாவல் வெளியான தேசத்தின் பெயரையும் எழுதிவிடுவார்.

எழுதிய கடிதங்களைத் தபால் பெட்டியில் போடுவதற்குப் பதிலாகத் தனது நூலகத்திலிருந்த சிறிய மரப்பெட்டி ஒன்றில்

போட்டுவிடுவார். கதாபாத்திரங்கள் தனக்கு எழுதப்பட்ட கடிதங்களை எப்படி வாசிக்க முடியும் என அவர் யோசிப்பதேயில்லை. நூலகத்தின் மரப்பெட்டியில் அவர் எழுதிய நூற்றுக்கும் மேற்பட்ட கடிதங்கள் இருந்தன. அன்னாகரீனினாவில் துவங்கி மேடம் பவாரி, லோலிதா, கேப்டன் அஹாப், ஜோசப் கே, வரை பலருக்கும் அவர் கடிதங்கள் எழுதியிருக்கிறார். அதில் ஒன்றிரண்டு காதல் கடிதங்கள்.

எந்தத் தபால்காரனாலும் நாவலுக்குள் வாழும் கதாபாத்திரங்களிடம் தபால்களை வழங்கமுடியாது தானே. கதாபாத்திரங்களால் நம் வாழ்க்கையை மாற்றிவிட முடியும். நம்மால் அதன் வாழ்க்கையை ஒருபோதும் மாற்ற முடியாது என்பது விசித்திரமே.

1979இல் ஜே.எஸ்.பிரதானா தனது ஓட்டத்தை நிறுத்திக் கொள்வதாக அறிவித்த போது ராமபத்ரன் கடலை விட்டு நிலத்தில் போய் வாழ வேண்டுமா என வருந்தப்பட்டார். அதை விடவும் நாள் முழுவதும் வசித்த நூலகம் பறிபோனதே என்பது கூடுதல் வருத்தமாக இருந்தது. கப்பல் சிங்கப்பூருக்குக் கடைசிப் பயணத்தை மேற்கொண்டது. நூலகத்திலிருந்து அவருக்குத் தேவையான புத்தகங்களை எடுத்துக் கொள்ளலாம் எனக் கேப்டன் உத்தரவு கொடுத்திருந்தார். ஒரு பெட்டி நிறைய தனக்குப் பிடித்தமான புத்தகங்களை எடுத்து அடுக்கிக் கொண்டார்.

கதாபாத்திரங்களுக்கு எழுதப்பட்ட கடிதங்களை என்ன செய்வது என்று யோசித்தார். அவற்றைத் தன்னோடு கொண்டுபோவதில் அவருக்கு விருப்பமில்லை. ஆகவே கடலின் மேற்தளத்திற்கு மரப்பெட்டியைக் கொண்டு சென்று கடிதங்களைக் கடலில் கொட்டினார்.

ஒரு போதும் சந்தித்துக் கொள்ள முடியாத மேடம் பவாரியும், லோலிதாவும், கேப்டன் அஹாப், ஜோசப் கேவும் கடலில் ஒன்று சேர்ந்தார்கள்.

சொந்த ஊர் திரும்பிய ராமபத்ரன் பின் நாவல் எதையும் வாசிக்கவுமில்லை. எந்தக் கதாபாத்திரத்திற்கும் கடிதம் எழுதவுமில்லை.

•••

67

பாஷோவின் தோழி

ஜென் கவிஞர் பாஷோவின் தோழியும், சாமுராய் சுனேரியின் மனைவியும் ஆறு குழந்தைகளின் தாயுமான டென் சுடேஜோ எப்போதாவது தான் கவிதைகள் எழுதுவாள். அதுவும் சமைக்கிற நேரம் தான் அவளுக்குக் கவிதைகள் மனதில் தோன்றும். சமையலறைச் சுவரில் வரையப்பட்டிருந்த கொக்கின் அருகில் சென்று தன் மனதிலிருந்த கவிதையை அவள் மெல்லிய குரலில் பாடுவாள். ஓவியக் கொக்கு தான் அவளது கவிதையின் வாசகன். இறக்கை விரிந்து பறக்கும் வெண்ணிறமான அந்தக் கொக்கு கேட்டால் போதும் என்று டென் சுடேஜோ மகிழ்ச்சி அடைந்தாள்.

அவளும் பாஷோவும் ஒரே ஆசிரியரிடம் படித்தவர்கள். அவளது திருமணத்திற்கு முன்பு ஒரேயொரு முறை அவர்கள் சந்தித்துக் கொண்டார்கள். அப்போது டென் சுடேஜோ கவிதைகளைப் பற்றி நிறையப் பேசினாள். தனது கவிதைகள் சிலவற்றை அவரோடு பகிர்ந்து கொண்டாள். எத்தனை அழகான கவிதைகள் என்று பாஷோ வியந்து பாராட்டினார். அவர்கள் பிரியும்போது பாஷோ அவளுக்கு ஒரு கவிதை எழுதிக் கொடுத்தார்.

“ஒரே மரத்திலிருந்தாலும்

இலைகள் இரண்டும்

உதிர்ந்தே பூமியில் ஒன்று சேருகின்றன.”

அவளும் பாஷோவிற்கு ஒரு கவிதை எழுதிக் கொடுத்தாள்.

"இரண்டு நீர்த்துளிகள்

சந்தித்துக் கொண்டுவிட்டால்

பிரிக்க முடியாத ஒரே துளியாகி விடுகின்றன"

பாஷோ மிகுந்த மகிழ்ச்சியோடு அந்தக் கவிதையை ஏற்றுக் கொண்டார்.

திருமணத்திற்குப் பிறகு டென் சுடேஜோவை அவர் சந்திக்கவேயில்லை.

தனது நீண்ட பயணத்தின் ஊடே அவர் டென் சுடேஜோவின் ஊருக்கு வந்து சேர்ந்தார். அவளது வீடு தேடிச் சென்று தன் வருகையைப் பற்றி அவளிடம் தெரிவிக்கும் படி பணிப் பெண்ணிடம் தெரிவித்தார். அவரைப் போன்ற அற்ப நாடோடியை வீட்டினுள் அனுமதிக்கமுடியாது என்று வெளியே துரத்தி அனுப்பினார்கள்.

பாஷோ பணிப் பெண்ணிடம் தன் சார்பாக ஒரு கவிதையைச் சொல்லி அனுப்பினார்.

"மரத்திற்குத் தெரியும்

குளத்தில் ஒளிரும் நிலவு

குளத்திற்குச் சொந்தமானதில்லை"

அந்தக் கவிதைக்குப் பதிலாக டென் சுடேஜோ ஒரு கவிதையைச் சொல்லி அனுப்பினாள்.

"குளிர்கால ஆகாசம்

காகிதக் கொக்கு ஆசைப்படுகிறது.

பறப்பதற்கு."

அவளது நிலையைப் புரிந்து கொண்ட பாஷோ தனித்திருந்தாலும் நீர்த்துளியின் ஈரம் மறைவதில்லை என்றபடியே ஊரை விலக்கி நடக்கத் துவங்கினார்.

●●●

68
முற்றுப் பெறாத ஓவியம்

தான் திருடிய வீடுகளில் படம் வரைந்து விட்டுச் செல்லும் ஒரு திருடன் இருந்தான். இவ்வளவு அருமையாக ஓவியம் வரையத் தெரிந்தவன் ஏன் திருடன் ஆனான் என்று திருட்டு கொடுத்த வீட்டோர் நினைக்குமளவு அவனிருந்தான்.

திருட வந்த தனக்கு ஒரு பயமும் இல்லை என்பதன் அடையாளம் போலவே அவன் ஓவியம் வரைந்து போனான் என்றார்கள் சிலர்.

ஆனால், வேறு சிலரோ அவன் திருடிய பொருளுக்கு இணையாக இப்படி ஓர் ஓவியத்தை வரைந்து போயிருக்கிறான் என்றார்கள்.

காவல்துறை அதிகாரிகளோ அவன் தான் சாதாரணத் திருடனில்லை என்று காட்டுவதற்காக வரைகிறான். இது ஒரு சவால் என்றார்கள்.

எது எப்படியோ அவன் வரைந்த சித்திரங்களைக் கண்ட எவரும் அதிலிருந்து விடுபட முடியவேயில்லை. குழந்தைகளையும் பெண்களையும் அது மிகவும் வசீகரித்தது. மகிழ்ச்சிப்படுத்தியது. பெரும்பாலும் அவன் மலர்களையும் முகமற்ற மனிதர்களையுமே வரைந்தான். அதுவும் சில வீட்டுச் சுவர் முழுவதும் ஓவியம் வரைந்திருந்தான்.

அந்தச் சித்திரங்களைக் கண்ட ஒரு பெண் சொன்னாள்,

"அவன் திருடி விட்டுச் செல்லும் போது குற்றவுணர்வு கொள்ளாமல் இருக்கவே ஓவியம் வரைகிறான். இப்போது ஓவியம்

வரையப்பட்ட நம் வீட்டுச் சுவர் அவனுடையதாகிவிட்டதே. அந்த ஓவியங்களைப் பாருங்கள். பதற்றமில்லாத கோடுகள். எல்லா உருவங்களும் மகிழ்ச்சியை வெளிப்படுத்துவதாகவே இருக்கின்றன."

அவள் சொல்வது உண்மை என்பதைத் திருட்டுக் கொடுத்த வீட்டுக்காரனும் உணர்ந்தான். ஒவ்வொரு வீட்டிலும் திருடன் கையெழுத்துப் போட்டது போலவே அந்த ஓவியமிருந்தது.

திருட்டுக் கொடுத்த வீட்டின் மீதான பரிதாபம் கலைந்து போய், அவ்வீட்டின் ஓவியத்தைக் காண அண்டை அயலோர் வந்து கொண்டேயிருந்தார்கள். ஓவியத்தை வியந்து பேசினார்கள்.

யார் அந்தத் திருடன் எனக் கண்டறிய முடியவேயில்லை. காவலர்கள் ஓவியத்திறமை கொண்ட பலரையும் சந்தேகத்தில் வரவழைத்து விசாரித்தார்கள். ஒருவராலும் அது போன்ற நேர்த்தியான கோடுகளை வரைய முடியவில்லை. இரவுக் காவலை அதிகரித்துத் திருடனைப் பிடிக்கப் பலவிதங்களில் காவல்துறை முயற்சி செய்தது. ஆனால், அவனைக் கண்டுபிடிக்க முடியவேயில்லை.

உள்ளூர்த் திருடர்களைக் கொண்டு அவனைக் கண்டறியவும் காவல்துறை முயன்றது. அவர்களுக்கு ஏன் ஒரு திருடன் இப்படி ஓவியம் வரைகிறான் என்று புரிந்து கொள்ள முடியவேயில்லை.

செக்காலைத் தெருவில் வசித்த வணிகன் வீட்டில் திருடிவிட்டு அவன், தலை நிறைய மலர்கள் சூடிய ஒரு பெண்ணை வரைந்திருந்தான். ஆனால், அந்த ஓவியம் முழுமை பெறவில்லை. இதுவரை அவன் வரைந்த ஓவியங்கள் அத்தனையும் விடப் பேரழகுடன் இருந்தது. ஆனால், அது பாதியிலே நின்றிருந்தது.

அந்த ஓவியத்தைக் கண்ட ஒரு கிழவன் சொன்னான்,

"இனி அவன் திருட மாட்டான்."

ஏன் என்று பலரும் கேட்டார்கள். தனக்குத் தெரியவில்லை. ஆனால், அப்படித் தோன்றுகிறது என்றான் கிழவன்.

கிழவன் சொன்னது போலவே அதன் பிறகு திருடன் எங்கேயும் திருடவேயில்லை. எந்த வீட்டிலும் அவன் ஓவியம் வரையவுமில்லை.

ஏன் பேரழகான ஓவியத்தைப் பாதியில் நிறுத்தினான் என்றோ, யார் அந்தத் திருடன் என்றோ கடைசி வரை ஒருவருக்கும் தெரியவில்லை.

சில விசித்திரங்கள் கடைசிவரை புதிராகவே மிஞ்சி விடுகின்றன. திருடனும் அப்படியே மாறிப்போனான்.

…

69
சிண்ட்ரெல்லாவின் நரை

சிண்ட்ரெல்லாவிற்கு வயதாகியிருந்தது. எள்ளுப்பூவின் வெண்மையிலிருந்தது அவளது தலை. இப்போது அவள் மன்னர் நடத்தும் எந்த விருந்திலும் கலந்து கொள்வதில்லை. நீண்டகாலமாகவே அவளது மாயச்செருப்புகள் பயன்படுத்தப்படாமல் தங்கப்பெட்டியினுள் இருந்தன.

அரண்மனை வாழ்க்கை சிண்ட்ரெல்லாவை மிகவும் மாற்றியிருந்தது. மாற்றாந்தாயின் கொடுமையில் வசித்த நாட்களில் பசித்த வேளைகளில் அவளுக்கு உணவு கிடைக்காது. நல்ல உடைகள் இருக்காது. அலங்காரம் செய்து கொள்ள முடியாது. ஏன் சப்தமாகப் பாட்டுப்பாடக்கூட முடியாது.

ஆனால், இளவரசனைத் திருமணம் செய்து கொண்டபிறகு, போதும், போதும் எனச் சலிக்குமளவு உடைகளும் உணவும் உபசரிப்பும் அடைந்துவிட்டாள்.

இளமை சொல்லித்தராத பாடத்தை முதுமை கற்றுக் கொடுத்துவிடுகிறது. அதுவும் அழகிகளுக்கு முதுமை ஒரு சுமையாக மாறிவிடுகிறது.

சில வேளைகளில் சிண்ட்ரெல்லா கண்ணாடியில் தன்னைப் பார்த்துக் கொள்ளும் போது இவ்வளவு தானா வாழ்க்கை. எத்தனை கனவுகள். எவ்வளவு ஆசைகள், அத்தனையும் வடிந்துவிட்டதே என்று ஏக்கம் கொள்ளுவாள். உலகில் எந்தப் பறவைக்கும் நரைத்துப் போவதில்லையே பின் ஏன் தனக்கு மட்டும் தலைமயிர் நரைத்துவிட்டது எனக் கவலை கொள்வாள்.

எந்த இளவரசன் மீது தீராத ஆசை கொண்டிருந்தாளோ அவரை இப்போது பார்ப்பது கூடச் சலித்துவிட்டது. முதுமை மனிதர்களை விடவும் இயற்கையை அதிகம் நேசிக்க வைக்கிறது.

மாற்றாந்தாயின் பிள்ளைகளுக்கும் வயதாகியது. அவர்கள் இப்போது சிண்ட்ரெல்லாவை முன்பு வெறுத்ததை விடப் பலமடங்கு அதிகமாக வெறுத்தார்கள். அவளைச் சதிகாரி என்றார்கள். மாற்றாந்தாய் இறக்கும் போது தேவதைகளுக்குச் சாபம் கொடுத்தாள்.

ஆண்டிற்கு ஒருமுறை புத்தாண்டு விழாவிற்காக மட்டுமே சிண்ட்ரெல்லா தன்னை முழுமையாக அலங்கரித்துக் கொள்வாள். விருந்து மண்டபத்தில் அவளைச் சந்திக்கும் பலரும் அவள் அணிந்திருப்பது மாயச்செருப்புகள் தானா என்று கேட்பது அவளை எரிச்சல் படுத்தும். மனதின் ஆசைகள் தானே மாயச்செருப்புகளாகின. அதை ஏன் புரிந்து கொள்ள மறுக்கிறார்கள் என்று உள்ளூர கோபம் கொள்ளுவாள். வீடும், செல்வமும், வேலையாட்களும், அதிகாரமும் சந்தோஷத்தைத் தந்துவிடுவதில்லை என்று சிண்ட்ரெல்லா நன்றாக உணர்ந்திருந்தாள். அரண்மனை அவளது தனிமையை அதிகப்படுத்தியது. முதுமை அவளது அழகின் பொன் ரேகைகளை மறையச் செய்து கொண்டிருந்தது.

ஒரு நாள் அவள் மாயச் செருப்புகளை அணிந்து கொண்டு தனது பூர்வீக வீட்டிற்குப் பறந்து சென்றாள். இடிந்து கிடந்த வீட்டின் கிணற்றடி அருகே நின்றாள்.

வீட்டைச் சுற்றியிருந்த பூச்செடிகள் ஒன்றுகூட இல்லை. சுற்றுச்சுவரில் கூட்டமாக வந்தமரும் பறவைகளைக் காணவில்லை. புகைப்போக்கி உடைந்து போயிருந்தது. உடைந்து சிதிலமான சுவர்கள். ஆனால், சிறுமியாக இருந்த நாளிலிருந்து அவள் விளையாடிக் களித்த மரம் அப்படியே இருந்தது. அந்த மரத்தை ஆசையாகத் தொட்டுக் கொண்டாள். பின்பு அதிலோர் ஊஞ்சல் கட்டினாள். அதிலே ஏறிக்கொண்டு முன்பின்னால் அவள் ஆடத்துவங்கிய போது காலத்தின் முன்னும் பின்னுமாக மனது ஊசலாட ஆரம்பித்தது.

ஊஞ்சலின் வேகத்தில் திடீரென அவள் தான் முதுமையானவள் என்பதை உணர்ந்தாள். மனது மிகவும் வருத்தமானது. ஊஞ்சலை விட்டு இறங்கி அவள் தனியே நடக்கத் துவங்கினாள்.

அவளது மாயச்செருப்புகள் கிணற்றடியிலே கிடந்தன. வீங்கிய பாதங்களுடன் புழுதி படிந்த சாலையில் அவள் மிக மெதுவாக நடந்தாள். அவளது அரண்மனையோ மிகவும் தொலைவிலிருந்தது.

...

70

ஒரு சொல்

ஆம்பலார் என்று அழைக்கப்படும் ஆம்பல் கந்தசாமி கவிராயருக்கும் மேலகரம் கச்சிநாதனுக்கும் இடையில் நன்னூல் சூத்திரம் ஒன்றுக்குப் பொருள் சொல்லுவதில் ஏற்பட்ட கருத்து மோதல் தீராப்பகையாக மாறியது.

ஆம்பலார் தனது கருத்துக்கு ஆதரவாகப் புகழ்பெற்ற தமிழறிஞர் பலரையும் ஒன்று சேர்ந்தார். இது போலவே கச்சிநாதனையும் தமிழ்ப் புலவர்கள் பலரும் ஆதரித்தார்கள்.

இந்தக் கருத்துவேறுபாட்டின் காரணமாக ஆம்பலார் கலந்து கொள்ளும் விழா எதிலும் கச்சிநாதன் கலந்து கொள்வதில்லை. கச்சிநாதன் தலைமை பதவி வகித்த பொதிகை தமிழாய்வு மலரில் ஆம்பலாரோ, அவரது மாணாக்கர்களோ கட்டுரை எழுதுவதில்லை என்றானது.

ஆண்டு தோறும் மதுரையில் நடைபெறும் தொல்காப்பியர் விழாவிற்கு ஆம்பலார் வந்த போது கச்சிநாதனின் ஆட்கள் தலையில் துண்டு போட்டுக் கொண்டு அவரை அவமதித்தார்கள். இதற்கு எதிர்வினையாகக் கச்சிநாதன் எழுதிய செந்தமிழ் மணிமாலை நூலைக் கழுதை மீது வைத்து ஊர்வலம் விட்டார்கள் ஆம்பலாரின் மாணாக்கர்கள்.

மகாவித்வான் பட்டுக்கரை சுப்பையா என்ற ஆசிரியரிடம் ஆம்பலாரும் கச்சிநாதனும் ஒன்றாகப் பாடம் கற்றார்கள். ஆம்பலார் வயதில் மூத்தவர். இருவரின் தமிழ்ப் புலமையும் நிகரற்றது. ஆம்பலார் சித்திரக்கவி எழுதும் திறமை கொண்டவர். எளிய விவசாயக் குடும்பத்தில் பிறந்தவர்.

முன்கோபி. கச்சிநாதனின் தந்தையோ புகழ்பெற்ற வழக்கறிஞர். சைவப்பற்றாளர். தலைமுறையாகத் தமிழ்த் தொண்டு புரியும் குடும்பமது.

ஒரேயொரு சொல்லுக்குப் பொருள் கூறுவதில் தான் இருவரும் கருத்து வேறுபாடு கொண்டிருந்தார்கள். தான் சொல்வதே சரியென இருவரும் வாதிட்டார்கள். சண்டையிட்டார்கள்.

1934ல் கச்சிநாதன் வெளியிட்ட நன்னூல் உரையைத் தமிழைப் பழிக்கும் செயல் என்று ஆம்பலாரின் சார்பாக வழக்குத் தொடரப்பட்டது.

பவணந்தி முனிவர் இயற்றியருளிய நன்னூலைக் காக்கவே வழக்குத் தொடர்ந்ததாக ஆம்பலார் வாதிட்டார்.

இருவரும் ஆறு ஆண்டுகள் நீதிமன்றத்திற்கு அலைந்தார்கள். இதனால் ஆம்பலார் தன் சொத்தில் பாதியை இழந்தார். குடியிருந்த வீடு மட்டுமே மிஞ்சியது.

தீர்ப்பு கச்சிநாதனுக்குச் சாதகமாகவே வந்தது. அதன் காரணமாக ஆம்பலாரின் கோபம் மிக அதிகமானது.

கச்சிநாதன் மீதான கோபம் காரணமாக ஆம்பலார் சிவன் கோவிலுக்குப் போவதையே நிறுத்திக் கொண்டுவிட்டார். கச்சிநாதனும் ஆம்பல் என்ற சொல் வரும் பாடல் எதையும் வாசிப்பதை நிறுத்திக் கொண்டுவிட்டார்.

முப்பது ஆண்டுகள் தொடர்ந்த இந்தச் சண்டை தமிழ் அறிஞர்களை இரண்டாகப் பிரித்து வைத்திருந்தது.

ஒரு மழைக்காலத்தில் ஆம்பலார் நோயுற்றார். அவரது மாணாக்கர்கள் அன்றாடம் வந்து நலம் விசாரித்துப் போனார்கள். ஒரு நாள் ஆம்பலாரின் கனவில் இறந்து போன மகா வித்வான் பட்டுக்கரை சுப்பையா தோன்றி நன்னூல் சூத்திரத்திற்குக் கச்சிநாதன் சொன்ன பொருளே சரி என்று சொன்னார். திடுக்கிட்டு எழுந்த ஆம்பலார் விடியும் வரை அதே யோசனையோடு இருந்தார்.

ஆசான் சொல்வது சரி தான். ஏதோ ஒரு வீண் பிடிவாதம் காரணமாகச் சண்டையிட்டுவிட்டோம் என உணர்ந்து உடனடியாக ஒரு மன்னிப்புக் கடிதம் எழுதி அதைக் கச்சிநாதன் வசம் கொடுக்கும்படி தனது மூத்த மகனை அனுப்பி வைத்தார்.

கடிதம் கண்ட கச்சிநாதன் நெகிழ்ந்து போனார். நன்றி தெரிவித்துப் பதில் கடிதம் கொடுத்தார்.

அப்படியும் மனது கேளாமல் நாளிதழ் ஒன்றில் தனது மன்னிப்பை ஒரு விளம்பரமாகக் கொடுத்தார் ஆம்பலார். அதை வாசித்த அவரது மாணாக்கர்கள் அனைவரும் தத்தமது சார்பில் கச்சிநாதனுக்கு மன்னிப்புக் கடிதம் அனுப்பி வைத்தார்கள்.

மன்னிப்பு மட்டும் கேட்டால் போதாது என நினைத்த ஆம்பலார் கச்சிநாதனுக்கும் அவரது மாணாக்கர்களுக்கும் தன் வீட்டிலே விருந்து தருவதாக அழைப்பு விடுத்தார்.

குறித்த நாளில் கச்சிநாதன் ஆம்பலாரின் வீட்டிற்குத் தன் மாணாக்கர்களுடன் வந்து சேர்ந்தார். ஆம்பாலரின் காலில் விழுந்து வணங்கி "தமிழுக்காகவே வாதிட்டோம்" என்றார். கைதூக்கிவிட்டபடியே ஆம்பலாரும் "தமிழுக்காகவே மன்னிப்பு கேட்கிறேன்" என்றார்.

ஆம்பலார் தன் கையால் கச்சிநாதனுக்கு அமுது படைத்தார். உண்டு முடித்த கச்சிநாதன் கை கழுவிவிட்டுத் திரும்பும் போது தன் அங்கவஸ்திரத்தைக் கொடுத்துத் துடைத்துக் கொள்ளச் சொன்னார் ஆம்பலார்.

"அய்யா" எனப் பதறிப்போனார் கச்சிநாதன்.

"மன்னிப்பு கேட்பது இப்போது தான் முழுமையடையும்" என்றார் ஆம்பலார்.

கச்சிநாதன் தயங்கித் தயங்கிக் கைதுடைத்துவிட்டுச் சொன்னார்

"தமிழால் இணைந்தோம்."

...

71

வாஸ்கோடகாமாவின் அடிமை

14*98*ஆம் ஆண்டு வாஸ்கோடகாமா கோழிக்கோடு துறைமுகத்திற்குக் கப்பலில் வந்திறங்கிய போது அவனுடன் மூர் இனத்தைச் சேர்ந்த சில அடிமைகளும் இருந்தார்கள். அவர்களில் ஒருவன் தான் மிலா. உண்மையில் அது அவனது பெயரில்லை. அவனது விசித்திர உருவத்தைக் கண்ட மக்கள் அவனை மிலா என்று அழைத்தார்கள்.

மன்னரின் விருந்தினராக வாஸ்கோட காமா மூன்று மாதங்கள் தங்கியிருந்த நாட்களில் மிலா சுற்றுப்புறக் கிராமங்களில் அலைந்து திரிந்தான். நீர் நிலைகளும் வானுயர்ந்து நிற்கும் தென்னை மரங்களும் மிளகுக்கொடிகளும் பசுக்களும் அழகான கிராமங்களும் அவனைக் கவர்ந்தன. வாஸ்கோடகாமா கப்பலில் தன்னுடைய நாடு திரும்பும் போது மிலா தான் கேரளாவிலே தங்கிக் கொள்வதாகச் சொன்னான்.

அவனை அங்கே தங்க வைத்தது இரண்டு விஷயங்கள் ஒன்று காத்தாயினியின் சிரிப்பு. மற்றொன்று பலாப்பழம். இரண்டும் ஒரே நேரத்தில் தான் அறிமுகமாயின.

பசுமையின் கோப்பை போல அகன்று விரிந்திருந்த நிலப்பரப்பின் ஊடேயிருந்தது அக்கிராமம். தென்புறத்தில் பெருகியோடும் சிறுநதி. அழகான படித்துறைகள். தென்னந்தோப்புகள். வாழைத்தோட்டங்கள். சிவப்பு ஓடு வேய்ந்த வீடுகள்.

மிலா ஓர் இளம்பெண் தன் வீட்டின் முற்றத்தில் பலாப்பழம் ஒன்றை அறுப்பதைப் பார்த்துக் கொண்டிருந்தான். காத்தாயினி என்ற அந்தப் பெண்ணிற்குப் பதினைந்து வயதிருக்கக் கூடும்.

வெண்கலச்சிற்பம் போன்ற உடல், பருத்த மார்புகள், அடர்ந்த கருங்கூந்தல் கொண்டிருந்தாள்.

அவள் மிலாவைப் பார்த்துச் சிரித்தபடியே பலாச்சுளை வேண்டுமா என்று சைகையிலே கேட்டாள். அந்தப் பெண்ணின் சிரிப்பு மிலாவிற்குக் குளிர்ந்த தண்ணீர் உடலில் பட்டது போலிருந்தது. ஆசையாகக் கையை நீட்டினான். அவள் பெரிய சுளையாக ஒன்றை அவனது கையில் போட்டாள். அப்படியே அதை வாயில் போட்டு அவன் கடித்து மெல்ல ஆரம்பித்தபோது அவள் சிரித்தபடியே அப்படியே சாப்பிடக்கூடாது. கொட்டையை எடுத்துவிட்டுச் சாப்பிட வேண்டும் என்று செய்து காட்டினாள்.

மிலா மறுபடியும் கையை நீட்டினான். இந்த முறை அவளே கொட்டையை நீக்கிக் கொடுத்தாள். மிலா அதை வாயிலிட்டு மென்றான். இத்தனை இனிப்பான பழத்தை அவன் வாழ்நாளில் சாப்பிட்டதில்லை. அவன் கை தானே அவள் முன்னே நீண்டது. அவள் இன்னொரு சுளையை அவன் கையில் வைத்தபடியே அவ்வளவு தான் என்று தலையை ஆட்டினாள். பலாச்சுளைகளைச் சாப்பிட்டுக் கொண்டேயிருக்க வேண்டும் என்ற ஆசை மிலாவிற்கு வந்தது.

அந்த ஊரிலே தங்கிவிட்டான். யார் வீட்டில் சக்கை அறுத்தாலும் அங்கே மிலா சென்று கையை நீட்டியபடியே நின்றிருப்பான். அத்தோடு பலாப்பழத்தைச் சுமந்து கொண்டு வருவதற்கும், மரத்திலிருந்து பறிப்பதற்கும் உதவியாக இருந்தான். கிராமவாசிகள் கோவிலுக்குக் காணிக்கை செலுத்துவது போல மிலாவிற்குப் பலாச்சுளைகளைக் கொடுத்தார்கள்.

சில நாட்கள் அவனைக் கோவிலடிக்கு அழைத்து வந்து ஒரு வேடிக்கை காட்டுவார்கள். அதாவது ஒரு முழுப் பலாப்பழத்தை அவன் ஒருவனே சாப்பிட்டுக் காட்டுவான். அவன் பீமசேனன், அவனுக்கு வயிற்றுநோவு வரவே வராது என்றார் ஒரு கிழவர்.

காத்தாயினி வீட்டின் திண்ணையில் தான் மிலா எப்போதுமிருப்பான். மழைநாளில்கூட வீட்டிற்குள் வர மாட்டான். காத்தாயினிக்காக விறகு வெட்டித் தருவான். சில நேரம் அவளது பசுவை மேய்ச்சலுக்கு அழைத்துப் போய் வருவான். காத்தாயினி அவனை வாரம் ஒருமுறை மலைக்கோவிலுக்கு அழைத்துக்கொண்டு போய்வருவாள். அவளது சிரிப்பு தான் அவனைக் கட்டிப்போட்டிருந்தது.

ஆறுமாதங்களில் அவன் மலையாளம் பேசக் கற்றிருந்தான். கொச்சையான அவனது பேச்சை காத்தாயினி ரசித்தாள். அவனையே திருமணமும் செய்து கொண்டாள். அப்போதும் அவன் வீட்டுத் திண்ணையை விட்டு உள்ளே வரமாட்டேன் என்பதில் உறுதியாக இருந்தான். பின்னிரவில் காத்தாயினி திண்ணைக்கு வந்து அவனுடன் படுத்துச் சுகங்காணுவாள். சந்தைக்கும் போகும் நாட்களில் மிலா ஒரு சிறுமியைத் தோளில் உட்கார வைத்துத் தூக்கிப் போவது போலக் காத்தாயினியைத் தூக்கிக் கொண்டு நடப்பான். இப்படி ஒரு கணவன் யாருக்குக் கிடைப்பார்கள் என்று ஊர்மக்கள் கேலி செய்வார்கள்.

மிலா அவர்களில் ஒருவனாகியிருந்தான். சந்தையில் சக்கைப்பழம் வாங்க வருபவர்கள் அவனைத் துணைக்கு அழைப்பார்கள். கண்பார்வையிலேயே அது நல்ல பலாப்பழம் தானா என்று சொல்லிவிடுவான். நோக்குகூலியாக ஒரு நாளைக்கு ஒரு பலாப்பழத்தை அவனுக்குத் தந்தார்கள்.

மிலா அதைச் சுமந்து கொண்டு வர அத்தனை சந்தோஷமாக இருப்பான். எப்போதாவது காத்தாயினி அவனது சொந்த ஊரைப் பற்றியும் குடும்பத்தைப் பற்றியும் விசாரிப்பாள். அவன் பதில் சொல்லவே மாட்டான். கப்பலேறி ஊருக்குத் திரும்பிப் போய்விடுவாயா என்று கவலையாகக் கேட்கும் போது ஒரு போதும் திரும்பிப் போக மாட்டேன் என்பான்.

சில நாட்கள் காத்தாயினி கோபத்தில் சண்டையிடுவாள். அவன் மீது எச்சில் தண்ணீரை ஊற்றித் திட்டுவாள். அப்போதும் பலாமரத்தின் அடியில் போய் உட்கார்ந்து கொள்ளுவான்.

பெரு மழைக்காலம் வந்தது. ஆற்றில் வெள்ளம் போனது. குடிசைகள் காற்றில் வீழ்ந்தன. மிலா முதன்முறையாக நோயுற்றான். குளிர்க்காய்ச்சல். திண்ணையில் படுத்துக்கிடந்த அவன் உடல் கொதித்தது. வைத்தியர் அவனுக்குக் குளிகைகள் தந்து கசாயம் வைத்துத் தரச் சொன்னார். மழை நின்றபோதும் அவன் நோயிலிருந்து மீளவில்லை. ஒரு நாளிரவு அவன் காத்தாயினியினை அழைத்துச் சொன்னான்

"நான் இறந்து போனால் என்னை அந்தப் பலாமரத்தின் அடியில் புதைத்துவிடு."

அதைக்கேட்டு காத்தாயினி அழுதாள். ஆனால், இரண்டாம் நாளில் மிலா இறந்து போனான். ஊரே திரண்டு வந்து அவனைப் பலாமரத்தின் அடியில் புதைத்தார்கள். அதன் பிறகான நாட்களில் காத்தாயினி வீட்டுப் பலாமரத்தில் பறிக்கப்பட்ட பழங்களின் சுளைகள் கறுப்பு நிறமாக இருந்தன. அதன் சுவை தேனில் ஊறியது போல அமிர்தமாகயிருந்தது. ஊரே கூடி அதைத் தெய்வத்திற்கான மரமாக முடிவு செய்தார்கள். இன்றைக்கும் அந்த மரம் காத்தாயினி வீட்டின் முன் நிற்கிறது. அதன் பழங்கள் கடவுளுக்கு மட்டுமே காணிக்கையாகத் தரப்படுகின்றன.

...

72
ஆரஞ்சு நிறப்பந்து

கல்கத்தாவிலிருந்து அந்தக் கால்பந்தை வாங்கி வந்திருந்தார் மாமா. கதிருக்குச் சந்தோஷம் தாங்கமுடியவில்லை. எப்போது விடியும் எப்போது மைதானத்திற்குக் கொண்டு போய் விளையாடலாம் என இரவெல்லாம் காத்துக் கொண்டிருந்தான். சேலஞ்ச் என்று எழுதப்பட்ட ஆரஞ்சு நிறப் பந்து. அது போன்ற ஒன்று யாரிடமும் கிடையாது. அந்தப் பெருமையோடு அதிகாலையில் மைதானத்தை நோக்கி நடந்து போக ஆரம்பித்தான்.

காந்தி மைதானம் மிகப்பெரியது. அதன் மேற்குப் பக்கம் எப்போதும் பெரிய பையன்கள் கால்பந்து விளையாடிக் கொண்டிருப்பார்கள். போட்டிகள் கூட அங்கே நடப்பதுண்டு. அதை வேடிக்கை பார்க்க கேலரிகள் அமைக்கப்பட்டிருந்தன. தனது ஆரஞ்சு வண்ணப்பந்தோடு கேலரியின் இரண்டாம் வரிசையில் போய்க் கதிர் உட்கார்ந்து கொண்டான். அவன் வயது பையன்கள் இன்னும் மைதானத்திற்கு வரவில்லை.

சிகரெட் பிடிப்பதற்காக ஒரு அண்ணன் மட்டும் தனியே அமர்ந்திருந்தார்.

திடீரென ஒரு சப்தம் கேட்டது,

"புதுப்பந்தா."

யார் கேட்கிறார்கள் என அறியாமல் கதிர் திரும்பிப் பார்த்த போது பச்சை நிறப் பனியன் அணிந்த முத்துராமன் நின்றிருந்தார்.

ஆமாம் என்று கதிர் தலையாட்டினான்.

"தூக்கிப் போடு எப்படியிருக்குனு பாக்குறேன்" என்றார் முத்துராமன்.

"புதுப்பந்து. நான் தரமாட்டேன்" என்றான் கதிர்.

"சும்மா போடுறா. ஒரு கிக் பண்ணி பாத்துட்டுத் தர்றேன்" என்றார் முத்துராமன்.

தராமல் போனால் அடிப்பாரோ என்று பயந்த கதிர் பந்தைத் தூக்கிப்போட்டான். அவர் உருண்டோடிய பந்தை நோக்கிச் சென்று காலால் ஓங்கி ஓர் உதை கொடுத்தார். பறந்து சைக்கிள் ஸ்டாண்ட் பக்கம் போய் விழுந்தது. அங்கேயிருந்து இன்னொருவன் அதைக் காலால் வேகமாக எத்தினான். பந்து மேற்கு திசைநோக்கிப் பறந்தது.

"கதிர் என் பந்து என் பந்து" எனச் சப்தமிட்டபடியே ஓடினான். யார் யாரோ அவன் பந்தை எட்டி உதைக்க ஆரம்பித்தார்கள். மைதானத்தின் விளம்பிற்குக் கொண்டு போய் உதைத்து விளையாட ஆரம்பித்தார்கள். ஓங்கி ஓங்கி அவர்கள் பந்தை எத்துவதைக் கதிரால் தாங்கமுடியவில்லை. அவன் வீட்டுக்குப் போகணும் பந்தை குடுங்க என்று கத்தினான். யாரோ அதைக்கேட்டுச் சிரித்தார்கள்.

கால் மாறி கால்மாறி பந்து உருண்டோடிக்கொண்டேயிருந்தது. எவ்வளவு கேட்டும் எவ்வளவோ கெஞ்சியும் பந்தைப் பெற முடியவில்லை. ஆத்திரத்தில் ஒரு கல்லை எடுத்து விளையாடுகிறவர்கள் மீது எறிந்தான் கதிர்.

"கல்லைவிட்டு அடிக்கியா. உனக்குப் பந்து கிடையாது போடா" என்று ஒரு அண்ணன் கத்தியபடியே பந்தை ஓங்கி உதைத்தான்.

கதிர் கைக்குப் பந்து வரவேயில்லை. காலை ஆறரை மணிக்குக் கையை விட்டுப் போன பந்து வெயிலேறி பத்து மணியாகிய போதும் கிடைக்கவேயில்லை. பசியும் அழுகையுமாகக் கதிர் மைதானத்தில் நின்றிருந்தான்.

சுப்பு என்ற அண்ணன் ஓங்கி எத்தியதில் பந்து பறந்து மைதானத்தின் பின்னுள்ள சேப்பங்குளத்தில் போய் விழுந்தது.

குப்பையும் கழிவுப்பொருளுமாகக் கிடக்கும் அந்தக் குளத்தருகே யாரும் போக மாட்டார்கள். ஒருமுறை அதில் பன்றி செத்து மிதந்தை கதிரே கண்டிருக்கிறான். குளத்தில் நாற்றம் தாங்க முடியாது. கொசுக்கள் அப்பிக் கொண்டிருக்கும்.

"பந்து வேணும்னா சேப்பங்குளத்துல இறங்கு" என்று கேலி செய்தபடியே தன் சைக்கிளை நோக்கிப் போனான் சுப்பு.

புதுப்பந்தை ஒருமுறை காலால் எத்திக் கூட விளையாடவில்லை. ஆனால், இப்படிச் சேப்பங்குளத்தில் போய் விழுந்துவிட்டதே என்று கதிர் ஏங்கி அழுதான். பந்தை எப்படி எடுப்பது எனத் தெரியாமல் அழுகையோடு வீடு போய்ச் சேர்ந்தான்.

அம்மா அவனைத் தான் திட்டினாள். மாமா வெளியே போயிருப்பதாகவும் வந்தவுடன் பந்தை எடுக்கலாம் என்றாள். மதியச்சாப்பாடு நேரம் மாமா திரும்பி வந்தார். நடந்ததைச் சொன்னதும் அவரும் கதிரைத் தான் கோபித்துக் கொண்டார். பிறகு அவனைச் சைக்கிளை உட்கார வைத்துச் சேப்பங்குளத்திற்கு அழைத்துக் கொண்டு போனார். குச்சியை வைத்து எடுக்க முயன்றால் பந்து தண்ணீரில் மிதந்து போய்க் கொண்டேயிருந்தது. ஆள் உள்ளே இறங்க முடியாது. எவ்வளவு முயன்றும் அந்தப் பந்தை எடுக்க முடியவில்லை. அப்படியே போய்த் தொலையட்டும் என்று மாமா சலித்துக் கொண்டபடி அவனை வீட்டிற்கு அழைத்து வந்தார். கதிரால் அதை ஏற்றுக் கொள்ள முடியவேயில்லை.

பந்து கைவிட்டுப் போன வருத்தத்தை விடவும் தான் ஏன் சிறுவனாக இருக்கிறேன் என்பதை நினைத்துத் தான் கதிர் அதிகமாக அழுதான்.

...

73
முயல் பொம்மை

விற்பனை பிரதிநிதியாக வேலை செய்த அவனுக்கு மாதத்தில் இருபது நாள் வெளியூர் செல்ல வேண்டியதாகியிருந்தது. ஆரம்பத்தில் புதுப்புது தங்கும் விடுதியினைத் தேடிப் போய்த் தங்குவான். ஆனால், நான்கு ஆண்டுகள் அனுபவத்தின் முடிவில் எந்த ஊரில் எந்த லாட்ஜ் சிறந்தது. என்ன உணவகத்தில் சாப்பிடலாம் என்று நன்றாகத் தெரிந்து வைத்திருந்தான்.

பெரும்பாலும் அவனது வேலை காலை பத்து மணிக்குத் துவங்கி மதியம் இரண்டு மணியோடு முடிந்துவிடும். மாலை ஆறுமணிக்குப் பிறகே அடுத்த ஊருக்குக் கிளம்புவான். மதியம் சாப்பிட்டு விட்டு ஒரு தூக்கம் போட்டால் எழுந்து டீ குடித்துவிட்டுக் கிளம்பத் தயாராகயிருக்கும். அவனைப் போல வேறுவேறு விற்பனைப் பிரதிகள் பலரும் ஒரே தங்கும் விடுதியில் தான் தங்கினார்கள். சிலருடன் நெருக்கமான பழக்கமும் இருந்தது.

எந்த லாட்ஜிற்குப் போனாலும் அவன் தான் கொண்டு வந்திருந்த சந்தன ஊதுபத்தியைக் கொளுத்தி வைத்துவிடுவான். அந்த வாசனை வந்தவுடன் அறை அவனது வீடு போலாகிவிடும்.

அது போலவே அவனிடம் இன்னொரு பழக்கமிருந்தது.

லாட்ஜில் குளிப்பதற்காக வைத்திருக்கும் சோப்பில் சிறிய பொம்மை செய்வான். பெரும்பாலும் பச்சை நிறத்திலோ வெண்மையாகவோ தான் சாம்பிள் சோப்புகள் இருக்கின்றன. குளிப்பதற்கு முன்பு அந்தச் சோப்பினை கையில் எடுத்து பிளேடால் முயல் போலச் செதுக்குவான். அரை மணி

நேரத்தில் அழகான முயல் பொம்மை செய்துவிடுவான். பின்பு சோப்பில் செய்த முயலை முகர்ந்து பார்த்துச் சந்தோஷப்பட்டுக் கொள்வான்.

அதை டிவியின் மீதோ அல்லது ஜன்னல் ஓரமாகவோ வைத்துவிட்டுக் குளிக்கப் போவான். அந்த அறையில் தான் தங்கியிருந்த நினைவாக அந்த முயலை அங்கேயே விட்டுப் போவான். அடுத்துத் தங்க வருகிறவர்களில் எவராவது அந்தச் சோப்பு முயலைக் கண்டு சந்தோஷப்படுவார்கள் என்று நம்பினான். அல்லது அறையைச் சுத்தப்படுத்த வரும் பெண்களில் எவராவது அதைக் கையில் எடுத்து மகிழ்ச்சி அடையக் கூடும்.

இதுவரை அப்படி ஐநூறுக்கும் மேலான பொம்மைகள் செய்து வைத்திருப்பான். எந்தத் தங்கும் விடுதியிலும் யாரும் அதைப்பற்றி அவனிடம் விசாரித்ததேயில்லை.

ஐந்தாம் ஆண்டில் அவனுக்குப் பதவி உயர்வு கிடைத்தது. அது அலுவலக வேலை. ஆகவே வெளியூர் பயணம் போவதை நிறுத்திக் கொண்டான். வீட்டில் திருமணப் பேச்சைத் துவங்கினார்கள். நல்ல வேலையும் சம்பளமும் கிடைக்கிறதே எனத் திருமணத்திற்கு ஒத்துக் கொண்டான். இரண்டு மாதங்களில் பெண் பார்த்துத் திருமணமும் செய்து விட்டார்கள்.

திருமண வாழ்க்கை மகிழ்ச்சியாக நீண்டது. ஒரு நாள் அவன் மனைவியின் சான்றிதழைத் தேடுவதற்காக அவளது பெட்டியைத் திறந்த போது அதற்குள் பச்சை நிற முயல் பொம்மை ஒன்றிருந்தது. ஆச்சர்யமாக அதைக் கையில் எடுத்துப் பார்த்தபடியே மனைவியை அழைத்தான்.

அவள் வெட்கத்துடன் "பேங்க் எக்ஸாம் எழுதுவதற்காகச் சேலம் போயிருந்தப்போ லாட்ஜில் கிடைச்சது. யாரோ செஞ்சு வச்சிட்டுப் போயிருக்காங்க. அழகாக இருந்துச்சா. அதான் எடுத்துட்டு வந்துட்டேன். ரொம்ப நல்லாயிருக்குல்லே" என்றாள்.

"ஆமாம்" என்றபடியே அந்த முயல் பொம்மையை அவளது பெட்டிக்குள் போட்டுவிட்டு அவளது சான்றிதழை மட்டும் எடுத்துக் கொண்டான். சோப்பில் முயல் பொம்மையைச் செய்தது நான் தான் என அவளிடம் சொல்லவேயில்லை.

சில விஷயங்களைச் சொல்வதை விடவும் மறைத்துக் கொள்வதில் தான் சந்தோஷமிருக்கிறது என்று அவன் நன்றாக உணர்ந்திருந்தான்.

...

74
கோவில் யானை

யானை கொட்டடிக்குள் சிறுவர்களை அனுமதிக்க மாட்டார்கள். தகரக்கூரை வேய்ந்த பழைய கொட்டடியது. சுப்ரமணிய சுவாமி கோவிலுக்குச் சொந்தமான யானை அங்கேயிருந்தது. ஒரு ஊரில் ஒரேயொரு யானை மட்டும் தனியே வாழ்வது விசித்திரமானது. அதற்குத் துணையே கிடையாதா என்று சிறுவர்கள் பேசிக் கொள்வார்கள்.

அந்த யானையை வாரம் வெள்ளிக்கிழமை மட்டும் கோவிலுக்கு அழைத்து வருவார்கள். மற்ற நாட்களில் அது கொட்டடியிலே தானிருக்கும்.

யானைப்பாகன் அழுக்கான வேஷ்டி கட்டியிருப்பான். சதா யானையின் அருகில் உட்கார்ந்து பீடி பிடித்துக் கொண்டிருப்பான். யானையின் கண்கள் அவனையே பார்த்துக் கொண்டிருக்கும்.

யானைப்பாகனின் வீடு எங்கேயிருக்கிறது என யாருக்கும் தெரியாது. யானைக்குத் தெரியாமல் அதை ரகசியமாக வைத்துக் கொள்ளவேண்டும் என்பார்கள். இதற்காகவே யானைப்பாகன் சைக்கிளில் போய் ரயில்வே ஸ்டேஷனில் நிறுத்தி விட்டுப் பாசஞ்சர் ரயில் பிடித்து அவன் ஊருக்குப் போய் வருவான்.

யானையை வேடிக்கை பார்ப்பதற்காகப் பள்ளிச் சிறுவர்கள் வரும் போது அவர்களிடம் பாகன் சில்லறைகளை வாங்கிக் கொள்வான். அப்படியும் அருகில் போய் யானையைப் பார்க்க முடியாது. தூரத்தில் நின்று பார்த்துக்கொள்ள வேண்டியது தான்.

யானை எப்போதும் நின்று கொண்டேதானிருக்கும். அது நின்றபடியே தூங்கும் என்றான் ஒரு சிறுவன். இல்லை படுத்துக் கொண்டு தான் தூங்கும் என்றான் மற்றவன். அதைக் கேட்ட ஒருவன் ஆமாம் போர்வை போர்த்திகிட்டு தூங்கும் என்றான். இதைக் கேட்ட மற்ற மாணவர்கள் சிரித்தார்கள். யானை அவர்களைத் திரும்பிப் பார்த்தது.

யானையைப் பற்றித் தான் எத்தனை எத்தனை கதைகள். எவ்வளவு முறை பார்த்தாலும் யானையின் அழகு சலிப்பதேயில்லை.

பாகன் இல்லாத நேரம் பார்த்து அழகர் ரகசியமாக வந்து கதவின் ஓட்டை வழியாக யானையைப் பார்ப்பான். அகலமான காதுகளையும் வாலையும் அசைத்தபடியே யானை நின்றிருக்கும். சில நேரம் விசில் அடித்து யானையின் கவனத்தைத் திருப்ப பார்ப்பான். யானை கண்டுகொள்ளாது.

ஒரு நாள் யானைக் கொட்டடிக்குக் கால்நடை மருத்துவரை அழைத்துக் கொண்டு போனான் யானைப்பாகன். யானையின் வலதுகாலில் புண் ஏற்பட்டுச் சீழ் வடிவதாகப் பேசிக் கொண்டார்கள். மருத்துவர் யானையின் காலைப் பரிசோதனை செய்துவிட்டு மருந்து கொடுத்துப் போனார். ஆனால், அப்படியும் புண் ஆறவில்லை. யானையால் நடக்க முடியவில்லை. அதைக் கேரளாவிலிருந்த யானைகளுக்கான வைத்தியசாலைக்கு அழைத்துப் போவது என ஒரு லாரியை ஏற்பாடு செய்தார்கள்.

ஒரு யானை லாரியில் ஏற்றப்படுவதைச் சிறுவர்கள் திரளாகக் கூடி வேடிக்கை பார்த்தார்கள். யானையால் லாரியில் ஏற முடியவில்லை. கயிறு கட்டி இழுத்தார்கள். யானை புறப்பட்டுப் போனபிறகு கொட்டடி வெறுமையானது. யானைப்பாகனும் இல்லை என்பதால் பள்ளிவிட்டதும் அழகரும் அவன் நண்பர்களும் யானைக் கொட்டடிக்குச் சென்றார்கள்.

யானை இல்லாத போது கொட்டடியைப் பார்க்க மிகப் பிரம்மாண்டமாக இருந்தது. யானை நிற்கும் இடத்தில் போய் நின்ற போது தான் எவ்வளவு சிறிய உருவம் என்று அழகருக்குப் புரிந்தது. யானை கட்டிப்போடப்பட்டிருந்த இரும்புச் சங்கிலியை அசைக்க முடியவில்லை. யானையின் அலங்காரப் பொருட்கள் ஒரு மரப்பெட்டியில் வைத்துப் பூட்டப்பட்டிருந்தன.

எஸ்.ராமகிருஷ்ணன்

அழகரும் அவன் நண்பனும் யானை போலவே கைகளை வைத்துக் கொண்டு ஆடினார்கள். யானை விட்டை போடுவது போலப் புட்டத்தைத் தூக்கி ஆட்டினான் நண்பன். யானையின் கால்களுக்குள் போய்வருவது போலப் பாவனைச் செய்தார்கள். அங்கே அரூபமாக யானை இருப்பது போலவே அவர்கள் உணர்ந்தார்கள்.

யானைப்பாகன் சுவரில் ஏதோ கணக்கு எழுதி வைத்திருந்தான். என்ன கணக்கு என்று அவர்களுக்குப் புரியவில்லை.

"யானை ஒரு குட்டிக்கரணம் போடு" என்று கைகளை உயர்த்தி யானையாக நடித்த அழகரை மிரட்டினான் அவனது நண்பன். அழகரும் குட்டிக்கரணம் போட்டான். அதைக் கண்டு நண்பன் சப்தமாகச் சிரித்தான். யாரோ வெளியே ஆள் வரும் சப்தம் கேட்டது. அவர்கள் வெளியே ஓடினார்கள்.

கோவில் திடலுக்கு வந்தவுடன் இருவரும் யானை போலவே கைகளை வைத்துக் கொண்டு கம்பீரமாக நடந்து போனார்கள். அதைக் கண்டு யாரோ ஒரு சிறுமி சிரித்தாள். அவளுக்கு ஆசி தருவது போலவே அழகர் நடித்தான். அவளும் குனிந்து ஏற்றுக் கொண்டாள்.

யானையைப் போலவே யானை உருக்கொள்வதும் சந்தோஷம் தரக்கூடியதே என்பதை அப்போது அவர்கள் உணர்ந்திருந்தார்கள்.

•••

75
ஒரு வழக்கு

1949ல் முர்ஷிதாபாத் நீதிமன்றத்தில் இந்த வழக்குத் துவங்கிய போது எழுத்தாளர் ஏவம் சக்கரவர்த்திக்கு வயது 41. நவபிரஜா பதிப்பகம் தனது நாவலைத் திருடி சுனில் பிரசாத் என்ற எழுத்தாளரின் புதிய நாவலாக வெளியிடுவதாக அறிவித்துள்ளது. இது ஒரு மோசடி. சுனில் பிரசாத்தின் நாவலைத் தடைசெய்வதோடு, இதை வெளியிட முன்வந்த நவபிரஜா மீது கடுமையாக நடவடிக்கை எடுக்க வேண்டும் என்று வழக்குத் தொடுத்தார்.

ஏவம் சக்கரவர்த்தி மிகவும் புகழ்பெற்ற எழுத்தாளர் என்பதால் அவரது வழக்கு குறித்த செய்தி தினசரிகளில் முதற்பக்கத்தில் வெளியிடப்பட்டது.

சுனில் பிரசாத் தனது நாவல் தன்னுடைய தந்தையின் சுயசரிதை என்றும், அது ஏவம் சக்கரவர்த்தியின் நாவலோடு எவ்விதமும் தொடர்பு கொண்டதில்லை என்றும் அறிக்கை வெளியிட்டான்.

நீதிமன்றத்திற்கு வழக்கு விசாரணைக்கு வந்த போது ஏவம் சக்கரவர்த்தி சார்பில் வழக்காடியவர் பாரிஸ்டர் விக்டர் பானர்ஜி. அவர் ஏவம் சக்கரவர்த்தி நாவலுக்கும் சுனில் பிரசாத் நாவலுக்குமான ஒப்புமைகளை வரிசையாக அடுக்கிக் காட்டினார்.

அதாவது ஏவம் சக்கரவர்த்தி நாவலின் கதாநாயகன் பிரமோத் கல்கத்தாவிலிருந்து இங்கிலாந்திற்குப் படிக்கச் செல்கிறான். அங்கே ஒரு பிரெஞ்சு பெண்ணைக் காதலிக்கிறான். திருமணமும்

செய்து கொள்கிறான். இந்நிலையில் கல்கத்தாவில் அவனது தந்தை திடீரென மரணமடையவே இங்கிலாந்திலிருந்து புறப்பட்டு வருகிறான். தந்தையின் நிறுவனங்களைக் கவனித்துக் கொள்ள ஆரம்பிக்கிறான். சில மாதங்களில் அவனுக்கு வங்காளப் பெண் ஒருத்தியைத் திருமணம் செய்து வைக்கிறார்கள்.

இந்நிலையில் பிரெஞ்சு பெண் தனது மகனை அழைத்துக் கொண்டு கல்கத்தா வருகிறாள். தன்னை ஏமாற்றிவிட்டதாக நீதிமன்றத்தில் முறையிடுகிறாள். வழக்கு நடக்கிறது. பிரெஞ்சு பெண் தோல்வி அடைகிறாள். மனம் வருந்தி தற்கொலை செய்து கொள்வதுடன் நாவல் நிறைவு பெறுகிறது.

சுனில் பிரசாத் நாவலில் பிரெஞ்சு பெண் வெற்றி பெறுகிறாள். நாயகன் தற்கொலை செய்து கொள்கிறான் என்பதே வேறுபாடு.

வழக்கை விசாரித்த நீதிபதி ஷியாம் முகர்ஜி இரண்டு நாவல்களின் கையெழுத்துப் பிரதியையும் தான் வாசிப்பதற்காக நீதிமன்றத்தில் சமர்ப்பிக்க உத்தரவுகொடுத்தார். அதன்படி இரண்டு நாவலின் கையெழுத்துப் பிரதிகளும் ஒப்படைக்கப்பட்டன.

ஷியாம் முகர்ஜி வாசித்த போது இரண்டும் ஒன்று போலவே இருப்பதை உணர்ந்தார். இது அப்பட்டமான இலக்கியத் திருட்டு என்று உணர்ந்து விசாரணையின் போது சுனில் பிரசாத்தைக் கடுமையாக நடத்தினார்.

ஆனால், சுனில் பிரசாத் தனது தந்தை இங்கிலாந்திற்குச் சென்ற விபரம். கப்பல் டிக்கெட், பாஸ்போர்ட். பிரெஞ்சு பெண்ணைத் திருமணம் செய்த சான்று. மற்றும் சுனில் பிரசாத்தின் தந்தைக்கு எதிராகப் பிரெஞ்சு பெண் நீதிமன்றத்தில் தொடுக்க வழக்கு எண் எல்லாவற்றையும் சமர்ப்பித்தான்.

அத்தனையும் நிஜம் என உணர்ந்த நீதிபதி எப்படிச் சுனில் பிரசாத்தின் கதை ஏவம் சக்கரவர்த்தியால் நாவலாக எழுதப்பட்டது என்று குழம்பிப் போனார்.

இதனால் குறுக்கு விசாரணைக்காக ஏவம் சக்கரவர்த்திக் கூண்டில் ஏற்றப்பட்டார். ஆச்சர்யம் என்னவென்றால் அவரும் தனது அண்ணன் இங்கிலாந்திற்குச் சென்ற பாஸ்போர்ட் முதல் சகல சான்றுகளையும் நீதிபதி முன்பு சமர்ப்பித்தார். இரண்டும் ஒன்று போலவே இருந்தன.

ஒரே நிகழ்ச்சி இரண்டு முறை ஒன்று போல எப்படி நடைபெற முடியும். இரண்டு பேர் சொல்வதும் நிஜம். இதில் யார் யாரை நகலெடுத்தார்கள் என்று எப்படிக் கண்டறிவது என்று நீதிபதிக்குக் குழப்பமானது.

நாவலை விடவும் விசித்திரமாகயிருந்தது அவர்களின் வாழ்க்கை கதை.

அதுவும் இங்கிலாந்திற்குச் சென்ற பிரமோத் தங்கியிருந்த விடுதி, படித்த கல்லூரி, பிரெஞ்சு பெண்ணைச் சந்தித்த இடம் எல்லாமும் நூறு சதவீதம் ஒன்றாக இருந்தன. ஆனால், நடந்த வருஷம் மட்டும் வேறு.

இது நடந்த மூன்று மாதங்களில் நீதிபதி உயர் நீதிமன்றத்திற்கு மாற்றப்படவே அந்த வழக்கு ஓரம்கட்டப்பட்டது. புதிய நீதிபதிக்கு இதுவெல்லாம் ஒரு வழக்கா என்று எரிச்சல் வந்தது. அவர் அதைத் தூக்கி மூலையில் போட்டார். 21 ஆண்டுகள் ஏவம் சக்கரவர்த்தி காத்துக் கொண்டேயிருந்தார். இதற்குள் சுனில் பிரசாத் எழுதுவதை நிறுத்திவிட்டு டீ எஸ்டேட் ஒன்றில் வேலைக்குப் போய்விட்டான். இலக்கிய உலகம் அந்த வழக்கை மறந்துபோனது.

இதற்கிடையில் புதிதாகப் பதவி ஏற்ற நீதிபதி எட்வர்ட் தானியேல் இரண்டு கையெழுத்துப் பிரதிகளையும் தான் படிக்க வேண்டும் என்று உத்தரவிட்டார். கையெழுத்துப் பிரதிகள் தொலைந்துவிட்டதாகப் பணியாளர்கள் தெரிவித்தார்கள். இந்நிலையில் எப்படித் தீர்ப்பை வழங்குவது என்று அவரும் தன் முயற்சியைக் கைவிட்டார்.

ஏவம் சக்கரவர்த்திக்கு திடீரென நினைவு இழப்பு ஏற்பட ஆரம்பித்தது. அவருக்கு அப்படி ஒரு வழக்குத் தொடுத்த நினைவேயில்லை.

தீர்க்கப்படாத வழக்குகள் யாவும் ஒரே நாளில் தீர்த்து வைக்கப்பட வேண்டும் என்ற உச்சநீதிமன்ற வழிகாட்டுதலில் ஏவம் சக்கரவர்த்தி வழக்கு முடிவுக்கு வந்தது. அதன்படி சுனில்பிரசாத் தனது நாவலை வெளியிட்டுக் கொள்ளலாம் என்று தீர்ப்பானது.

நினைவே இல்லாத ஏவம் சக்கரவர்த்தியிடம் இந்தத் தகவலை எப்படிச் சொல்வது என்று வீட்டோருக்குத் தெரியவில்லை.

சுனில்பிரசாத் தீர்ப்பைக் கண்டுகொள்ளவேயில்லை.

நான்கு ஆண்டுகளுக்குப் பின்பு நீதிமன்ற புதுப்பித்தல் பணியின் போது ஓர் உறையில் இரண்டு நாவல்களின் கையெழுத்துப் பிரதிகளும் செல்லரித்துப் போன நிலையில் இருப்பதை ஒரு பணியாளர் கண்டுபிடித்தார்.

அதை என்ன செய்வது என அறியாமல் குப்பைத் தொட்டியில் கொண்டு போட்டார்.

விசித்திரமான அந்த இரண்டு நாவலின் காகிதங்களும் அதை எழுதியவர்களின் விதியைப் பற்றி அறியாமல் ஒன்றாகக் காற்றில் பறந்து கொண்டிருந்தன.

...

76
தந்தையும் மகளும்

சுதந்திரத்திற்கு முந்திய இந்தியாவின் சிறிய சமஸ்தானங்களில் ஒன்றாக இருந்தது கைசூர். அதன் மன்னராக இருந்த முக்திபோத் தன்னுடைய ஒரே மகள் கௌரியை ராம்கரில் திருமணம் செய்து கொடுத்திருந்தார்.

அந்த இரண்டு ஊர்களுக்கும் நடுவே ஓர் ஆறு ஓடியது. ஆற்றின் ஒரு கரையில் கைசூர் இருந்தது. மறுகரையில் ராம்கர்.

அன்றாடம் முக்திபோத் விடிகாலை எழுந்தவுடன் தன் கையாலே மகளுக்கு விருப்பமான சிவப்பு ரோஜாவைப் பறித்து ஒரு தங்கப்பெட்டியில் வைத்து அனுப்பி வைப்பார். அதை அரண்மனையிலிருந்து ஒரு வீரன் எடுத்துக் கொண்டு செல்வான். கோட்டை வாசல் வீரன் அந்தத் தங்கப்பெட்டியைப் பெற்றுக் கொண்டு குதிரையில் பயணிப்பான். அங்கே இன்னொரு வீரன் அப்பெட்டியைப் பெற்றுக்கொண்டு ஆற்றை நோக்கிச் செல்வான். பின்பு வேறு ஒருவன் படகில் மலரைக் கொண்டு செல்வான்..

படகு கரை சேர்ந்தவுடன் பெட்டி கைமாறி இன்னொருவன் வசம் போய்விடும். இப்படிக் கைமாறிக் கைமாறி அந்தப் பெட்டி கௌரி துயில் எழுந்து கொள்வதற்கு முன்பு அவளது அரண்மனைக்குப் போய்ச் சேர்ந்துவிடும்.

அவள் தந்தை அனுப்பி வைக்கும் மலரைத் தான் கூந்தலில் சூடுவாள். தந்தையின் நிகரற்ற அன்பிற்குப் பதிலாக அவருக்கு விருப்பமான பாலாடையில் செய்த இனிப்பை அனுப்பி வைப்பாள். அது ராம்கரில் இருந்து குதிரைவீரர்களின் கைமாறி

ஆற்றைக் கடந்து கைசூருக்கு வந்து சேரும். அந்த இனிப்பு வரும்வரை முக்தி போத் எதையும் சாப்பிட மாட்டார்.

இப்படிப் புத்தாடை, முத்துமாலை, முப்பத்தாறு வகை அசைவ உணவுகள், இனிப்புப் பீடாக்கள் வரை முக்தி போத் நாள் முழுவதும் மகளுக்காக அனுப்பிக் கொண்டேயிருப்பார். அவளும் பதிலுக்குத் தந்தைக்குப் பிடித்தமான பழவகைகள், பட்டாடைகளை அனுப்பிக் கொண்டேயிருப்பாள்.

ஒவ்வொரு நாளும் தந்தையும் மகளும் சதுரங்கம் ஆடுவார்கள். தந்தை சதுரங்கப்பலகையில் ஒரு காயை நகர்த்தியவுடன் அந்தச் செய்தியைத் தாங்கிக் கொண்டு ஒரு காவல்வீரன் புறப்படுவான். அந்தச் செய்தி ஆளுக்கு ஆள் மாறி ராம்கரை சென்று அடைந்து கௌரியிடம் தெரிவிக்கப்படும். அவள் அடுத்த காயைச் சதுரங்கப்பலகையில் நகர்த்தி வைப்பாள். மறுபடியும் காவல்வீரர்கள் அந்தச் செய்தியோடு பயணிக்கத் துவங்குவார்கள். இப்படி முடிவில்லாத ஆட்டமாக அது தொடர்ந்தபடியே இருக்கும்.

ஒவ்வொரு நாளின் மாலையிலும் மகள் தந்தைக்கு ஒரு கடிதம் எழுதுவது வழக்கம். அதில் அவள் எப்போதும் போலவே உங்களைப் பார்க்காமல் இருப்பது வருத்தமளிக்கிறது தந்தையே என்று எழுதியிருப்பாள். அது முக்திபோத்தைக் கவலையடையச் செய்யும். உடனே மகளைச் சந்தோஷப்படுத்த ஒரு நடனக் குழுவை அனுப்பி வைப்பார். அவர்கள் ஆற்றைக் கடந்து இரவோடு இரவாகக் கௌரியின் அரண்மனைக்குப் போய்ச் சேருவார்கள். இரவெல்லாம் அவள் அந்த ஆடல்பாடல்களைக் கேட்டு ரசிப்பாள்.

இப்படியாக முப்பத்தியெட்டு ஆண்டுகள் நாள் தவறாமல் கௌரிக்கான மலர்களும், உணவும், பரிசும், சந்தோஷப்படுத்தும், கலைஞர்களும் அனுப்பி வைக்கப்பட்டுக் கொண்டேயிருந்தார்கள். ஆற்றில் வெள்ளம் வந்த நாளில்கூட இந்தப் பணி தடைபடவில்லை.

விசேச காலங்களில் முக்திபோத் தானே நேரில் சென்று மகளைத் தன் அரண்மனைக்கு அழைத்து வருவார். வீகைசூரின் வீதியில் யானையின் மீது மகளை உட்கார வைத்து அவர் நடந்து தான் வருவார். கைசூரே அதைக் கண்டு ஆச்சர்யப்படும்.

முக்திபோத் நோயுற்றார். அந்த நாட்களில் கௌரி அவரது அருகிலிருந்து தானே மருந்து கொடுத்து வந்தாள். உடல் நலிவுற்று மரணப்படுக்கையில் இருந்த நிலையில் அவர் மகளிடம் கேட்டார்.

"அடுத்த பிறவியிலும் நீ என் மகளாகப் பிறப்பாயா"

கௌரி சொன்னாள்.

"இல்லை தந்தையே. நான் ஒரு ஏழைத்தந்தையின் மகளாகப் பிறக்கவே ஆசைப்படுகிறேன். ஏழைத் தந்தைகள் மகளுக்குப் பரிசுகள் அனுப்பிக் கொண்டேயிருப்பதில்லை. ஆனால், மகளின் எதிர்காலம் பற்றி எப்போதும் கவலைப்பட்டுக் கொண்டேயிருக்கிறார்கள். ஒவ்வொரு கவளம் சாப்பிடும் போதும் மகளை நினைத்துக் கொண்டே சாப்பிடுகிறார்கள்.

எப்போதாவது மகளைக் காணப் போகும்போது கடன் வாங்கியே இனிப்பும் பழங்களும் வாங்கி வருகிறார்கள். ஏழை தந்தை மகளுக்குத் தருவது ஆறுதலான வார்த்தைகள் மட்டுமே.

ஏழைக்குடும்பத்தில் பிறந்த மகளும் தந்தையினை எப்போதும் மனதில் நினைத்துக் கொண்டேயிருக்கிறாள். தனிமையில் தந்தையினை நினைத்துக் கண்ணீர் விடுகிறாள். தன் கஷ்டங்களைத் தந்தை அறிந்துவிடக் கூடாது என்று துடிக்கிறாள். பண்டிகை நாட்களில் தன் கையால் தந்தைக்குப் பரிமாறி அவர் சாப்பிட வேண்டும் என்று ஆசைப்படுகிறாள்.

"வறுமையில் வெளிப்படும் நேசமும் வசதியில் வெளிப்படும் நேசமும் ஒன்றில்லை தந்தையே.

நான் ஒரு ஏழைதந்தையின் மகளாகப் பிறக்கவே ஆசைப்படுகிறேன்."

முக்திபோத்திற்கு மகள் சொன்ன பதிலின் அதிர்ச்சியைத் தாங்கமுடியவில்லை.

...

77

மறதியின் காப்பகம்

அந்த ஷாப்பிங் மாலில் பார்வையாளர்கள் மறந்து விட்டுப் போன பொருட்களைப் பாதுகாத்து ஒப்படைப்பதற்கெனத் தனி அறையொன்று இருந்தது. அதன் நிர்வாகியாக இருந்தான் சிவானந்தம்.

வீட்டுச்சாவிகள், பைக், கார்சாவிகள், ஹேண்ட்பேக்குகள், கர்சீப், மணிபர்ஸ், குடை, சிறுவர்களின் காலணிகள், செல்போன்கள், வங்கி அட்டைகள், விளையாட்டுப் பொம்மைகள், குடிநீர் பாட்டில்கள், மூக்குக் கண்ணாடி, சில்லறைக் காசுகள். மாத்திரைகள், விக்ஸ் டப்பா, கால்கொலுசுகள், சிகரெட் லைட்டர்கள் போன்றவை தான் மறந்து போன பொருட்களாக இருக்கும்.

சுத்தம் செய்யும் பணியாளர்கள் அவற்றை எடுத்து வந்து தருவார்கள். தனியே ஓர் உறையிலிட்டு அதற்கு ஓர் எண் கொடுத்து ரிஜிஸ்தரில் குறித்துக் கொள்வான். சம்பந்தப்பட்டவர்கள் உரிய சான்றுடன் வந்து கேட்கும் போது திருப்பிக் கொடுத்துத் கையெழுத்து வாங்கிக் கொள்வான்.

ஒரு நாளில் எவ்வளவு பேருக்கு மறதியிருக்கிறது என்பது ஆச்சர்யமாக இருக்கும். சில நாட்களில் பத்து இருபது குடைகள் மறந்து விட்டுப்போனவையாக வந்து சேரும். ஒரு நாள் தங்கமோதிரம் ஒன்று கூடக் கண்டெடுக்கப்பட்டது. ஏன் மக்கள் இப்படிச் சிறிய விஷயங்களை மறந்து விடுகிறார்கள்.

ஷாப்பிங் மாலில் தான் தொலைத்தோம் என்ற நினைவு கூடப் பலருக்கும் இருப்பதில்லை. பெண்களை விட ஆண்களே

அதிகம் பொருட்களைத் தொலைக்கிறார்கள். தொலைந்து போன பொருளைத் தேடி வருபவன் முகத்திலிருக்கும் பதற்றம் விளக்கமுடியாதது. அதுவும் வீட்டுச்சாவியை மறந்த ஒருவன் ஷாப்பிங் மாலை மூடிவிடுவார்களோ என்ற பதற்றத்தில் இரவு பத்து மணிக்கு மூச்சிரைக்க ஐந்தாவது தளத்தில் வந்து நின்றபோது அந்த மனிதனால் பேச முடியவில்லை.

அவனது சாவியைச் சிவானந்தம் எடுத்துக் கையில் தந்தபோது பெற்றுக் கொள்ளமுடியாமல் கை நடுங்கியது. அந்த மனிதன் பேனாவை அழுத்தமாகப் பிடித்துக் கையெழுத்திட்டான். அதான் சாவி கிடைச்சிருச்சில்லே எனச் சிவானந்தம் சொன்னபோது மனைவியும் பிள்ளைகளும் வீதியில் நின்று கொண்டிருக்கிறார்கள். இப்படி ஆனதேயில்லை என்று சொல்லியபடியே அவன் படிகளில் இறங்கி ஓடினான். சிறிய மறதி பெரிய கவலையைத் தந்துவிடுகிறது.

குடைகளைத் தொலைத்தவர்களில் ஒருசிலர்தான் அதை மீட்கத் திரும்ப வருகிறார். பலரும் அப்படியே விட்டுவிடுகிறார்கள். ஷாப்பிங் மாலின் விதிப்படி மூன்று மாதங்களுக்குள் அந்தப் பொருளை யாரும் கேட்டுவராவிட்டால் அலுவலகம் சொற்ப விலையில் பணியாளர்களுக்கே தந்துவிடும். அப்படி நிறைய பேர் ஐந்து ரூபாய். பத்து ரூபாய்க்குக் குடைகளை வாங்கியிருக்கிறார்கள்.

சிவானந்தம் ஒவ்வொரு நாளும் மறதிக்குள்ளாகும் மனிதர்களின் எண்ணிக்கை அதிகமாகிக் கொண்டே வருவதை உணர்ந்தான். ஒருமுறை பன்னிரண்டாவது தளத்தில் யாரோ மறந்துவிட்டுப் போனார்கள் என்று ஒரு மீன்தொட்டியைக் கொண்டு வந்து கொடுத்தார் ஒரு துப்புரவுப் பணியாளர்.

முதன்முறையாக இரண்டு தங்க மீன்களுடன் ஒரு மீன்தொட்டி மறந்து போன பொருட்களின் பட்டியலில் இணைந்து கொண்டது. ஒரு குடையைப் போல மணிபர்ஸைப் போல உறைந்து போயிருக்காமல் அந்த மீன்கள் சாவகாசமாக நீந்திக் கொண்டிருந்தன.

மீன் தொட்டியை எங்கே வைப்பது என்று புரியாமல் சிவானந்தம் தனது மேஜையின் மீதே வைத்துக் கொண்டான். யார் மீன் தொட்டியை மறந்து போனது எனத் தெரியவில்லை. மறந்துவிடப்பட்டதைப் பற்றி அந்த மீன்கள்

எஸ்.ராமகிருஷ்ணன் ● 213

கவலைப்படவேயில்லை. எப்போதும் போலக் கண்ணாடிக்குள் சுற்றிக் கொண்டிருந்தன.

சிவானந்தம் தனக்குப் புதிய துணை கிடைத்துவிட்டது போல மகிழ்ச்சி அடைந்தான். நாள் முழுவதும் மீன்களைப் பார்த்துக் கொண்டிருப்பது தியானம் செய்வது போலிருந்தது. அந்த மீன் தொட்டியைக் கேட்டு யாரும் வரவேயில்லை. மறந்து கைவிடப்பட்ட எந்தப் புதிய பொருள் அவனது பாதுகாப்பு அறைக்கு வந்தாலும் அதைத் தங்கமீன்களிடம் காட்டுவான் சிவானந்தம்.

ஒவ்வொரு நாளும் மீன்தொட்டியைக் கேட்டு யாரும் வந்துவிடக்கூடாது என்று உள்ளூறப் பதற்றம் கொண்டிருந்தான்.

தன்னை விலைக்கு வாங்கியது யார் என்றோ, யார் வீட்டில் வளர்க்கிறோம் என்றோ கவலையில்லாத மீன்கள் எப்போதும் போல ஒன்றையொன்று துரத்தி நீந்திக்கொண்டிருந்தன. மனிதர்கள் மறந்து போன பொருட்களும் இப்படிக் காலவெளியில் நீந்திக் கொண்டு தானிருக்கின்றன என்பதைச் சிவானந்தம் உணர்ந்தான்.

மூன்று மாத காலம் அதை யாரும் கேட்டுவரவேயில்லை. ஆகவே ஏலத்தில் விடப்படும் நாளில் தானே வாங்கிக் கொள்ள முடிவு செய்திருந்தான். ஏலம் விடப்படும் நாளில் ஷாப்பிங்மாலின் மேலாளர் அந்த மீன் தொட்டியைப் பட்டியலிலிருந்து நீக்கிவிட்டுத் தன் காரில் கொண்டு போய் வைக்கச் சொன்னார். அதைக் கேட்டுச் சிவானந்தம் வருத்தமடைந்தான்.

வாகனத்தில் கொண்டு போய் வைக்க மீன் தொட்டியைச் சுமந்து கொண்டு போன போது மிகுந்த எடை கொண்டது போலிருந்தது.

எல்லோரும் பொருளை அறியாமல் மறந்து போவதில்லை. சிலர் வேண்டும் என்றே தான் பொருளை மறந்து போகிறார்கள் என்று காரில் வைத்துவிட்டுத் திரும்பும் போது தோன்றியது.

நினைவும் மறதியுமின்றித் தங்கமீன்கள் தன்னுடைய தொட்டிக்குள் நீந்திக் கொண்டேயிருந்தன.

•••

78

இந்தியா எனும் கனவு

1487இல் எஸ்மரால்டா கப்பல் லிஸ்பனிலிருந்து புறப்பட்டது. ஆனால், ஒன்றரை வருஷங்களாகியும் அவர்களால் இந்தியாவிற்குச் செல்லும் வழியைக் கண்டறிய முடியவில்லை. கடலில் சுற்றி அலைந்து கொண்டிருந்தார்கள். அக்கப்பலில் இருந்தவர்களுக்கு இந்தியா என்பது ஒரு சொல்லில்லை. கனவு. அக்கப்பலின் கேப்டன் ஒரு கிளி வளர்த்து வந்தான். அது நாள் முழுவதும் 'இந்தியா இந்தியா' என்று சொல்லிக் கொண்டேயிருந்தது.

இந்தியா என்பது வீதியெல்லாம் பொன்னும் மணியும் கொட்டிக்கிடக்கும் தேசம் எனக் கடலோடிகள் நம்பினார்கள். எவர் முதலில் சென்று சேருகிறார்களோ அவர்களுக்கே பொக்கிஷங்கள் என நம்பினார்கள்.

ஆப்பிரிக்கா வழியாகவே இந்தியாவைச் சென்றடைய முடியும் என்று எஸ்மரால்டா கப்பலின் மீகாமன் அறிந்திருந்தான். ஆனால், எவ்வளவு தொலைவில் இந்தியா இருக்கிறது என்று அவனால் துல்லியமாக அறிய முடியவில்லை.

எஸ்மரால்டா கப்பலில் ஒரு கிழவனிருந்தான். வரைபடம் தயாரிக்கும் அவன் ஒரு காலத்தில் கிரேக்க வணிகக் கப்பல் ஒன்றில் வேலை செய்து கொண்டிருந்தான். ஒரேயொரு முறை அவன் இந்தியா துறைமுகம் ஒன்றுக்கு வந்து போயிருக்கிறான். அந்த நினைவு அவன் மனதில் பசுமையாக இருந்தது. கடற்கொள்ளையர்களுக்குப் பயந்து அவன் இந்தியாவிற்குச் செல்லும் வரைபடத்தைத் தனது உடலில் பச்சை குத்திக் கொண்டிருந்தான். அவன் உடல் முழுவதும் தீவுகளும்

கடல்வழி வரைபடமும் விரிந்திருந்தது. இந்த வரைபடத்தைப் பிறர் அறிந்துவிடக் கூடாது என்பதற்காகவே கறுப்பு அங்கி அணிந்திருப்பான்.

ஒவ்வொரு நாளும் அதிகாலை அந்தக் கிழவனைத் தேடி கப்பலின் கேப்டன் வருவார். இந்தியாவிற்குச் செல்லும் வழி சரிதானா என்று அந்தக் கிழவனின் உடலில் தேடுவார். அப்போது கிழவன் நிர்வாணமாக நின்று கொண்டிருப்பான். அவன் உடலில் அவரது விரல்கள் ஊர்ந்து செல்லும் சில நேரம் கேப்டன் எதையோ முணுமுணுத்தபடியே உன் நினைவு சரியானது தானா. இந்த வரைபடத்தின் படியே தான் பயணம் செய்து கொண்டிருக்கிறோம் என்பார். நாற்பது நிலவுகள் தொலைவில் இந்தியா இருக்கிறது. தூரத்து நட்சத்திரம் போல என் மனதில் அந்த நிலம் ஒளிர்ந்து கொண்டேயிருக்கிறது. பேரழகியின் உதட்டைப் போன்று வசீகரமானது இந்தியா என்பான் கிழவன்.

கேப்டன் கிழவனின் உடலில் கண்ட வரைபடத்தின் படியே கப்பலைச் செலுத்துவான். தூரத்துப் பசுமையான மலைகளை, மரங்களைக் காணும் போதெல்லாம் அது இந்தியாவோ என்று கேப்டனுக்குத் தோன்றும். ஆனால், அது சிறிய தீவாக இருக்கும் போது ஏமாற்றமடைவான்.

சில இரவுகளில் கப்பலில் இருந்தவர்கள் கிழவனிடம் கடற்கொள்ளையர்களைப் பற்றிய கதைகளைக் கேட்பார்கள். கிழவன் கண்களில் பிரகாசம் மினுங்க அந்தக் கதைகளைச் சொல்லுவான். குறிப்பாகக் கடற்கொள்ளையர்களில் ஒருவன் இந்தியக் கப்பல் ஒன்றிலிருந்து கொள்ளையடித்த தங்க மயிலைப் பற்றிக் கிழவன் சொல்லும் கதையைக் கேட்கும் போது கடலோடிகளுக்கு வியப்பாக இருக்கும்.

தங்கமயிலின் கண்களில் வைரம் பதிக்கப்பட்டிருந்ததையும், அந்த மயிலின் தோகைகளில் முத்தும் மணிகளும் அலங்கரிக்கப்பட்டதையும் சொல்லிக் கிழவன் வியப்பான்.

எஸ்மரால்டா கப்பலில் இருந்த உணவுப்பொருட்களும் குடிநீரும் குறைந்து கொண்டே வந்தது. இன்னும் இரண்டு மாதங்களில் இந்தியாவை அடையாவிட்டால் கடலிலே சாக வேண்டியது தான் என்ற அச்சம் பலருக்கும் மேலோங்கியது.

கிழவன் ஒரு கனவு கண்டான். அதில் ஒரு துறைமுகத்தைக் கப்பல் அடைந்தது. அங்கே யாருமேயில்லை. கடற்கரையில் நடந்த போது நாய்களின் கூட்டத்தைக் கண்டான். ஒன்றிரண்டில்லை. ஆயிரக்கணக்கான நாய்கள். ஏதோ பெரும் போர் நடப்பது போல நாய்கள் வந்து கொண்டேயிருந்தன. எங்கிருந்து இத்தனை நாய்கள் வருகின்றன. அந்த நாய்கள் எங்கே செல்கின்றன என்று தெரியவில்லை. ஆனால், அதன் வேகமும் குரைப்பொலியும் அச்சப்படுத்தின. கிழவனை அந்த நாய்கள் அடையாளம் கண்டுவிட்டதைப் போலத் துரத்த ஆரம்பித்தன. கிழவன் உயிர்பயத்தில் தப்பி ஓடினான். நாய்கள் அவனைச் சுற்றிச் சூழ்ந்து கொண்ட போது கனவிலிருந்து விடுபட்டான்.

மறுநாள் காலை வழக்கம்போலக் கப்பலின் கேப்டன் அவனைத் தேடி வந்து நிர்வாணமாக்கி உடலில் வரையப்பட்ட வரைபடத்தை ஆராய்ந்த போது கிழவன் சொன்னான்.

"நம்மால் இந்தியாவிற்குப் போக முடியாது."

"ஏன் அப்படிச் சொல்கிறாய்."

"எனக்கு அப்படி ஒரு கனவு வந்தது. விசித்திரமான கனவு. அச்சமூட்டும் கனவு."

"காற்று மாறினால் துர்கனவுகள் வருவது இயல்பே. கடற்காற்று மாறிக் கொண்டிருக்கிறது. நாம் சரியான திசையில் போவது போலவே தெரியவில்லை. உன்னால் ஒரு பயனுமில்லை. நாளைக்குள் நிலம் தெரியாவிட்டால் உன்னைக் கொன்று கடலில் வீசி விடுவேன்."

கிழவன் பதில் சொல்லவில்லை. ஆனால், அன்று முழுநாளும் அவன் சாப்பிடவில்லை. பிரார்த்தனை செய்து கொண்டேயிருந்தான்.

அன்றிரவு கப்பலைப் பெரும்புயல் ஒன்று தாக்கியது. காற்றின் விசையும் பெருமழையும் கப்பலைப் புரட்டிப் போடுவது போல அசைத்தன. கப்பலைக் காப்பாற்ற கேப்டனும் உதவியாளர்களும் போராடினார்கள். ஆனால், கப்பல் சிதறடிக்கப்பட்டது. இரண்டு நாட்கள் புயல் தணியவில்லை. மூன்றாம் நாள் காலையில் கடல் சீற்றம் அடங்கி இயல்பு நிலைக்கு வந்த போது கிழவன் கடலில் செத்து மிதந்து கொண்டிருந்தான்.

அவனது நிர்வாண உடலின் மீது சூரியன் ஊர்ந்து கொண்டிருந்தது. கேப்டனின் கிளி மட்டும் வானில் பறந்து கொண்டிருந்தது. எந்தத் திசையில் செல்வது எனத் தெரியாமல் அது 'இந்தியா இந்தியா' என்றபடியே கிழக்கு நோக்கிப் பறந்து கொண்டிருந்தது. அதன் துயரக்குரலைக் கடல் மட்டுமே கேட்டுக் கொண்டிருந்தது.

...

79
ஐந்தாம் தேதி

அப்போது கதிருக்கு பதிமூன்று வயது நடந்து கொண்டிருந்தது. ஒவ்வொரு மாதமும் ஐந்தாம் தேதி எப்போது வரும் எனக் காத்துக் கொண்டேயிருப்பான்.

ஐந்தாம் தேதி தான் மயில்வாகனம் மாமா சம்பளம் வாங்குவார். அன்று மாலை கதிரையும் அவன் தம்பி தங்கைகளையும் ஹோட்டலுக்கு அழைத்துக் கொண்டு போவார். அந்த நாளுக்காகக் காத்து கிடப்பான்.

மயில்வாகனம் மாமா குமார் ஸ்டோரில் கணக்காளராக வேலை செய்தார். திருமணம் செய்து கொள்ளவில்லை. தனி அறை எடுத்துத் தங்கியிருந்தார். அப்பா தான் தென்காசியிலிருந்த அவரை வரவழைத்து குமார் ஸ்டோரில் வேலை வாங்கிக் கொடுத்திருந்தார்.

ஐந்தாம் தேதி மாலை சரியாக ஆறுமணிக்கு வீட்டின் முன்னால் மயில்வாகனம் மாமா சைக்கிளில் வந்து இறங்குவது வழக்கம். கதிரும் அவனது தம்பி தங்கையும் நான்கு மணிக்கெல்லாம் தயாராகக் காத்திருப்பார்கள். சில நேரம் தங்கை வாசற்படியிலே நின்று கொண்டிருப்பாள்.

மாமாவின் சைக்கிள் வீதியில் வரும் போது உற்சாகத்தில் சப்தமிடுவாள். கதிரும் தம்பியும் வாசலை நோக்கி ஓடுவார்கள். மாமா சைக்கிளை எப்போதும் தந்திக்கம்பத்தை ஒட்டியே நிறுத்துவார். சிரித்த முகத்துடன் அவர் வீட்டினை நோக்கி வருவதற்குள் ஓடிப்போய் அவரது கைகளைப் பிடித்துக் கொள்வார்கள்.

வீட்டிற்குள் வந்தவுடன் அம்மாவிடம் கொஞ்சம் பணம் தருவார். எவ்வளவு தருகிறார் என்று யாருக்கும் தெரியாது. அதன் பிறகு மெல்லிய குரலில் அக்கா வெளியே போயிட்டு வர்றோம் என்று சொல்லுவார்.

கணேஷ் அய்யர் ஹோட்டல் ரயில்வே ஸ்டேஷன் போகும் சாலையிலிருந்தது. நல்ல தூரம். வேகமாக ஓடி கணேஷ் அய்யர் கடைக்குப் போய்ச் சேர்ந்துவிடக்கூடாதா என்றிருக்கும். சுகந்தி மாமாவின் கையைப் பிடித்துக் கொண்டு வருவாள். ரைஸ்மில் தாண்டி, ராமசந்திரா கல்யாண மண்டபம் தாண்டி, ஐந்து விளக்குக் கம்பம் கடந்து நடக்கும் போது ஹோட்டலை நெருங்கப் போகிறோம் என்று சந்தோஷமாக இருக்கும்.

கணேஷ் அய்யர் ஹோட்டல் மிகச்சிறியது. இரண்டே மரப்பெஞ்சுகள் போட்டிருப்பார்கள். மதியச் சாப்பாடு கிடையாது. காலை மாலை இரண்டு வேளையிலும் டிபன் மட்டுமே. எப்போதும் யாராவது சாப்பிட்டுக் கொண்டிருப்பார்கள். அவர்களைக் கண்டதும் கணேஷ் அய்யர் சிரித்த முகத்துடன் இலை போடுவார்.

மாமா சொல்வதற்கு முன்பு தங்கை சப்தமாகப் பூரி என்பாள். அந்த ஹோட்டலில் பூரி எப்போதும் சூடாகப் போட்டுத் தான் தருவார்கள். பூரி எண்ணெய்யில் உப்பி மிதப்பதைக் கண்ணால் பார்க்க முடியும். இலையில் கணேஷ் அய்யர் பூரியை வைத்து ஓரமாகக் கிழங்கு வைப்பார்.

பூரியின் மீது விரலை வைத்துக் குத்தியதும் அது உடைந்து வாயைத் திறக்கும். வயது தான் சாப்பாட்டிற்கு ருசியைத் தருகிறது போலும்.

தீர்ந்து போய்விடுமே என்று தங்கை பூரியைக் கிள்ளிக் கிள்ளி சிறியதாகச் சாப்பிடுவாள். ஆனால், தம்பியோ பாதிப் பூரியை பிய்த்து ஒரே வாயில் போட்டுவிட்டு அடுத்தவர் இலையை வெறித்துப் பார்த்தபடியே இருப்பான்.

எப்போதும் ஒரு செட் பூரி மட்டுமே மாமா வாங்கித் தருவார். ஆனால், இன்னும் நிறையச் சாப்பிட வேண்டும் என ஆசையாக இருக்கும். அடுத்த தடவை சாப்பிடுவோம் என்பார் மாமா. சாப்பிடுவதில் என்ன கணக்கு என்று கதிருக்கு ஆத்திரமாகயிருக்கும்.

பெரியவர்களால் சிறுவர்களின் பசியைப் புரிந்து கொள்ளவே முடியாது.

இலையின் ஓரம் உதிர்ந்து கிடந்த பூரித்துணுக்கைக் கூடக் கவனமாக எடுத்து வாயில் போட்டபடியே காய்ந்து கொண்டிருக்கும் எண்ணெய்யைப் பார்த்துக் கொண்டிருப்பான் தம்பி.

இந்த உலகம் பூரியால் நிரம்பியிருக்கக் கூடாதா என்பது போலிருக்கும் அவனது பார்வை. ஆசையாகச் சாப்பிட்டுத் திரும்பினாலும் மனதில் ஏக்கமாகவே இருக்கும். தம்பி விரலைச் சப்பிக் கொண்டே நடந்து வருவான்.

மாமா ஏன் ஒரு செட் பூரி மட்டும் வாங்கித் தருகிறார் என்று அம்மாவிடம் கதிர் கேட்டிருக்கிறான். அதுக்கு மேல சாப்பிடக் கூடாது வயிறு வலிக்கும் என்பாள். வலித்தால் வலிக்கட்டுமே என்று தோன்றும்.

தன் கடமை முடிந்தது என்பது போல மாமா சைக்கிளை எடுத்துக் கொண்டு அறைக்குத் திரும்பும் போது அடுத்த ஐந்தாம் தேதி எப்போது வரும் என ஆசையாக இருக்கும்.

சிறிய சந்தோஷங்கள் வாழ்வில் ஒரு போதும் மறப்பதேயில்லை.

யாரோ ஒரு கிறிஸ்துவப் பெண்ணை மயில்வாகனம் மாமா திருமணம் செய்து கொண்டதால் அம்மா அவரோடு சண்டையிட்டாள். அதன்பிறகு மாமா வீட்டிற்கு வரவேயில்லை. ஆனால், ஐந்தாம் தேதி மாலையானதும் மனதின் மூலையில் பூரியின் வாசம் கிளர்ந்தெழுவதும் மாமா வரக்கூடுமோ எனக் காத்திருப்பதும் மாறவேயில்லை.

தங்கையும் தம்பியும் அம்மாவை வீட்டில் பூரி செய்யச்சொல்லி சண்டை போடுவார்கள். ஆனால், வீட்டுப்பூரிக்கு அந்த ருசி வரவே வராது.

உண்மையில் ஐந்தாம் தேதி மாலை தான் அந்த ருசி தோன்றுகிறதோ என்னவோ.

...

80
மனக்கண்

காணாமல் போன, திருடு போன பசுமாடுகளைக் கண்டு பிடித்துத் தருவதற்கென ஒரு மனிதர் இருந்தார்.

சாது சுப்பையா என்ற அவருக்கு எந்த ஊரில் பசு காணாமல் போயிருந்தாலும் அது எங்கே போயிருக்கக்கூடும் என்று தெரிந்துவிடும்.

கரிசலின் சின்னஞ்சிறிய கிராமம் ஒன்றில் வசித்து வந்த அவரிடம் தங்கள் மாடு பற்றி அறிந்து கொள்வதற்காக வடக்கேயிருந்து கூட ஆட்கள் வருவார்கள்.

ஒரு கட்டு வெற்றிலைப் பாக்கும் ஒரு படி உப்பும் தான் அவருக்குக் காணிக்கை. சாது சுப்பையாவின் ஞானதிருஷ்டி தான் பசுவைக் கண்டறிகிறது என்று மக்கள் பேசிக் கொண்டார்கள்.

சாது சுப்பையா ஒரு நந்தவனத்தில் தான் குடியிருந்தார். அவர் ஒரு போதும் சட்டை அணிந்ததேயில்லை. சாயவேஷ்டி, மேல் துண்டு, மெலிந்த உருவம், மார்பு வரை புரளும் தாடி, நெற்றி நிறையத் திருநீறு, நந்தவன கிணற்றின் படிக்கட்டில் தான் எப்போதும் உட்கார்ந்திருப்பார்.

தேடி வருபவர்கள் காணிக்கைப் பொருட்களை அவர் முன்னால் வைத்துவிட்டு விழுந்து வணங்குவார்கள். எந்த ஊரு என்று மட்டும் தான் கேட்பார். வந்தவர்கள் ஊர்ப் பேரைச் சொன்னவுடன் கண்களை மூடிக் கொள்வார். எவ்வளவு நேரம் அப்படித் தியானிப்பது போலிருப்பார் என்று தெரியாது. ஆனால், திடீரென "கண்விழித்து மாடு ரொம்பத் தொலைவு

போயிருச்சுபோல. கண்ல தட்டுப்படலை" என்பார். வந்தவர்கள் முகம் வாடிப்போய்விடும்.

"நாலு ரோடு பக்கம் போயிச் சாப்பிட்டு வாங்க. சாயங்காலம் பார்ப்போம்" என்பார்.

வந்தவர்கள் நாலு ரோட்டில் இருந்த ரங்கசாமி ஹோட்டலில் சாப்பிட்டுக்காத்திருப்பார்கள். சில நேரம் ஹோட்டல் உரிமையாளர் ரங்கசாமி "என்னய்யா மாடு போன திசை தெரியலையா" என்று விசாரிப்பார்.

மாலை அவர்கள் திரும்பிப் போனதும் சாது சுப்பையா கண்ணை மூடிக்கொண்டு அமர்ந்து சில நிமிஷங்களில் மாடு எங்கேயிருக்கிறது எனத் துல்லியமாகச் சொல்லிவிடுவார்.

இப்படிச் சாது சுப்பையாவால் மாட்டைக் கண்டுபிடித்து மீட்டவர்கள் பல நூறு பேர். அவர்கள் சொல்லிச் சொல்லியே சாது சுப்பையாவின் புகழ் பரவ ஆரம்பித்தது.

பசுவைக் கண்டறிந்து சொல்வதைத் தவிர அவருக்கு வேறு வேலைகள் கிடையாது. நந்தவனத்தின் ஓரத்திலே சிறிய குடிசை போட்டு வாழ்ந்து வந்தார். பெரும்பாலும் அவர் சமைத்த உணவுகளைச் சாப்பிடுவதில்லை. தேங்காயும் பச்சைக் காய்கறிகளும் பழமும் தான் உணவு. சில நேரத்தில் பெண்கள் அவரிடம் காணாமல் போன கம்மலையோ, பண்ட பாத்திரங்களையோ தேடித் தருமாறு கேட்கையில் அவர் சிரித்தபடியே "அது என்னாலே ஆகாதம்மா" என்று மறுத்துவிடுவார்.

சில நேரங்களில் போலீஸ்காரர்கள் கூட அவரிடம் துப்புக் கேட்டு வந்து நிற்பதுண்டு. சாது சுப்பையா தனக்குத் தெரியாது என்று கையை விரித்துவிடுவார்.

தனக்குக் காணிக்கையாகத் தரப்பட்ட உப்பினைக் கிராமத்திலுள்ள வீடுகளுக்குத் தந்துவிடுவார். அதனால் அந்த ஊரில் யாரும் உப்பு வாங்க வேண்டிய அவசியமே ஏற்படவில்லை.

ஒருமுறை வெள்ளிக்கிழமை பகலில் சாது சுப்பையாவைத் தேடி வந்த வருச நாட்டு விவசாயி ஒருவன் எப்படியாவது கண்டுபிடித்துத் தரும்படி மன்றாடினான். சாது சுப்பையா

முடியவே முடியாது என்று மறுத்துவிட்டார். செய்வதறியாமல் ரங்கசாமி ஹோட்டலில் தேநீர் குடித்தபடியே அந்த விவசாயி புலம்பிய போது ரங்கசாமி சொன்னார்,

"பத்து வருஷத்துக்கு முன்னாடி ஒரு வெள்ளிகிழமை விடிகாலையில் சுப்பையாவோட சம்சாரம் தபால்காரனோட ஓடிப்போயிருச்சு. எந்த ஊருக்கு ஓடிப் போனாங்கன்னும் கண்டுபிடிக்கமுடியலை. பாவம் அவரும் தேடாத இடமில்லை. விசாரிக்காத ஆள் இல்லை. ஒரு துப்பும் கிடைக்கலை. அதுக்கு அப்புறம் தான் நந்தவனத்துல வந்து சாமியாரா உட்கார்ந்துகிட்டாரு. இந்த ஞானதிருஷ்டி எல்லாம் அப்புறம் தான் வந்துச்சி. எங்கேயோ திருட்டுப் போன பசுமாட்டைக் கண்டுபிடித்துச் சொல்லிர முடியுற மனுசனுக்கு இன்னும் பொண்டாட்டி எங்கே போனானு கண்டுபிடிக்க முடியலை. அதான் வெள்ளிக்கிழமை யாருக்கும் குறி பார்த்துச் சொல்லமாட்டாரு. நீங்க போயிட்டு நாளைக்கு வாங்க."

அதைக்கேட்ட வருஷ நாட்டு விவசாயி "பாவம் சுப்பையா. எல்லாத்தையும் மனக்கண்ணாலே பாத்துர முடியாதுல்லே." என்றபடியே பேருந்திற்குக் காத்திருக்கத் துவங்கினார்.

...

81
மறு சந்திப்பு

நாற்பது வருஷங்களுக்குப் பிறகு அவர்கள் தாங்கள் படித்த பள்ளியில் மறுமுறை சந்தித்துக் கொள்வதாக ஏற்பாடு செய்யப்பட்டிருந்தது. அப்படி ஒரு நிகழ்வினை முன்னெடுத்தவன் மகேந்திரன்.

அவனே ஒரு வாட்ஸ்அப் குரூப் துவங்கி அதில் பழைய மாணவர்களின் தொலைபேசி எண்களைக் கண்டறிந்து அவர்களுடன் பேசி தேதி குறித்து அந்தச் சந்திப்பினை ஏற்பாடு செய்திருந்தான். பல்வேறு மாவட்டங்களிலும் பணிக்காகத் தங்கியிருந்தவர்கள் மட்டும் அல்லாமல் வெளி மாநிலங்களிலிருந்தவர்கள் மற்றும் வெளிநாடுகளில் வசிப்பவர்களும் பங்கேற்க ஆர்வம் காட்டினார்கள்.

டேனியலுக்கு அந்தச் சந்திப்பிற்குப் போவதில் விருப்பமிருந்தாலும் நாற்பது வருஷங்களுக்குப் பிறகு அந்தப் பள்ளியினைப் பார்ப்பதில் என்ன இருக்கிறது என்றும் தோன்றியது.

வாட்ஸ்அப்பில் வந்த புகைப்படங்களைப் பார்த்த போதே காலம் ஒவ்வொருவரையும் எவ்வளவு உருமாற்றியிருக்கிறது என்பதை அறிந்து வியப்பாக இருந்தது.

பள்ளி வயதில் மனதில் பதிந்து போன உருவம் அழிந்து போய்விட்டதே என்று டேனியல் வருத்தப்பட்டார்.

அவருடன் படித்த சிலரது பெயர்கள் மட்டுமே நினைவிலிருந்தது. முகம் மறைந்து போயிருந்தது. ஆனாலும்

என்ன. அந்தப் பெயர்களை எங்கே கேட்டாலும் பள்ளி வயது நினைவில் வந்து தானே போகிறது.

அவர்களை நேரில் சந்தித்துப் பேசினால் அந்த நினைவு மறைந்து போய்விடுமோ என்றும் யோசனை செய்தார்.

என்றோ மழையில் நனைந்த ஒருவன் மறுபடி அதே ஈரத்தை நினைவு கொள்ள முடியுமா என்ன.

பள்ளி வயதில் நடந்த நிகழ்வுகள் நிறைய மறந்துவிட்டன. நினைவில் இருப்பது பெரும்பாலும் கசப்பான விஷயங்கள். அல்லது காதலித்த பெண்ணோடு தொடர்பான விஷயங்கள். இவை தவிர ஆசிரியர்கள் காட்டிய அன்பின் அடையாளமான சில நிகழ்வுகள் இவ்வளவு தான் ஞாபகத்தில் மிச்சமிருக்கின்றன.

பள்ளிக்கூடக் குரூப் போட்டோவில் டேனியல் கண்ணை மூடிக் கொண்டிருந்தார். இனி ஒரு போதும் அதை மாற்ற முடியாது தானே.

பள்ளியில் ஒன்றாகப் படித்தவர்கள் மறுபடி சந்திப்பதைப் பெரிய கொண்டாட்டம் போல மகேந்திரன் திட்டமிட்டுக் கொண்டிருந்தான். ஏனோ டேனியல் போகவேண்டாம் என்று முடிவு செய்திருந்தார்.

ஆனால், முந்திய நாள் இரவு மகேந்திரன் அனுப்பிய பழைய புகைப்படத்தில் டேனியல் ஹாக்கி மட்டையுடன் நின்று கொண்டிருந்தார். அதைக் காணும் போது நெகிழ்ச்சியாக இருந்தது.

ஆசையாக விளையாடிய ஒரு விளையாட்டினை ஏன் வாழ்க்கையில் கைவிட்டோம் என அவராக வருந்திக் கொண்டார்.

மறுநாள் காலை எழுந்து பேருந்தில் பயணம் செய்தபோது பள்ளி வயதின் யூனிபார்ம் நினைவில் வந்து போனது. மைக்கறை படிந்த வெள்ளைச் சட்டையைப் பற்றி நினைத்தபடியே பயணம் செய்தார்.

பள்ளிக்குச் செல்லும் பாதை மாறியிருந்தது. பள்ளிக் கட்டடத்தின் முகப்பு புதிய வடிவில் உருவாக்கப்பட்டிருந்தது. அவரது மனதிலிருந்த சித்திரம் எதுவும் இப்போதில்லை. முன்பு

பள்ளியின் வலதுபுறமிருந்த சைக்கிள் ஸ்டாண்ட் இப்போது பள்ளியின் பின்புறம் மாறியிருந்தது. பள்ளியின் பெயர் மட்டுமே மாறாமல் இருந்தது.

ஒவ்வொருவராக வரத் துவங்கினார்கள். பால்யகால நண்பர்கள் ஒருவரையொருவர் அடையாளம் கண்டு கைகளைப் பற்றிக் கொண்டார்கள். அது பள்ளிச்சிறுவர்கள் போலப் பொய்யாக நடித்துக் கொள்வது போலவேயிருந்தது. அவரது வகுப்பிலிருந்த நாற்பத்து ஆறு பேரில் இரண்டு பேர் இறந்துவிட்டிருந்தார்கள். மற்றவர்கள் ஒன்று கூடி அவரவர் மனைவி பிள்ளைகள் பற்றிப் பேசிக் கொண்டார்கள். பிறகு தாங்கள் படித்த வகுப்பறையைப் பார்வையிடச் சென்றார்கள்.

அந்த வகுப்பறையிலிருந்த மரப்பெஞ்சுகள் இப்போது இல்லை. ஆசிரியர் நின்று வகுப்பெடுக்கும் மேடை அப்போது கிடையாது. முன்பு எந்த இடத்தில் அமர்ந்தார்களோ அங்கே போய் அமர்ந்து கொண்டார்கள். டேனியல் ஜன்னல் ஓரமாக உட்கார்ந்து கொண்டார். அந்த ஜன்னல் அப்படியே இருந்தது. மாறவேயில்லை.

பள்ளியின் ஜன்னல் வழியே தெரியும் உலகமும் அந்த ஜன்னல் வழியாக உருவான கனவுகளும் மனதில் ஒளிரத் துவங்கின. தனது இருக்கையை விட்டு எழுந்து ஜன்னலின் அருகே போய் நின்று வெளியே எட்டிப்பார்த்தார். சிறுவயதில் வசீகரித்த தொலைவும் அங்கே தென்படும் மனிதர்களும் அப்படியே மாறாமல் இருந்தது போல உணர்ந்தார். அந்த ஜன்னலை விட்டு நகர மனம் வரவில்லை.

உடன் வந்தவர்கள் புகைப்படம் எடுப்பதற்காக மைதானத்திற்குப் போனார்கள். டேனியல் மைதானத்திற்குப் போன போது பழைய மைதானத்தில் புதிய கம்ப்யூட்டர் சயின்ஸ் பிளாக் உருவாகியிருந்தது.

விளையாடும் இடம் சுருங்கியிருந்தது. புகைப்படம் எடுத்து முடித்துக் கொண்டு எல்லோரும் சாப்பிடுவதற்காகக் காத்துக் கொண்டிருந்தார்கள்.

டேனியல் மட்டும் மறுபடியும் அந்தப் பள்ளியின் ஜன்னலைக் காணுவதற்காகப் படியேறினார். யாருமில்லாத வகுப்பறையில் நுழைந்து ஜன்னலைப் பார்த்தபடியே இருந்தார். அது ஏதோ

கேள்வி எழுப்புவது போல உணர்ந்தார். அதே ஜன்னலைப் பிடித்தபடியே ஆதங்கமாகத் தனக்குத் தானே சொல்லிக் கொண்டார்

"நினைத்தது போல எதுவும் நடக்கவில்லை. எதையோ பற்றிக் கொண்டு வாழ்க்கையை ஓட்டிவிட்டேன். அவ்வளவு தான்."

ஏனோ மனது கனக்கத்துவங்கியது. கீழே இறங்கி வந்த போது அனைவரும் சாப்பிடத் துவங்கியிருந்தார்கள். அந்த உற்சாகம். சந்தோஷம் நிஜமில்லை. ஒரு முறை அடைந்த சந்தோஷத்தை மறுமுறை அடையவே முடியாது என்பது போலவே அந்தச் சந்திப்பை உணர்ந்தார்.

எவரிடமும் சொல்லிக் கொள்ளாமல் ஒரு ஆட்டோ பிடித்துப் பேருந்து நிலையம் நோக்கிப் பயணிக்கத் துவங்கினார். தான் இன்று சந்தித்த எவரும் தனக்குத் தெரிந்தவரில்லை, யாரோ வயதான ஆட்கள் என்று ஏனோ வழியில் தோன்றியது.

...

82

இரவில் நடப்பவர்கள்

மலைநகரம் ஒன்றில் வசித்த நான்கு நண்பர்கள் தான் முதலில் அதைத் துவக்கினார்கள். ஆனால், மெல்ல ஒவ்வொருவராக ஆர்வம் காட்டவே அது முப்பது பேர் கொண்ட நடைக்குழுவாக மாறியது. அதில் ஆறு பெண்களும் இருந்தார்கள்

அவர்கள் வாரம் சனிக்கிழமை இரவு நடக்கத் துவங்குவார்கள். முழு இரவும் நடப்பார்கள். விடியும் போது எந்த ஊரை அடைகிறார்களோ அங்கே அறை எடுத்துத் தங்கிவிடுவார்கள். மறுநாள் பகல் முழுவதும் உறக்கம். திரும்பி வரும் போது பேருந்தில் பயணம் மேற்கொள்வார்கள்.

பகலில் நடப்பது போன்றதில்லை இரவில் நடப்பது. அதுவும் இருண்ட சாலையில் நடக்கும் போது விநோதமான சப்தங்களையும் அரூப நடமாட்டத்தையும் காண முடியும். வழியில் எவரும் எவருடனும் பேசிக் கொள்ளக் கூடாது. டார்ச் லைட் துணைக்கு எடுத்துக் கொண்டு வரக்கூடாது. ஊன்றுகோலும் தண்ணீர்க் குடுவையும் அனுமதி.

அப்படி ஓர் அனுபவத்தை முதலில் செய்து காட்டியவன் ஒரு கவிஞன் அவன் தனது நண்பர்களிடம் முழு இரவு நடந்த போது கிடைக்கும் அனுபவம் என்பது நூறு பகலில் நடப்பதை விடவும் அபூர்வமானது என்றான். அதை அடைந்து பார்க்க அவனது நண்பர்கள் ஒன்றிணைந்தார்கள்.

முதன் முதலில் அவர்கள் மலையிலிருந்து கீழாக நடக்க ஆரம்பித்த போது வழியில் கவிதை பாடியபடியே வந்தார்கள். ஆள் அற்ற சாலையில் அமர்ந்து குடித்தார்கள். சில இடங்களில்

உடைகளை அகற்றிவிட்டு நிர்வாணமாக நடனமாடினார்கள். ஆனால், கவிஞன் ஒவ்வொரு செயலாக நிறுத்திக் கொள்ளும்படி வலியுறுத்தினான். ஆகவே பின்னாளில் அது நிசப்த நடையாக உருமாறியது.

இரவில் யாரும் யாருடனும் பேசிக் கொள்ளாமல் நடக்கும் போது ஏற்படும் அனுபவம் தண்ணீருக்குள் மூழ்கியிருப்பது போலவே இருந்தது. மரங்கள் இரவில் மர்மமான தோற்றம் கொண்டுவிடுகின்றன. வேகமாக ஓடுவதோ, குறுக்கு வழியில் போவதோ அனுமதிக்கப்படவில்லை ஆகவே அவர்கள் சீராக இடைவெளி விட்டு நடந்தார்கள். சில நேரம் அவர்கள் வானை ஏறிட்டுத் தொலைவில் தெரியும் நட்சத்திரங்களை ரசித்துக் கொண்டார்கள். சில நேரம் பெயர் தெரியாத மலரின் நறுமணத்தை நுகர்ந்து மகிழ்ந்தார்கள்.

உண்மையில் அவர்கள் இருட்டிற்குள் நடக்கும் போது தனது அகத்தினுள் ஆழ்ந்து செல்வது போலவே உணர்ந்தார்கள். இரவென்பது எத்தனை காலடிகள் கொண்டது என்று அளவிடுவது போலவே உணர்ந்தார்கள். இரவு கொள்ளும் விநோத ஜாலங்களை ரசித்தார்கள்.

ஒன்றிரண்டு பேருக்கு அந்த நடை அச்சத்தை உருவாக்கியது. சிலர் காலில் கற்களை எத்தி உருட்டியபடியே நடந்தார்கள். நிலா நாட்களில் அவர்கள் பாதைகளின் பால் போல வெளிச்சம் கரைந்தோடுவதைக் கண்டார்கள். நிலவின் துணை இத்தனை நெருக்கமானதா என்று வியந்தார்கள்.

இருட்டில் நடக்கும் போது குற்றம் செய்யும் ஆசை அதிகமாவதை உணர்ந்தான் ஒருவன். இன்னொருவனோ இருட்டில் நடக்கையில் தானும் ஒரு விலங்கு என்பது போலவே உணர்ந்தான். பகலில் மேற்கொள்ளும் நடை காரணம் அறியாது. ஆனால், இரவின் நடப்பது நடத்தலின் இனிமைக்காக மட்டுமே என்று வேறு ஒருவன் உணர்ந்தான். ஆண்களை விடவும் பெண்கள் இரவு நடையில் தன்னை முழுமையாக ஈடுபடுத்திக் கொண்டார்கள். சந்தோஷம் கொண்டார்கள். இருட்டு பற்றி மனதில் புதைந்து போயிருந்த பயத்திலிருந்து மீண்டு வந்தது போலிருந்தது அவர்களின் நடை.

ஓர் இரவு நடையின் போது சாலையில் கிடந்த நாணயம் ஒன்றைக் கண்டெடுத்தான் ஓர் இளைஞன். மறுநாள்

அவர்களிடம் அந்த நாணயத்தைக் காட்டினான். அது ஒரு தங்க நாணயம். ஆனால் பழங்கால நாணயம். அபூர்வமான நாணயம் போலிருக்கிறது என்றார் ஒரு வரலாற்றுப் பேராசிரியர்.

அந்த நாணயம் எங்கே கிடைத்தது. அதன் மதிப்பு இப்போது எவ்வளவு என்று பலரும் பேசிக் கொண்டிருந்தார்கள். அதன் பிறகான இரவு நடையில் அவர்களால் முன்பு போல அமைதியாக நடக்க இயலவில்லை. இருட்டில் காலில் தட்டுப்படும் பொருள் எதுவாக இருந்தாலும் அவசரமாகக் குனிந்து எடுத்தார்கள். சில நேரம் நாணயம் கிடைக்கக் கூடுமா என்பதற்காகத் தனியே நடந்தார்கள்.

தங்க நாணயம் கிடைக்கவில்லையே என்ற ஏமாற்றத்தைத் தனக்குள் மறைத்துக் கொண்டு காரணமில்லாமல் அடுத்தவர் மீது கோபம் கொண்டார்கள்.

தங்க நாணயத்தைக் கண்டு எடுத்தவனோ அது போல இன்னொரு நாணயம் கிடைத்துவிடாதா என்று தேட ஆரம்பித்தான். மெல்ல இரவு நடையின் அமைதியும் ஒருமையும் கலைந்து போக ஆரம்பித்தது.

பின்னொரு முறை ரகசியமாக ஒருவன் டார்ச் கொண்டு வந்தான். இன்னொருவன் பகிரங்கமாகச் சிகரெட் லைட்டரை உரசித் தேடினான். இதனால் ஒருவரோடு மற்றவர் குற்றம் சாட்டி சண்டையிட்டுக் கொள்ளத் துவங்கினார்கள். அடுத்த சில வாரங்களில் இரவு நடைக்கு வருபவர்கள் குறைந்து போனார்கள். கடைசியில் கவிஞன் மட்டுமே மிஞ்சியிருந்தான்.

அவன் எப்போதும் போல இருட்டிற்குள் நடந்தபடியே மனதில் கவிதை புனைந்தபடியிருந்தான். அவனுக்கு மட்டுமே இரவு புதிதாகயிருந்தது.

•••

83
சந்தன சோப்

சங்கரனின் அப்பா மரக்கடை வைத்திருந்தார். அதற்குத் தேவையான மரங்களைக் கேரளாவில் சென்று வாங்கி வருவது வழக்கம். அப்படி ஒருமுறை லாரியில் கிளம்பும் போது சங்கரனையும் உடன் அழைத்துச் சென்றார். அப்பாவோடு லாரியில் செல்வது சங்கரனை மிகவும் மகிழ்ச்சிப்படுத்தியது. வளைந்து செல்லும் மலைப்பாதைகளில் லாரி போகும் போது காற்றுக் கன்னத்தை வருடுவது போல அடித்தது.

மூன்று மணி நேரப்பயணத்தின் பிறகு அவர்கள் சர்ப்பக்காவு என்ற கிராமத்தை அடைந்தார்கள். சோலை போல அடர்ந்திருந்த மரங்கள். ஆற்றின் கரையை ஒட்டிய கிராமம். பெரிய பெரிய மரங்கள் வெட்டிப் போடப்பட்டுத் தடிகளாகக் கிடந்தன. லாரியில் மரங்களை ஏற்றி முடிக்க மதியமாகிவிடும் என்றபடியே அவனை அழைத்துக் கொண்டு மேற்குநோக்கி நடந்தார் அப்பா. உயர்ந்து நிற்கும் தீப்பெட்டிகள் போலச் சரிவில் வீடுகள் தென்பட்டன.

மஞ்சள் பூக்கள் அடர்ந்த பாதை. சிறியதொரு குடிசை வீட்டின் முன்பு போய் அப்பா 'லிசி லிசி' எனக் குரல் கொடுத்தார். பதில் வரவில்லை. அப்பா கதவைத் தள்ளி உள்ளே போன போது தரையில் சுருண்டு படுத்துகிடந்த இருபத்தைந்து வயது பெண் அவசரமாக எழுந்து கொண்டு சிரித்தபடியே "நீங்க வர்றேன்னு சொல்லவேயில்லை" என்றாள்.

அப்பா அவளை ஏறிட்டுப் பார்த்தபடியே "சொகமில்லையா" என்று கேட்டார்.

“அதெல்லாமில்லை. லேசா தலைநோவு” என்றபடியே அவள் சங்கரனைப் பார்த்தபடியே “சின்ன முதலாளிக்குக் குடிக்கச் சாயா தரட்டுமா” என்று கேட்டாள். அப்பா சரியெனத் தலையாட்டினார்.

சங்கரன் அவளைப் பார்த்தான். கருகருவென அடர்ந்த தலைமுடி. திருத்தமான முகம். கழுத்தில் சிவப்புக் கயிறு ஒன்றில் சிலுவை போட்டிருந்தாள். மார்பை ஒரு துண்டால் மறைத்திருந்தாள். சாயம் போன பச்சை நிற பாவாடை.

அப்பா தனது சட்டையைக் கழட்டி ஆணியில் மாட்டிவிட்டுச் சாய்த்து வைக்கப்பட்டிருந்த கயிற்றுக்கட்டிலைப் போட்டுப் படுத்துக் கொண்டார். அது சங்கரனுக்கு ஆச்சர்யமாக இருந்தது. அப்பா வெளியே ஒரு போதும் இப்படிச் சட்டையைக் கழட்டி வெறும் மேலோடு இருந்ததில்லையே என அவரையே பார்த்துக் கொண்டிருந்தார்.

லிசி சங்கரனுக்கு ஈயடம்ளர் ஒன்றில் சாயா கொண்டுவந்து கொடுத்தாள். ரொம்பவும் சூடாக இருந்தது. அவள் ஆசையோடு அவன் தலையைத் தடவியபடியே என்ன படிக்கிறே என்று கேட்டாள். நாலு என்று சொன்னான் சங்கரன். கட்டிலில் படுத்த அப்பா மீன் வாங்கிச் சமைக்கும்படி சொல்லிவிட்டுத் தான் தூங்கப்போவதாகச் சொன்னார். அவளே அப்பா சட்டைப்பையிலிருந்து பணம் எடுத்துக் கொண்டு வெளியே போனாள்.

அவள் வெளியே சென்றிருந்த நேரம் அந்த வீட்டின் பின்புறமிருந்த பலாமரத்தை வேடிக்கை பார்த்தபடியே நின்றிருந்தான் சங்கரன்.

தொலைவில் ஒரு யானை போய்க் கொண்டிருந்தது. அவள் மீன்வாங்கிக் கொண்டு வந்திருந்தாள். சங்கரனைச் சமையல் அறையில் உட்காரச் சொல்லியபடியே அவள் மீனைச் சுத்தம் செய்தாள்.

அப்பாவும் அவனும் மதியம் லிசியின் வீட்டில் சாப்பிட்டார்கள். அவ்வளவு ருசியான மீன் குழம்பை அவன் சாப்பிட்டதேயில்லை. சாப்பிட்டபின்பு அப்பா பிடிப்பதற்காக அவள் சிகரெட் வாங்கி வந்திருந்தாள். கட்டிலில் உட்கார்ந்தபடியே அப்பா சிகரெட் பிடித்தார். அப்போது அவள் சிறிய நகவெட்டி மூலம்

அப்பாவின் கால் நகங்களை வெட்டி விட்டாள். சங்கரனுக்கும் நகம் வெட்டிவிடவா என லிசி கேட்டபோது கூச்சத்துடன் மறுத்துவிட்டான். அப்பா மறுபடியும் உறங்கத் துவங்கினார்.

அப்பா உறங்குவதால் அவள் சங்கரனை அழைத்துக் கொண்டு அருகிலுள்ள தென்னந்தோப்பிற்கு அழைத்துப் போனாள். அங்கே இரண்டு சிறுமிகள் ஆடுபுலி ஆட்டம் விளையாடிக் கொண்டிருந்தார்கள். அவர்களுடன் சங்கரனையும் விளையாடும்படி சொன்னாள். அந்தச் சிறுமிகள் மலையாளம் பேசியது அவனுக்குப் புரியவில்லை. பாதி விளையாட்டின் போது திரும்பிப் பார்த்தான் லிசியைக் காணவில்லை. அந்தச் சிறுமிகள் சங்கரனுக்குச் சுட்ட பலாக்கொட்டை ஒன்றைத் தின்பதற்காகத் தந்தார்கள்.

சங்கரனுக்கு விளையாட்டில் ஆர்வமேயில்லை. அவனாக லிசியின் வீட்டிற்குத் திரும்பிப் போன போது லிசி கலைந்த தலையுடன் பாத்திரம் கழுவிக் கொண்டிருந்தாள். அவனைக் கண்டதும் ஆத்துல போயி குளிப்பமா என்று கேட்டாள். வேண்டாம் எனச் சங்கரன் மறுத்தான்.

அவனை வற்புறுத்தி ஆற்றுக்குக் குளிக்க அழைத்துப் போனாள். அவளாக டிராயரைக் கழட்டிவிட்டது சங்கரனுக்குப் பெருங்கூச்சமாக இருந்தது. படித்துறையில் ஆளேயில்லை. இருவரும் ஆற்றினுள் இறங்கினார்கள். ஸ்படிகம் போன்ற தண்ணீர். ஐஸ் கட்டியால் ஒத்தடம் கொடுப்பது போன்ற குளிர்ச்சி.

சங்கரனுக்கு அவள் சந்தன சோப் போட்டுக் குளிப்பாட்டினாள். யாரும் அவனை அப்படிக் குளிக்கச் செய்ததில்லை. சங்கரன் வெட்கத்தில் சிரித்தான். அவள் கைகளுக்கும் முகத்திற்கும் நுரைக்கச் சோப் போட்டுக் கொண்டாள். திடீரெனக் கையை அவன் முன் நீட்டி முகர்ந்து பார்க்கும்படி சொன்னாள். அந்த வாசனை சங்கரனை மயக்கியது.

குளித்து முடித்து ஈர உடையுடன் படியேறும் போது நான் அழகா இருக்கனா என லிசி கேட்டாள். ஆமாம் எனத் தலையாட்டினான். அவன் மீது வேண்டுமென்றே தலையைச் சிலுப்பி ஈரம் படும்படி செய்தாள். சங்கரன் மறுபடியும் சிரித்தான்.

அப்பாவும் அவனும் புறப்படும் போது அவள் சங்கரன் வழியில் தின்பதற்காகப் பொரி உருண்டை கொடுத்தாள். அப்பா லிசிக்குப் பணம் கொடுப்பதைச் சங்கரன் பார்த்துக் கொண்டிருந்தான். லாரியில் அவர்கள் வீடு திரும்பும் போது அப்பா எதையோ நினைத்துச் சிரித்தபடியே வந்தார். அவரிடம் லிசியைத் தனக்குப் பிடித்திருப்பதாகச் சொல்ல வேண்டும் போலிருந்தது. ஆனால் சங்கரன் சொல்லவில்லை.

வீடு வந்த இரவில் அம்மா பகலில் என்ன செய்து கொண்டிருந்தாய் என்று கேட்டார்.

“சும்மா விளையாடிகிட்டு இருந்தேன்” என்றான்.

“எங்கேயும் போகலையா” என்று கேட்டாள்.

“எங்கேயும் போகவில்லை” என்று சங்கரன் அழுத்தமாகச் சொன்னான். ஏன் அப்படிச் சொன்னான் என்று அவனுக்குப் புரியவேயில்லை.

•••

84

மறு உத்தரவு

சீனாவின் வடக்கு எல்லையை ஒட்டியிருந்தது அந்தக் கிராமம். அந்தக் கிராமத்திற்கு ஒரு நாள் அரசாணை ஒன்று வந்தது. அதன்படி போர் முடித்துத் திரும்பும் வீரர்களை வரவேற்க ஊரிலுள்ள பெண்கள் யாவரும் அலங்காரம் செய்து கொண்டு, ஊர் முகப்பில் ஒன்று கூடி, கையில் மலர்மாலை ஏந்தி, வரவேற்றுப் பாட வேண்டும் என்று உத்தரவிடப்பட்டிருந்தது.

கிராமத் தலைவர் உடனடியாக உத்தரவிற்கு அடிபணிய வேண்டுமெனக் கட்டளையிட்டார். அக்கிராமத்தில் நூற்றுக்கும் குறைவாகவே வீடுகள் இருந்தன. அந்த வீட்டிலிருந்த பெண்கள் பண்டிகை நாட்களில் அணிவது போலப் புத்தாடை அணிந்து தலை முதல் கால்வரை அலங்காரம் செய்து கொண்டு கையில் மலர்மாலை ஏந்திப் போர்வீரர்களின் வரவிற்காகக் காத்திருந்தார்கள்.

மாலை துவங்கிய காத்திருப்பு இரவு ஊரடங்கும் வரை நீண்டது. கிராமத்தலைவன் ஒருவேளை படைவீரர்கள் வழியில் ஓய்வெடுக்ககூடும் என்பதால் மறுநாள் வரவேற்பு கொடுக்கலாம் என அப் பெண்களைக் கலைந்து போகும்படி சொன்னார்.

மறுநாளும் அந்தப் பெண்கள் முந்திய தினம் போலவே அலங்காரத்துடன் மலர்மாலை ஏந்தியபடியே காத்திருந்தார்கள். அன்றைக்கும் படைவீரர்களைக் காணவில்லை. எத்தனை நாட்கள் ஆனாலும் அரசின் உத்தரவினை மீறக்கூடாது என்று சொன்ன ஊர்த்தலைவன் அன்றாடம் மாலையில் அந்தப் பெண்கள் அலங்காரம் செய்துகொண்டு ஊர் முகப்பில்

நிற்கும்படி கட்டளையிட்டார். ஒரு பெண் கூட அந்த உத்தரவை மறுக்கவில்லை.

ஆனால், நீண்ட காத்திருப்பின் பின்பு கையில் மாலையுடன் வீடு திரும்புவதைப் பெண்கள் பெரும் ஏமாற்றமாக உணர்ந்தார்கள். ஆகவே அவர்களில் ஒரு பெண் வைக்கோலில் போர்வீரன் போல ஒரு பொம்மை செய்து அதற்கு மாலை சூட்டினாள்.

சில நாட்களில் ஒரு பொம்மை வீரனுக்குப் பதிலாக நாற்பது ஐம்பது பொம்மை வீரர்களைச் செய்து வைத்தார்கள் கிராமத்து ஆண்கள். இப்போது பெண்கள் அவருக்குப் பிடித்தமான வீரன் முன்பு நின்று பாடி மலர்மாலையை அணிவித்தார்கள். உண்மையான போர்வீரர்கள் அந்தக் கிராமத்தின் பக்கம் வரவேயில்லை. ஆனால், மறுஉத்தரவு வரும்வரை அலங்கரித்துக் கொண்டு ஊர்முனையில் பெண்கள் நிற்பது மாறவேயில்லை.

ஒரு மாதம், ஒரு வருஷம், பத்து வருஷம், முப்பது வருஷம் என நீண்ட அந்தக் காத்திருப்பு முடிவில் இரண்டு தலைமுறைகளைத் தாண்டியும் மாறாத பழக்கமானது.

வைக்கோல் பொம்மையில் செய்யப்பட்ட வீரர்களுக்குப் பதிலாகக் கல்லில் போர்வீரர்களின் சிலையைச் செய்து அவர்களுக்கு மாலை சூட்டும் நிகழ்ச்சி அன்றாடம் நடந்தேறியது. அதைக் காண வெளியூர்களிலிருந்து பார்வையாளர்கள் வரத்துவங்கினார்கள்.

இன்றும் வடக்கு எல்லையை ஒட்டிய அந்தக் கிராமத்தில் மாலையானதும் பெண்கள் தங்களை அலங்கரித்துக் கொள்கிறார்கள். கையில் மலர்மாலை ஏந்தி நடந்து வந்து கற்சிலைகளுக்கு மாலை அணிவித்துப் பாடுகிறார்கள்.

வெற்றியைப் பாடும் அந்தப் பாடலின் ஊடே தீராத சோகமிருப்பதைப் பார்வையாளர்கள் உணர்ந்தார்கள்.

தொலைவிலிருந்த அரசாங்கம் கிராமத்துப் பெண்கள் இப்படி ஆண்டுக்கணக்கில் மாலைகளுடன் காத்துக் கொண்டிருப்பதை அறியவேயில்லை. மறு உத்தரவைப் பிறப்பிக்கவுமில்லை.

•••

85
ஓடிப்போனவன்

பால்காரனுக்குத் தருவதற்காக அம்மா வைத்திருந்த பணத்தைத் திருடிக் கொண்டு வீட்டை விட்டு ஓடிய அந்தப் பையன் தனது சட்டைப் பாக்கெட்டிலிருந்த பணத்தை மறுபடியும் எண்ணிப்பார்த்துக் கொண்டான். சரியாக 638 ரூபாய் இருந்தது.

இதை வைத்துக் கொண்டு எங்கே போவது என்ன செய்வது எதுவும் தெரியவில்லை. ஆனால், இனி வீட்டிற்குத் திரும்பிப் போகக் கூடாது என்பதில் மட்டும் உறுதியாக இருந்தான். பதின் வயதுகளில் வீடு ஒருவனுக்கு அந்நியமாக ஆரம்பிக்கிறது. வீட்டின் கட்டுப்பாடுகள், கண்காணிப்புகள், கெடுபிடிகள் எரிச்சலூட்டுகின்றன. எவர் முகத்தையும் பார்க்கப் பிடிக்கவேயில்லை.

எங்காவது ஓடிப்போய்விடலாம் என்ற எண்ணம் எட்டாம் வகுப்பில் பெயிலாகிப் போன நாளில் துவங்கியது. ஆனால், அப்பா கேட்கவில்லை. மறுபடியும் எட்டாம் வகுப்பிலே படிக்கும்படி சொன்னார். கட்டாயத்தின் பெயரால் வகுப்பிற்குப் போக அவனுக்குப் பிடிக்கவில்லை. ஆசிரியர்களின் பரிகாசம் அவனை மேலும் வேதனைப்படுத்தியது.

நீண்ட பயணத்தின் பின்பு மதுரைக்கு வந்த போது யாரும் தெரிந்தவர் கண்ணில் பட்டுவிடக்கூடாது என்பதில் கவனமாக இருந்தான். பரபரப்பான மனிதர்களை வேடிக்கை பார்த்தபடியே டவுன் ஹால் ரோட்டில் சுற்றினான். சாலையோரக் கடை ஒன்றில் ஒரு தொப்பி வாங்கி வைத்துக்

கொண்டான். தொப்பி வைத்தவுடன் ஆளே மாறிவிட்டது போல நினைத்துக் கொண்டான். விசில் அடித்தபடியே மீனாட்சியம்மன் கோவிலை நோக்கி நடந்தான். கோவில் கோபுரத்தை வேடிக்கை பார்த்தபடியே வெளியே நின்றான். உள்ளே போக மனமில்லை.

என்ன படம் ஓடுகிறது என்று ஒவ்வொரு சினிமா தியேட்டராகப் போய்ப் போஸ்டர்களை வேடிக்கை பார்த்து வந்தான். ரோட்டுக் கடையில் இட்லி ஆம்லேட் சாப்பிட்டான். இரவுக்காட்சி சினிமாவிற்குச் சென்றான். திரையரங்கத்தில் மொத்தமே நூறு பேர் கூட இல்லை. படம் ஓடிக்கொண்டிருந்த போதும் மனதில் ஏதோ கவலைகள். நினைவுகள்.

சினிமா விட்டு வெளியே வந்த போது எங்கே போவது எனத் தெரியவில்லை. இருண்டு கிடந்த பேருந்து நிலையத்தின் சிமெண்ட் பெஞ்சு அருகே சுருண்டு படுத்துக் கிடந்த பிச்சைக்காரனை ஒட்டி உட்கார்ந்து கொண்டான். உறக்கம் வரவில்லை. பயம் அதிகமானது. பையிலிருந்த காசை மறுபடியும் எண்ணிப் பார்த்துக் கொண்டான்.

யாராவது பணத்தைப் பறித்துக் கொண்டுவிடுவார்களோ எனப் பயமாக இருந்தது. எந்த பஸ் வருகிறதோ அதில் ஏறிப் போய்விட வேண்டியது தான் என முடிவு செய்தான். சேலம் போகிற பஸ் வந்தது. அதில் ஏறி கடைசி சீட்டில் உட்கார்ந்து கொண்டான். சில நிமிஷங்களில் உறங்கிப் போனான்

ஏழு மணிக்குச் சேலம் வந்து இறங்கிய போது எங்கே போவது எனத் தெரியவில்லை. பேருந்து நிலையத்தின் எதிரேயுள்ள ஒரு ஹோட்டலில் வேலை கேட்டான். கிடைக்கவில்லை. ஆனால், அதே தெருவிலிருந்த கணபதி மெஸ்ஸில் வேலை கிடைத்தது. எச்சில் இலையை எடுத்துப் போடும் வேலை.

இரண்டு நாட்கள் வேலை செய்வதற்குள் அவமானத்தில் ஒடுங்கிப்போனான். வீட்டில் ஒரு நாள் தட்டு, டம்ளரைக் கழுவி வைத்ததில்லை. துணி துவைத்ததில்லை. ஏன் ஒருநாள் கூடப் படுத்த படுக்கையை மடித்து வைத்ததில்லை. அதெல்லாம் நினைவிற்கு வந்து போனது. அவனது கையில் உள்ள காசு குறைந்து கொண்டே வந்தது. எங்கே இப்படியே எச்சில் இலை எடுக்கும் பையனாகவே வாழ வேண்டுமோ எனப் பயந்து

சொல்லிக் கொள்ளாமல் ஐந்தாம் நாளிரவு ஊரை நோக்கிப் பயணம் செய்தான். வழியில் சாப்பிடக்கூடயில்லை.

ஊர் வந்து இறங்கிய போது பசித்தது. இன்னமும் பொழுது விடியவில்லை. விடியும் வரை அவர்கள் வீடு உள்ள வீதியிலிருந்த சலூன் படிக்கட்டில் உட்கார்ந்திருந்தான். வீடு அமைதியாக உறைந்து போயிருந்தது.

வீட்டிற்குப் போன போது ஒருவரும் அவன் எங்கே போனான் எனக் கேட்கவில்லை. அம்மா ஒரு டம்ளர் காபி கொண்டுவந்து கொடுத்தாள். யாராவது தன்னை விசாரிக்கமாட்டார்களா, திட்டமாட்டார்களா என ஏக்கமாக இருந்தது. யாரும் ஒரு வார்த்தை பேசவில்லை. கண்டிக்கவில்லை.

காபியைக் குடிக்கக் குடிக்க அவனை அறியாமல் அழுகை வந்தது. அம்மா பால்காரனுக்கு வைத்திருந்த பணத்திற்குக் கடன் சொல்லிக் கொண்டிருந்தாள். அதைக் கேட்டதும் அவனது அழுகை மேலும் அதிகமானது.

கொஞ்சம் கொஞ்சமாக வீடு அவனை உள்வாங்கிக் கொண்டிருந்தது.

•••

86

குடும்பச் சண்டை

கடைக்குச் சென்றால் விதவிதமான பூஜாடிகளை வாங்கி வருவது அவளது வழக்கம். இத்தனை ஜாடியிலுமா பூக்களை வைக்கப்போகிறாய் என்று கணவன் கோபித்துக் கொள்வான். அதற்கு அவள் பூஜாடிகள் பூக்கள் வைப்பதற்காக மட்டும் உருவாக்கப்பட்டவையில்லை என்பாள். அவனால் அதைப் புரிந்து கொள்ள முடியாது.

வேஸ்ட் ஆப் மணி என்று அவள் காதுபடச் சொல்வான். உடனே அவள் நீ மட்டும் விதவிதமான ஷுக்களை வாங்கி அடுக்கவில்லையா என்று சண்டையிடுவாள். அது உண்மை, அவனிடம் நூற்றுக்கும் மேற்பட்ட காலணிகள் இருந்தன. எந்தப் புது ஷு வந்தாலும் வாங்கி விடுவான்.

இந்தச் சண்டை நீண்ட நாட்களாக அவர்களுக்குள் நடந்து வந்தது. அவள் சீன, ஜப்பானிய, இத்தாலிய பூ ஜாடிகளை வாங்குவதும் அவன் புதிய காலணிகள் வாங்குவதும் மாறவேயில்லை. வீண்செலவு என மாறி மாறி திட்டிக் கொண்டார்கள்.

ஒரு நாள் அவள் வேண்டுமென்றே ஆள் உயரமுள்ள பூஜாடிகளாக முப்பது நாற்பது வாங்கி வந்தாள். அவற்றை வைப்பதற்கு இடமில்லாத போது சமையலறை முழுவதும் பூ ஜாடிகளை நிரப்பி வைத்தாள். இது கணவனின் கோபத்தை மேலும் அதிகப்படுத்தியது.

அவளுடன் போட்டியிடுவதற்காக அவன் விதவிதமான பிராண்ட்களில் நூறு ஷுக்களை வாங்கி வந்தான். அதைக்

கண்டு அவள் கோபம் கொண்டபோது உன்னைப் போலவே எனக்கும் இதை வாங்கும் போது காரணமில்லாத மகிழ்ச்சி கிடைக்கிறது என்றான்.

அவனை இப்படியே விடக்கூடாது என நினைத்த அவள் மறுநாள் ஒரு வேன் நிறைய பூஜாடிகளைக் கொண்டு வர ஆர்டர் செய்தாள். அந்த ஜாடிகளைக் கீழே இறங்கிய கூலியாட்கள் அதை எங்கே வைப்பது எனக் கேட்டதும் படுக்கை அறைக் கதவைத் திறந்துவிட்டாள். மீதமிருப்பதை மொட்டை மாடி முழுவதும் கொண்டு போய் வையுங்கள் என்றாள்.

அன்றிரவு அவன் வீடு திரும்பிய போது படுக்கை அறைக்குள் நுழைய முடியவில்லை. சோபாவில் தான் உறங்கினான்.

மறுநாள் அலுவலகம் விட்டுத் திரும்பி வரும் போது வேன் நிறைய மரத்தால் செய்யப்பட்ட ஷூ ரேக்குகளை வாங்கி வந்தான். அவற்றை எங்கே வைப்பது எனத் தெரியாமல் குளியல் அறை மற்றும் பால்கனி முழுவதும் நிரப்பி வைத்தான். அவளால் குளியல் அறைக் கதவைத் திறந்து உள்ளே கூடச் செல்ல முடியவில்லை.

ஆத்திரமடைந்த மனைவி மறுநாள் தனது சேமிப்பிலிருந்த பணத்தை எடுத்து லாரி நிறைய பூக்குவளைகளை வாங்கி வீட்டின் முன்னால் குவித்து வைத்தாள். இப்போது அவனால் வீட்டிற்குள் போகவே முடியவில்லை.

உடனே கணவன் தனது சேமிப்பிலிருந்த பணத்தை எடுத்து பெரிய டிரக் நிறைய காலணிகளை ஆர்டர் செய்து அவற்றை வீதியை மறித்து நிரப்பி விட்டான்.

கணவன் மனைவி சண்டையால் அந்த வீதியில் குடியிருந்தவர்கள் எவராலும் வெளியே நடமாட முடியவில்லை. முடிவில் காவல்துறை தலையிட்டது. இருவரையும் கைது செய்து தனிமைச் சிறையில் அடைத்தார்கள்.

அந்தச் சிறையில் ஒரு பொருள் கூடக் கிடையாது. வெறுந்தரை, சுற்றிலும் பளுப்படைந்த சுவர்கள். சிறையின் வலது பக்க மூலையில் ஓர் அழகான பூக்குவளை வைத்தால் நன்றாக இருக்கும் என அந்தப் பெண் யோசித்தாள்.

அது போலவே சிறையில் அடைக்கப்பட்ட கணவன் அழுக்கடைந்து போன இந்தத் தரையில் நடக்க மிருதுவான புதுச்செருப்பு கிடைத்தால் நன்றாக இருக்கும் யோசித்தான்.

அவர்கள் மாறவேயில்லை.

...

87
காதல் கவிதை

அவர்கள் இருவரின் காதலுக்கும் நரேன் தான் தூதுவனாக இருந்தான். அப்போது அவனது வயது 12.

சுலோச்சனா தினமும் ஒரு சினிமா பாட்டுப் புத்தகம் கொடுத்து அனுப்பி வைப்பாள். அதில் ஏதாவது ஒரு பாடலில் சில வரிகளை அடிக்கோடிட்டு இருப்பாள். நரேன் பாட்டுப் புத்தகத்தைச் சேதுவிடம் கொண்டு போய்க் கொடுப்பான்.

சேது அப்பாட்டுப் புத்தகத்தைப் புரட்டக்கூட மாட்டான். மாறாக அவன் தான் எழுதிய காதல் கடிதம் ஒன்றை அவளிடம் தரும்படியே அனுப்பி வைப்பான். சில நாட்களில் அவர்கள் சந்தித்துக் கொள்ளும் இடம் மற்றும் நேரம் பற்றிக் கூட நரேன் தான் சொல்லி வருவான்.

அவர்கள் ரகசியமாகச் சந்தித்துக் கொள்வார்கள். கட்டித் தழுவி காதல்மொழி பேசிக் கொள்வார்கள். ஒளிந்திருந்து அதைக் கேட்கையில் நரேனுக்கு வேடிக்கையாக இருக்கும். சில நேரம் அவள் எதற்கோ அழுவாள். அவன் சமாதானப்படுத்திக் கொண்டேயிருப்பான். காதலிப்பது என்றால் என்னவென்று நரேனுக்குக் குழப்பமாக இருந்தது.

ஒரு நாள் சுலோச்சனா தான் எழுதிய பதினாலு வரி காதல் கவிதை ஒன்றைச் சொல்லி இதை அப்படியே சத்யனிடம் சொல்ல வேண்டும் என்றாள். எப்படி மறக்காமல் சொல்வது என நரேனுக்குப் பதற்றமாக இருந்தது.

அவன் சேதுவைத் தேடிப் போன போது அவன் வீட்டில் இல்லை. வழக்கமாகச் சேது செல்லும் சலூனிலோ, பள்ளி

மைதானத்திலே அவனைக் காண முடியவில்லை. கவிதையை மனதிற்குள்ளாகவே வைத்துக் காப்பாற்றுவது கஷ்டமாக இருந்தது. ஆகவே தனக்குதானே அந்தக் கவிதையைச் சொல்லிப் பார்த்துக் கொண்டேயிருந்தான். பாதி புரிந்து புரியாததுமாக இருந்தது.

மறுநாள் சேது வீட்டிற்குப் போன போது அவன் வேலைதேடி நாக்பூருக்குப் போய்விட்டதாகச் சொன்னார்கள். சுலோச்சனா சொன்ன கவிதையை இப்போது என்ன செய்வது என நரேனுக்குப் புரியவில்லை. கையில் கனமான பரிசுப் பொருளை வைத்துக் கொண்டிருப்பது போலவே உணர்ந்தான்.

இரண்டு வாரங்களில் சுலோச்சனாவிற்குத் திருமணம் ஏற்பாடு ஆனது. அந்தக் கல்யாண வீட்டில் வைத்துச் சுலோச்சனாவிடம் கவிதையை என்ன செய்வது என ரகசியமாகக் கேட்டான். அதை மறந்துவிடு என்றாள் சுலோச்சனா. சரி எனத் தலையாட்டிவிட்டு வீடு திரும்பினான். கவிதையின் ஒரு வார்த்தையைக் கூட மறக்க முடியவில்லை. முழுக்கவிதையும் மனதில் ஓடிக்கொண்டிருந்தது.

சுலோச்சனா அதன்பிறகு அவர்கள் ஊருக்கு வரவேயில்லை. அது போலவே சேதுவையும் திரும்பப் பார்க்கவேயில்லை. ஆனால், நரேன் தனது மனதில் அக்கவிதையைச் சுமந்து கொண்டேயிருந்தான். எப்போது தனியே இருந்தாலும் அக் கவிதை நினைவில் வரத்துவங்கிவிடும். காதலின் துயரால் எழுதப்பட்ட கவிதைகளுக்கு அழிவேயில்லை போலும்.

காலம் செல்லத் துவங்கியது. நரேனும் வளர்ந்து வேலைக்குப் போனான். விட்டோர் பார்த்த பெண்ணைத் திருமணம் செய்து கொண்டான். பிள்ளைகள் பெற்றுக் கொண்டான். ஆனால், ஏன் சுலோச்சனாவின் காதல் தோற்றுப்போனது என்ற கவலை அவனை விடவேயில்லை. ஒருவேளை இதைச் சுலோச்சனா மற்றும் சேது கூட மறந்திருப்பார்கள். ஆனால், நரேனால் மறக்க முடியவேயில்லை.

நடுத்தர வயதை அடைந்த போது நரேன் ஒவ்வொரு நாளும் இரவில் மொட்டை மாடிக்குப் போய் நின்றபடியே சுலோச்சனா சொன்ன கவிதையை முணுமுணுப்பான். அவனை அறியாமல் கண்ணீர் கசியும். ஏன் இந்தக் கவிதையை இத்தனை ஆண்டுகளாகியும் சுமந்து கொண்டேயிருக்கிறோம் என்று

வருத்தப்படுவான். அவனால் அந்தக் காதல் கவிதையை மறக்க முடியவேயில்லை.

ஒரு கவிதையை அறிந்து கொள்வதற்கு ஐந்து நிமிஷங்கள் போதும் ஆனால், மறப்பதற்கு எவ்வளவு ஆண்டுகள் ஆகும் என்று சொல்லவே முடியாது என்று நரேனுக்குத் தோன்றியது.

...

88
வஸ்திரம்

நீண்ட நாட்களாகத் திரௌபதிக்கு ஓர் ஆசையிருந்தது. மகாராணி காந்தாரியின் கண்களில் கட்டியுள்ள வஸ்திரத்தை ஒருமுறை வாங்கித் தனது கண்ணில் கட்டிப் பார்க்க வேண்டும் என்று நினைத்தாள். ஆனால், மகாராணி காந்தாரியைச் சந்திக்கவும் தனிமையில் பேசவும் சந்தர்ப்பம் கிடைக்கவேயில்லை. ஆகவே அவள் காத்துக் கொண்டேயிருந்தாள்.

யுத்தம் முடிந்து பாண்டவர்கள் வென்ற பிறகு, பிள்ளைகளை இழந்த காந்தாரியும் திருதராஷ்டிரனும் வனம் ஏகப்போகிறார்கள் என்று தெரிந்த நாளில் அவள் தனியே சென்று காந்தாரியைச் சந்தித்தாள்.

தன் மனதிலிருந்த ஆசையைச் சொன்னாள். காந்தாரி தன் கண்ணைக் கட்டிய வஸ்திரத்தை அவிழ்த்துத் திரௌபதியிடம் கொடுத்தபடியே சொன்னாள்.

"இது வெறும் வஸ்திரமில்லை. கட்டிப்பார் புரியும்."

காந்தாரியின் வஸ்திரத்தால் கண்ணைக் கட்டிய மறுநிமிசம் திரௌபதிக்கு எதிர்காலத்தில் நடக்கப் போகும் விஷயங்கள் மனதில் தெரியத் துவங்கின. அவள் தன் கணவர்களின் எதிர்காலம் என்னவாகும் என்பதைக் கண்டாள். திடுக்கிட்டு வஸ்திரத்தை அவிழ்த்த போது காந்தாரி சொன்னாள்,

"பயப்படாதே. இந்த வஸ்திரத்தைக் கட்டிக் கொண்டவுடன் நிகழ்காலம் தெரியாமல் போய்விடும். ஆனால், எதிர்காலம் துல்லியமாகக் கண்ணுக்குத் தெரியும். என் பிள்ளைகள்

அழிவை நோக்கி வேகமாகச் சென்றதை நான் முன்னதாகவே அறிந்தேன். ஒரு தாயிற்குப் பிள்ளைகளின் எதிர்காலம் பற்றித் தான் கவலைகள் இருக்கும். நெருக்கடியிலிருந்து பிள்ளைகளைக் காப்பாற்றிவிட முடியாதா எனத் துடிப்பாள். நானும் அப்படித்தான் இருந்தேன். ஆனால், என்னால் விதியின் விளையாட்டினைத் தடுக்க முடியவில்லை."

திரௌபதி சொன்னாள்,

"உலகிலிருந்து பிள்ளைகள் விடைபெற்றாலும் தாயின் மனதிலிருந்து பிள்ளைகள் விடைபெற மாட்டார்கள். அதை நான் இப்போது உணர்கிறேன்."

பிள்ளையைப் பறி கொடுத்த இரண்டு தாயும் கண்ணீர் வடித்தார்கள்.

•••

89

சினிமா பார்த்தவன்

யஜுசிரோ ஒசு இயக்கிய டோக்கியோ ஸ்டோரி சினிமா பார்த்துத் திரும்பும் போது மாறன் தனது தந்தையையும் தாயையும் நினைத்துக் கொண்டான்.

படத்தில் வரும் பெற்றோர் டோக்கியோவுக்கு வந்ததும் தங்கள் தனிமையை நினைத்துப் பயப்படுகிறார்கள். சொந்தப் பிள்ளைகளால் பிரித்து வைக்கப்படுகிறார்கள். நிராகரிக்கப் படுகிறார்கள். அந்தப் பிள்ளைகளில் ஒருவனைப் போலத் தன்னை உணர்ந்தான்.

படம் முடிந்து வெளியே வந்த போது மாநகரம் உறங்கி யிருக்கவில்லை. வாகன இயக்கம் குறைந்திருந்தது. நடந்தே அறைக்குத் திரும்ப வேண்டும். கோடம்பாக்கம் பாலத்தை ஒட்டிய மேன்ஷன் ஒன்றில் குடியிருந்தான்.

இது போன்ற ஜப்பானியப் படங்களை எல்லாம் பிலிம் சொசைட்டியில் தான் திரையிடுவார்கள். அதற்கு உறுப்பினர் ஆக வேண்டும். சினிமா இயக்க வேண்டும் என்ற ஆசையில் கரிசல் கிராமத்திலிருந்து சென்னைக்கு வந்து ஆறு ஆண்டுகளுக்குப் பிறகு தான் பிலிம் சொசைட்டியில் உறுப்பினராகப் பணம் கிடைத்தது. அதுவும் கடந்த நான்கு மாதங்களாகத் தொடர்ந்து படங்கள் பார்க்கிறான்.

பெரும்பான்மை வெளிநாட்டுப் படங்களை அறிவாளிகள் கொண்டாடும் போது அவன் எதற்காகப் புகழுகிறார்கள் எனத் தெரியாமல் வெறித்தபடியே இருப்பான்.

எந்தப்படம் பற்றியும் யாரும் கற்றுத் தர மாட்டார்கள். புரிந்து கொள்ள உதவி செய்யமாட்டார்கள். வெளிநாட்டுப் படம் பார்க்க வருபவர்களில் ஐம்பது விழுக்காடு சினிமாவோடு தொடர்பில்லாதவர்கள். அவர்களின் நோக்கம் வேறு.

ஆனால், டோக்கியோ ஸ்டோரி படம் துவங்கிய சில நிமிடங்களில் மாறன் கரைந்து போகத் துவங்கியிருந்தான். மாநகரில் வசிக்கும் பிள்ளைகளைக் காண டோக்கியோ புறப்பட்ட பெற்றோர்களுடன் அவனும் ரயில் ஏறினான்.

அந்தத் தந்தையின் சாயலில் கிராமத்து விவசாயியான தனது தந்தையைக் கண்டான். படத்தில் வரும் தாயை விடவும் தனது தாய் மெலிந்தவள். அவர்கள் கிராமத்திற்கு ரயிலோ பஸ்ஸோ கிடையாது. விலக்கு சாலை வரை நடந்து போய்த் தான் பஸ் ஏற வேண்டும். சிறுவயதில் அவனைத் தோளில் தூக்கிக் கொண்டு அப்பா விலக்கு ரோட்டிலிருந்து நடந்து வந்திருக்கிறார்.

எப்போது சென்னையிலிருந்து சொந்த ஊர் திரும்பிப் போனாலும் அம்மாவிற்கு ரங்கநாதன் தெருவில் விற்கும் காட்டன் புடவை ஒன்றை வாங்கிக் கொண்டு போவான். அதை அம்மா ஒரு போதும் கட்டிக் கொள்ளமாட்டார். அக்காவிற்கோ, அத்தை பிள்ளைகளுக்கோ கொடுத்துவிடுவாள். அம்மாவிடம் இருப்பது நான்கே சேலைகள். அது போதும் என்றிருக்கிறாள்.

ஒருவேளை நாளை அவன் திரைப்பட இயக்குநர் ஆனாலும் கூட அவனைக் காண அப்பாவும் அம்மாவும் மாநகருக்கு வரமாட்டார்கள். அவர்களுக்குச் சினிமா பார்க்கும் பழக்கமே கிடையாது. அவர்கள் கிராமத்தில் சினிமா தியேட்டரும் கிடையாது. அவனது பெற்றோர் உழைப்பு, உழைப்பு எனத் தங்கள் உடலைத் தேய்த்து அழித்துக் கொண்டிருந்தார்கள்.

அப்பாவும் அம்மாவும் சேர்ந்து பயணம் சென்றதேயில்லை. அப்பா அதிகபட்சம் விதைகளோ, உரமோ வாங்க அருப்புக்கோட்டை வரை சென்று வருவார். அம்மாவிற்கு அதுவும் கிடையாது. அவன் சிறுவனாக இருந்த போது ஒரு முறை திருச்செந்தூர் போயிருக்கிறார்கள். அது தான் அதிக பட்ச பயணம், வீடு, தோட்டம், முள் வெட்டுவதற்காகச் செல்லும் கண்மாய், கிணறு, ரேஷன்கடை இவ்வளவு தான் அவளது உலகம். அம்மா இதுவரை மருத்துவமனைக்குக் கூடச் சென்றது கிடையாது. பிரசவம் கூட வீட்டில் தான் நடந்தது.

டோக்கியோ ஸ்டோரியில் வரும் தந்தையும் தாயும் பிள்ளைகளை ஒரு போதும் குற்றம் சொல்லவேயில்லை. அவர்கள் பெரிய நகரில் சிறியதொரு வாழ்க்கையை நடத்துகிறார்கள் என்று உணருகிறார்கள்.

தன்னைப் பற்றியும் தந்தையும் தாயும் அப்படித்தான் நினைத்துக் கொண்டிருப்பார்கள் என மாறன் உணர்ந்தான்.

ஊருக்குப் போகும் நாட்களில் ஒருமுறை கூட அவன் படம் எடுப்பானா என்று கேட்டதே கிடையாது. சினிமாவில் என்ன கஷ்டங்களைப் படுகிறான் என அவனும் சொன்னதே கிடையாது.

எப்போதாவது கோடிகளில் சம்பாதிப்பேன் என்று அவன் அம்மாவிடம் சொல்லும் போது அவள் முகத்தைத் திருப்பிக் கொண்டு உன் பணம் காசு எங்களுக்கு வேணாம்பா. குடிக்கிற கஞ்சி போதும் என்பாள்.

டோக்கியோ ஸ்டோரி பார்த்துக் கொண்டிருந்த போது அந்த நினைவுகள் அவன் மனதைக் கனக்க வைத்தன. கண்ணீர் கசியப் படம் பார்த்தான்.

அறைக்குத் திரும்பி வரும் போது அம்மா அப்பாவை பற்றி இப்படி ஒரு படம் எடுக்க முடியுமா என ஆதங்கப்பட்டான். அவர்கள் இருவரையும் ஒரு புகைப்படமாவது எடுக்க வேண்டும் என்று தோன்றியது.

அப்பா அம்மா திருமணத்தில் கூடப் போட்டோ எடுத்தது கிடையாது. அடுத்த முறை ஊருக்குப் போகையில் நண்பனின் கேமிராவை இரவல் வாங்கிக் கொண்டு போய் நிறைய போட்டோ எடுக்க வேண்டும் என நினைத்தபடியே மேன்ஷனை நோக்கி நடந்தான். இன்னும் படம் இயக்க எத்தனை ஆண்டுகள் ஆகும் எனத் தெரியவில்லை. ஒருவேளை டோக்கியோ ஸ்டோரி போல அம்மா இறந்து விட்டால் என நினைத்த போது அவனை அறியாமல் விம்மினான்.

பாதையில் அடர்ந்திருந்த இருட்டு அவனைப் பார்த்துச் சிரிப்பது போலவே இருந்தது.

...

90

கோபாலன் வீடு

டி.கே.கோபாலனுக்குச் சாவிகள் என்றால் பிடிக்கும். அதுவும் வீட்டுச்சாவியை வைத்துக் கொள்வது என்பது அவரது தனி உரிமை. வீட்டுச்சாவியைச் சட்டைப் பையில் போட்டுக் கொள்ளும் போது அதன் கனம் தாளாமல் பை ஒரு பக்கம் இழுக்கும். அந்தக் கனம் தான் அவரது பொறுப்புணர்வின் அடையாளம். வீட்டை நிர்வகிக்கிறோம் என்பதன் சாட்சியம். ஆகவே அவர் ஒரு போதும் வீட்டுச்சாவியை மனைவியிடமோ, பிள்ளைகளிடமோ தர மாட்டார்.

அவசரத்திற்கு மாற்றுச்சாவி ஒன்று போட்டு வைத்துக் கொள்வோம் என்று மனைவி சொன்ன யோசனையைக் கூடக் கேட்கவில்லை.

ஆகவே எப்போதும் வெளியே கிளம்பும் போதும் அவர் தான் வீட்டைப் பூட்டுவார் . திரும்பி வரும் போது அவர் தான் கதவைத் திறப்பார். ஏதாவது சில நேரம் கோவிலுக்கோ, சந்தைக்கோ மனைவி போய் வர வேண்டும் என்றால் கூடக் கடைப்பையனை வீட்டில் இருக்கச் சொல்லிவிட்டுத் தான் கிளம்ப வேண்டும்.

டி.கே.கோபாலன் சிறுவயதாக இருந்த போது சாவியைத் தொலைத்து விட்டதற்கு அப்பாவிடம் அடிவாங்கியிருக்கிறார். அதன் பிறகு ஒருமுறைகூட அவர் சாவியைத் தொலைக்கவேயில்லை.

சில நேரம் வீட்டுச்சாவியைக் கையில் எடுத்து வைத்து அழகுபார்த்தபடியே இருப்பார். மயில்தோகையைப் பார்ப்பது போல அத்தனை வசீகரமாக இருக்கும்.

சினிமாவிற்குப் போய்விட்டுத் திரும்பி வரும் நாளில் வழியில் டிபன் வாங்கி வர வேண்டும் என ஹோட்டலில் நின்ற நேரத்தில் அவரது மனைவியும் மகளும் வீட்டு வாசலில் நின்று கொண்டிருப்பார்கள். அப்போது கூடச் சாவியை அவர்களிடம் கொடுத்து விட்டது கிடையாது. அவர்களும் அதைக் கேட்டது கிடையாது.

சந்தான கிருஷ்ணன் திருமணத்திற்காகத் திருநெல்வேலி கிளம்பிய நாளில் டாக்சியில் ஏறியபிறகு மனைவி தனது ஹேண்ட்பேக்கை எடுக்க வேண்டும் என வீட்டுச்சாவியைக் கேட்டாள். கொடுத்தவர் ஏதோ பேச்சுச் சுவாரஸ்யத்தில் திரும்ப வாங்க மறந்துவிட்டார்.

அவர்கள் திருநெல்வேலிக்குச் சென்று திருமண வீட்டிலிருந்தபோது திடீரென வீட்டுச்சாவி நினைவிற்கு வந்தது. அவரது மனைவியும் மகளும் பந்தியில் உட்கார்ந்து சாப்பிட்டுக் கொண்டிருந்ததால் உடனே எடுத்துத் தர இயலவில்லை.

வீடு வந்து சேர்ந்த போது அவரது மனைவி தன் ஹேண்ட்பேக்கில் சாவியைத் தேடினாள். சாவியைக் காணவில்லை. ஒருவேளை கோபாலன் எடுத்திருப்பாரோ என அவரிடமே கேட்டாள்.

வீட்டுவாசலில் நின்றபடியே "தொலைச்சிட்டயா. அதுக்குத் தான் உன் கையிலே சாவியைக் கொடுக்கமாட்டேனு தலையா அடிச்சிகிட்டேன்" என்று கத்தினார் கோபாலன்.

அவள் பதற்றமாகி ஹேண்ட்பேக்கைத் தரையில் கொட்டித் தேடினாள். சாவி கிடைக்கவில்லை. கோபாலன் கோபத்தில் முகம் சிவக்கப் படியில் உட்கார்ந்திருந்தார்.

பூட்டு திறக்கும் ஆளை அழைத்து வருவதற்காக மகன் சென்றிருந்தான். இதற்குள் மகள் பின்கதவைத் தள்ளித் திறந்த போது தாழ்ப்பாள் சரியாகப் பூட்டப்படாத காரணத்தால் திறந்துவிட்டது. உள்ளே போய் முன்கதவை அவள் திறக்க முயன்றபோது டி.கே.கோபாலன் கதவைத் திறக்கக் கூடாது என்று ஆங்காரத்துடன் கத்தினார்.

மகன் அழைத்து வந்த பூட்டுத் திறப்பவன் மாற்றுச்சாவி தயார் செய்து தருவதாகச் சொன்ன போதும் கோபாலன் ஏற்றுக் கொள்ளவில்லை.

இனி இந்த வீட்டின் முன்கதவு திறக்கப்படாது. பின்கதவு வழியாகப் போய் வந்தால் போதும் எனக் கோபாலன் அறிவித்தார்.

மனைவியோ பிள்ளைகளோ அதை மறுக்கவேயில்லை.

அன்றிலிருந்து கோபாலன் வீட்டின் முன்கதவு பூட்டியே இருக்கிறது. எதுவும் நடக்காதவர் போல அவர் பின் வாசல் வழியாகவே தனது கடைக்குப் போய் வந்து கொண்டிருந்தார். பின் வாசலுக்குச் சாவி கிடையாது என்பதால் அவரது மனைவி அதன்பிறகு எப்போதும் வீட்டிலே இருந்தார். தபால்காரனும் விற்பவனும் பின் வாசலுக்கே வந்து போனார்கள்.

கோபாலன் இல்லத்தை முன்வாசல் பூட்டப்பட்ட வீடு என்றே அனைவரும் அழைக்கத் துவங்கினார்கள்.

எப்படியோ வீட்டைத் தன் கட்டுப்பாட்டுக்குள் வைத்திருக்கிறோம் என்ற பெருமை உணர்வு கோபாலனைச் சந்தோஷப்படுத்தவே செய்தது.

...

91
காதலில் விழுந்த புலி

காட்டிலிருந்த புலியொன்று நீர் அருந்துவதற்காக வந்த குளத்தில் ஒரு சிவப்புக் கொண்டை மீன் தன்னையே பார்த்துக் கொண்டிருப்பதைக் கண்டது. அந்த மீனிற்குத் தன்னைக் கண்டுபயமில்லை என்பது புலிக்கு வியப்பாக இருந்தது. புலி தன்னைக் கவனிப்பதை அறிந்தவுடன் சிவப்புக் கொண்டை மீன் வேண்டுமென்றே வாலசைத்துத் துள்ளியது. புலிக்கு அது வேடிக்கையாகத் தோன்றியது.

"என்னை கண்டு பயமில்லையா" எனக் கேட்டது புலி.

"தண்ணீரை விட நீ ஒன்றும் பலசாலியில்லை. நான் தண்ணீரில் பிறந்து வளர்ந்தவள்" என்றது சிவப்புக் கொண்டை மீன்.

புலிக்குச் சிவப்புக் கொண்டை மீனைப் பிடித்திருந்தது.

மறுநாள் புலி நீர் நிலைக்கு வந்த போது சிவப்புக் கொண்டை மீன் அதே உற்சாகத்துடன் துள்ளியது.

புலி தண்ணீர் குடிக்கும் போது சிவப்புக் கொண்டை மீன் சப்தமாகச் சொன்னது.

"உன் கோபத்தைத் தண்ணீரிடம் காட்டாதே"

புலிக்கு அந்த மீனின் மீது கோபம் வரவேயில்லை. மாறாக அதன் மனதில் சிவப்புக் கொண்டை மீன் போலத் தானும் துள்ளியாட வேண்டும் என்ற ஆசை உருவானது.

புலி அந்த மீனைப் பார்த்துச் சொன்னது,

எஸ்.ராமகிருஷ்ணன் ● 255

“நீ அழகாக இருக்கிறாய். உன்னை எனக்குப் பிடித்திருக்கிறது .”

“எனக்கும் தான். ஆனால் உன் உருவம் தான் என்னை அச்சமூட்டுகிறது.”

“நான் உன்னைக் காதலிக்கிறேன். என் கண்களை மட்டும் பார். பயம் வராது.”

“நீ எப்போதும் கோபமாகவே இருக்கிறாய். சந்தோசப்படவே தெரியலை. உன்னிடம் உற்சாகமேயில்லை உன்னை மாற்றிக் கொள்ளாமல் காதலிக்க முடியாது” என்றது சிவப்புக் கொண்டை மீன்.

“அப்படியே பழகிவிட்டேன், நான் ஒரு புலி.”

“என்னையே நினைத்துக் கொண்டேயிருந்தால் உன் மனதில் காதல் நிரம்பும். அப்போது உன்னால் துள்ளி ஆட முடியும்.” என்றது சிவப்புக் கொண்டை மீன்.

“நிஜமாகவா” என்றபடியே புலி தன் இருப்பிடத்திற்குப் போனது. நாள் முழுவதும் மீனைப் பற்றியே நினைத்துக் கொண்டிருந்தது. சிவப்புக் கொண்டை மீனின் அழகும் துள்ளும் விதமும் மனதில் காதலை நிரப்பியது. ஆனால், புலியால் மீன் போலத் துள்ளியாட முடியவில்லை.

மறுநாள் சிவப்புக் கொண்டை மீனைத் தேடிப் போய்ப் புலி சொன்னது,

“உன்னை நினைத்துக் கொண்டாலும் என்னால் உன்போல் துள்ளியாட முடியவில்லை.”

“நீ புலி என்பதையே மறந்துவிட வேண்டும். நீயும் ஒரு மீன் என நினைத்துக் கொள்” என்றது சிவப்புக் கொண்டை மீன்.

அதன்படியே மறுநாள் புலி தன்னை ஒரு மீனாகக் கருதிக் கொண்டது. ஆனால், நீரில் துள்ளியாடுவது போல நிலத்தில் ஆட முடியவில்லை.

அடுத்த நாள் மீனைத் தேடிச் சென்றது. ஆனால், அந்தக் குளத்திலிருந்த சிவப்புக் கொண்டை மீனைக் காணவில்லை. ஏதோ ஒரு நாரை அந்த மீனைக் கொத்திக் கொண்டு போனதைப் புலி அறியவில்லை. அது மீனுக்காகக் குளக்கரையில் காத்திருக்க ஆரம்பித்தது.

சூரிய ஒளி தண்ணீரில் நடனமாடுவதைக் காணும் போது அதற்கு மீனின் நினைவு வந்தது. தன்னையே ஒரு மீனாகக் கருதிக் கொண்டு புலி நீரில் இறங்கி துள்ளியாடியது. அதைக் காணச் சிவப்புக் கொண்டை மீன் அங்கே இல்லை. அந்த ஏக்கம் புலியை வாட்டியது. அது பகலிரவாகக் குளக்கரையிலே காத்துக்கிடந்தது.

புலியால் அந்தச் சின்னஞ்சிறிய மீனை மறப்பது முடியாமல் போனது.

அதன் பிந்திய நாட்களில் புலி வேட்டையாடுவதை மறந்து குளக்கரையில் பகல் முழுவதும் காத்துக்கிடப்பதும் சில வேளை குளத்தில் தனியே துள்ளியாடிக் கொண்டிருப்பதும் ஏன் என எந்த விலங்கிற்கும் புரியவில்லை.

காதலில் விழுந்த பிறகு புலியாக இருந்தாலும் ஒரே விதி தானோ.

...

92
பேப்பர் கேமிரா

கோர்ட் வளாகத்திற்குள் கைவிலங்கிடப்பட்டு வீரசேகர் வந்த போது ஒன்றிரண்டு பேரே இருந்தார்கள். நீதிமன்ற விசாரணைக்காக அவனை அழைத்து வந்திருந்த காவலர் யாரோ வழக்கறிஞர் உடன் பேசிக் கொண்டிருந்தார். கோர்ட் துவங்க இன்னும் நிறைய நேரமிருந்தது.

அப்போது தான் அந்தப் பெண் கைதியைப் பார்த்தான். அடர் மஞ்சள் நிறத்தில் சுடிதாரும் சிவப்பு நிறத் துப்பட்டாவும் அணிந்திருந்தாள். கண்ணுக்குப் பொருத்தமில்லாத அகலமான கண்ணாடி. குளித்துக் கோவிலுக்குப் போய்விட்டுத் திரும்பியவள் போல நெற்றியில் சிறியதாகத் திருநீறு பூசியிருந்தாள். அவளுடன் இருந்த பெண் காவலர் யாருடனோ செல்போனில் பேசிக் கொண்டிருந்தாள்.

கோர்ட் வளாகத்தில் இப்படியான அழகியைக் காண்பது வீரசேகருக்குச் சந்தோஷமாக இருந்தது. அருகில் போய்ப் பார்க்கலாம் என்பது போல வராண்டாவில் நடந்தான்.

வழக்கறிஞருடன் பேசிக் கொண்டிருந்த காவலர் முறைத்தபடியே "எங்கடா போறே" எனக்கேட்டார். "இங்க வெயிலடிக்குது" என்று பொய் சொல்லியபடியே சற்று நகர்ந்து அந்தப் பெண்ணை நன்றாகப் பார்த்தான். அவளும் அவனைக் கவனித்தது போலத் தெரிந்தது.

அந்தப் பெண் ஜாடையில் என்ன வேண்டும் என்று கேட்டாள். வீரசேகர் பதில் சொல்லாமல் அவளைப் பார்த்துச் சிரித்தான். அவள் வேண்டுமென்றே நாக்கை பாம்பு போல

நீட்டிக் காட்டினாள். அவளைப் போலவே வீரசேகரும் செய்தான். உடனே அவள் கன்னத்தை உப்ப வைத்து வெடிப்பது போலப் பாவனைச் செய்தாள். அதை வீரசேகர் வெகுவாக ரசித்தான்.

பெண் காவலர் அவளைக் கவனித்தபடியே “சும்மா இருக்க மாட்டயாடீ” என்று திட்டினாள். அதைக் கண்டுகொள்ளாமல் அவள் வீரசேகரைப் பார்த்து விரலால் சுண்டினாள். அதன் பொருள் என்னவென்று வீரசேகருக்குப் புரியவில்லை.

அதற்குள் காவலர் “சாப்பிடப் போகலாம்” என அவனை அழைத்துக் கொண்டு கோர்ட் வளாகத்திலிருந்த சிற்றுண்டி கடையை நோக்கி நடந்தார். அந்தப் பெண்ணைத் திரும்பித் திரும்பிப் பார்த்தபடியே அவன் சிற்றுண்டி கடைக்குச் சென்றான். அவர்கள் இட்லி சாப்பிட்டுக் கொண்டிருக்கும் போது அந்தப் பெண் காவலர் அவளை அழைத்துக் கொண்டு சாப்பிட வந்திருந்தாள்.

எதிர்பெஞ்சில் உட்கார்ந்தபடியே அந்தப் பெண் சப்தமாக “மொருகலா ஒரு ரவா தோசை” என்று சொன்னாள். பெண் காவலர் அவளை முறைப்பது தெரிந்தது. அந்தப் பெண் தோசை வரும்வரை உதட்டை மேலும் கீழும் கடிப்பது போலச் செய்து கொண்டிருந்தாள். அதைக் காணும் போது வீரசேகருக்குச் சிரிப்பு வந்தது. அதைக் காட்டிக் கொள்ளவில்லை.

அவளுக்கு ரவா தோசை வந்தது. தோசையின் மீது சாம்பாரை ஊற்றியபடியே அவள் வீரசேகரைப் பார்த்துக் கண்ணடித்தாள். அவன் இட்லியைக் கையில் வைத்தபடியே “வேணுமா” எனக் கேட்டான். அவள் பதிலுக்குத் தோசையைப் பிய்த்து குழந்தைக்கு ஊட்டுவது போலக் காட்டிவிட்டு அவளது வாயில் போட்டுக் கொண்டாள். அவளுக்குப் பசி அதிகமிருந்தது போலும் இரண்டு தோசைகள் சாப்பிட்ட பிறகும் பூரி வேண்டும் என்றாள். பெண் காவலர் “யார் கிட்ட காசு இருக்கு” என்று கோபித்துக் கொண்டாள்.

மறுபடியும் அவர்கள் கோர்ட் வராண்டாவிற்கு வந்த போது அந்தப் பெண் கீழே கிடந்த காகிதம் ஒன்றை எடுத்து மடக்கி பேப்பர் கேமிரா போலச் செய்து அதில் அவனைப் புகைப்படம் எடுப்பது போலக் கிளிக்கினாள். போஸ் கொடுப்பது போல வீரசேகர் நடித்தான். அந்தப் பெண் சைகையிலே மணி

என்னவென்று கேட்டாள். வீரசேகர் அருகிலிருந்து காவலர் கையில் கட்டிய வாட்சை பார்த்து மணி சொன்னான். அவள் அதற்கும் சிரித்துக் கொண்டாள்.

பெண் காவலர் அதைக் கவனித்திருக்க வேண்டும். வீரசேகரைப் பார்த்து முறைத்தபடியே "என்னடா சைட் அடிக்கியா" என்று கேட்டாள். "இல்லக்கா. தெரிஞ்ச பொண்ணு மாதிரி இருந்துச்சி" என்று சொன்னான் வீரசேகர். அதைக் கேட்டும் அவள் சிரித்தாள்.

அதன்பிறகு அவர்கள் இருவரும் சைகையிலே விளையாடிக் கொண்டிருந்தார்கள். சில நேரம் அவள் உதட்டைக் கடிப்பதும் கையால் தலையைக் கோதிவிடுவதும் விரலோடு விரல் கோர்த்துக் கொள்ளுவதுமாக இருந்தாள். என்ன பெண் இவள். இத்தனை பேர் மத்தியில் இவ்வளவு சேஷ்டைகள் செய்கிறாளே என வீரசேகர் அவளைக் கடித்துத் தின்பது போலப் பாவனை செய்தான்.

கோர்ட் வளாகத்திலிருந்த பரபரப்பில் யாரும் அவர்களைக் கண்டுகொள்ளவில்லை. மூன்று மணி நேரம் அவர்கள் பார்வையாலும் சைகையாலும் காதல் விளையாட்டில் கழித்தார்கள்.

பின்பு அந்தப் பெண்ணை அழைத்துக்கொண்டு பெண் காவலர் நீதிமன்றத்தின் இரண்டாவது தளத்திற்கு நடக்கத் துவங்கினாள். அவள் திரும்பிப் பார்த்துப் 'பை பை' என்று டாட்டா காட்டியபடியே பெண் காவலருடன் சென்றாள்.

வீரசேகருக்கான நீதிமன்ற விசாரணை 24ஆம் தேதிக்கு ஒத்தி வைக்கப்பட்டது. அந்தப் பெண்ணிற்கு என்னவானது எனத் தெரியவில்லை.

பேருந்தில் திரும்பி வரும்போது அவன் தனக்குத் தானே சிரித்துக் கொண்டே வந்தான். அவனுடன் வந்த காவலர் முறைத்தபடியே "என்னடா லூசு மாதிரி சிரிச்சிகிட்டு இருக்கே" என்றார்.

"லவ்வு சார் லவ்வு" என்றான் வீரசேகர்.

"ரொம்பத் தேவைடா" என்று காவலர் சலித்துக் கொண்டார்.

•••

93
தலைமறைவு

பிளேடைப் பாதியாக உடைத்துச் சவரம் செய்யும் பழக்கம் தலைமறைவு காலத்தில் தான் குணாவின் அப்பாவிற்கு ஏற்பட்டது. அரசியல் காரணங்களுக்காகக் அவர் மூன்று ஆண்டுகள் தலைமறைவாக இருந்தார். அப்போது குணாவிற்கு வயது நான்கு. அப்பா எங்கோ வெளியூர் சென்றிருக்கிறார் என்று தான் வீட்டில் சொல்லியிருந்தார்கள்.

மணல் தேரிகளுக்குள் இருந்த சிறிய கிராமத்தில் அப்பா அடைக்கலம் புகுந்திருந்தார். அந்த ஊரிலிருந்த நாவிதர் கருப்பையாவின் அண்ணன் என்றே அவரைச் சொல்லி வைத்திருந்தார்கள்.

தலைமறைவு காலத்தில் அப்பா ஒரு வாளித் தண்ணீரில் குளிக்கப் பழகியிருந்தார். போலீஸ் தேடி வருவது தெரிந்தால் வறண்ட கிணற்றில் போய் ஒளிந்து கொண்டுவிடுவார். சிலவேளை நாட்கணக்கில் கிணற்றினுள் இருக்க வேண்டியது வரும். அப்போது பீடி தான் உணவு. தீக்குச்சி தீர்ந்துவிட்டால் ஊருக்குள் போய்வர வேண்டும் என்பதற்காகக் கல்லை உரசிக் கூடப் பீடி பற்றவைத்துக் கொள்வார்.

இரவில் வெட்டவெளியில் உறங்கும் போது காதுகள் இரண்டினையும் துண்டை வைத்து இறுக்கமாகக் கட்டிக் கொண்டுவிடுவார். அது போலவே கால் பாதங்களில் கிழிந்த துணியைச் சுற்றிக் கொள்வது வழக்கம். காதையும் காலையும் பாதுகாப்பாக வைத்துக் கொண்டால் எந்த இடத்திலும் உறங்கலாம் என்பதே அவர் கற்றுக் கொண்ட பாடம்.

தலைமறைவு வாழ்க்கையில் அவர் தச்சுவேலைகள் கற்றுக் கொண்டார். பச்சிலை வைத்தியம் பயின்றிருந்தார். ஒரு நாளில் இரண்டு வேளைகள் மட்டுமே சாப்பிடும் பழக்கமும் ஏற்பட்டிருந்தது.

தலைமறைவு காலத்தில் அப்பா கையிலிருந்தது ஒரேயொரு புத்தகம். அது நீலகண்ட பறவையைத் தேடி என்ற நாவல். அதை எத்தனை முறை படித்தார் என்று கணக்கேயில்லை. வங்காள கிராமத்தில் தானே வசித்தது போன்ற உணர்வை அப்பா அடைந்தார். இன்றும் அப்பாவின் பெட்டியில் கிழிந்து போன அந்த நாவலின் பிரதியிருக்கிறது.

தலைமறைவு வாழ்க்கையில் அப்பா நிறைய பறவைகளை அறிந்து கொண்டிருந்தார். இப்போதும் எங்கே பறவைகள் சப்தம் கேட்டாலும் அது என்ன பறவை என்று சொல்லிவிடுவார். யாரோடும் பேசக்கூடாது என்ற வைராக்கியம் அவரை மௌனியாக்கியிருந்தது. ஏதாவது கேட்டால் மட்டுமே இன்றைக்கும் பதில் சொல்லுகிறார்.

மூன்று ஆண்டுகளில் அவரது தோற்றம் மாறியிருந்தது. அவரது இயல்பும் வெகுவாக மாறியிருந்தது. முற்றிலும் புதிய மனிதர் போல ஒரு நாளிரவு அப்பா வீடு திரும்பினார். அவரது மெலிந்த தோற்றத்தைக் கண்டு அம்மா அழுதாள். என்ன நடந்தது. இத்தனை நாள் எங்கேயிருந்தார் என்று எதையும் அவர் சொல்லிக் கொள்ளவில்லை. ஆனால், அரசியல் மாற்றம் காரணமாக அவரைப் போன்றவர்களைக் கைது செய்யும் நடவடிக்கைகள் நின்று போயின. முன்பு போலவே அவர் தனது வேலைக்குப் போகத் துவங்கினார். முப்பது ஆண்டுகள் கடந்து போனது. பணி ஓய்வு பெற்ற பிறகும் தலைமறைவு வாழ்வில் கற்றுக் கொண்ட பழக்கத்தை மாற்றிக் கொள்ளவேயில்லை.

அரைப் பிளேடால் சேவிங் செய்வதும், இரவில் காதைப் பொத்திக் கொண்டு உறங்குவதும், பச்சிலைகளை மென்று உடல் நோவைப் போக்கிக் கொள்வதும் அவரது இயல்பாகியிருந்தது.

ஒருமுறை இதைப் பற்றிக் கேட்டபோது அப்பா சொன்னார்,

"தலைமறைவு வாழ்க்கை தான் எனது தேவைகளைத் துல்லியமாக அடையாளம் காட்டியது. பொருட்களை அதிகம்

சேர்க்கச் சேர்க்க குற்றவுணர்வு அற்றுப்போகத் துவங்கிவிடுகிறது. ஒடுக்கப்பட்ட எளிய மக்களுக்காகப் போராடுகிற ஒருவன் அவர்களைப் போல எளிய வாழ்க்கையை தானே வாழ வேண்டும். அதை நான் உணர்ந்து கொண்டு விட்டேன்."

•••

94
இப்படியும் ஒரு காதல்

அமெரிக்காவில் இரண்டு ஆண்டுகள் கல்வி பயிலுவதற்காக ரகு போயிருந்த நாட்களில் சென்னையிலுள்ள அவனது வீட்டிற்கு ஓர் இளம் பெண் வந்திருக்கிறாள். அவனது அறையிலே தங்கியிருக்கிறாள். அவனது கட்டிலில் படுத்து உறங்கியிருக்கிறாள். புத்தக அடுக்கினைப் புரட்டியிருக்கிறாள். அவனது சிறுவயது புகைப்படங்களை ஆசையாக எடுத்துப் பார்த்துக் கொண்டிருக்கிறாள். இதை எல்லாம் அம்மா சொல்லிக் கேட்டபோது ரகுவிற்குக் கூச்சமாக இருந்தது.

"ஏன் அந்தப் பெண்ணை அனுமதித்தீர்கள்" என்று கோபித்துக் கொண்டான்.

"மோகன் மாமா அழைத்துக் கொண்டு வந்திருந்தார். ஏதோ விளையாட்டுப் போட்டிக்கு வந்தவள்" என்றாள் அம்மா.

மோகன் மாமா அப்பாவின் நெருக்கமான நண்பர். ஒரு கல்லூரியில் விளையாட்டுப் பயிற்சியாளராக வேலை செய்தார். ஆகவே டேபிள் டென்னிஸ் போட்டிக்காகக் கல்லூரி மாணவிகளில் எவரையேனும் சென்னைக்கு அழைத்து வருவது வழக்கம். அப்படித்தான் அவளையும் அழைத்துக் கொண்டு வந்திருக்கிறார்.

"எத்தனை நாள் தங்கியிருந்தாள்" என்று ரகு அம்மாவிடம் கேட்டான்.

"மூன்று நாட்கள். உன்னைப் போலவே கீர்த்தனாவும் சதா காதில் இயர்போனை மாட்டிக் கொண்டேயிருந்தாள். யாரோடும் பேசவில்லை" என்றாள் அம்மா.

ரகு வீட்டின் ஒரே பையன். அவனது அறையை யாரும் திறக்கமாட்டார்கள் என்பதால் பீரோவைக் கூடப் பூட்டிப் போகவில்லை. அவனது கணினியில் அம்மா ஏதாவது கேம் விளையாடுவாள் என்பதால் அதையும் கடவுச்சொல் இல்லாமல் வைத்திருந்தான்.

கீர்த்தனா எப்படியிருப்பாள் என்று கூட ரகுவிற்குத் தெரியாது. ஆனால், அவள் நினைவிலே இருந்தான். அறையில் அவள் எதையாவது விட்டுச் சென்றிருக்கிறாளா எனத் தேடினான். அவள் என்ன புத்தகங்களை எடுத்துப் படித்திருக்கிறாள் எனச் சோதனை செய்தான். ஒன்றும் கிடைக்கவில்லை.

அம்மா அவனைக் கேலி செய்தபடியே "உன் பொருளை ஒண்ணும் அவ எடுக்கலை. அவ தான் காபி கப்பை விட்டுப் போய்விட்டாள்" என்றாள்.

"என்ன கப்" என அறியாதவன் போலக் கேட்டான் ரகு.

அம்மா கிச்சனில் இருந்து கறுப்பு நிற காபி கப் ஒன்றை எடுத்து வந்தாள். அதில் கீர்த்தனா என எழுதியிருந்தது. பிறந்த நாள் பரிசாக யாரோ கொடுத்த கப். அம்மா சிரித்தபடியே சொன்னாள்,

"வீட்டிலிருந்து அவளே காபி கப் கொண்டு வந்திருந்தாள். இந்த கப்பில் தான் தினமும் காபி குடித்தாள்."

அதைக் கையில் வாங்கிப் பார்த்தான் ரகு. ஏனோ நெருக்கமாக உணர்ந்தான்.

"அந்த பொண்ணு ஊரு சிவகங்கை. டாக்டர் மகளாம்" என்றாள் அம்மா.

இதை எல்லாம் ஏன் சொல்லுகிறாள் என்று புரியாமல் சிரித்தபடியே அந்தக் காபி கப்பைத் தனது அறைக்கு எடுத்துக் கொண்டு போய் வைத்துக் கொண்டான். அவனது அறைக்கு வந்து தங்கிய முதல் பெண் அவள் தான் என்பதாலே அவளைப் பற்றியே கனவு கண்டு கொண்டிருந்தான்.

ஒரு முறை மோகன் மாமாவுடன் பேசும் போது, "ரகு உன்னைக் கீர்த்தனா பெரிய அறிவாளினு சொன்னா" என்று சொன்னதைக் கேட்டு எதை வைத்து அப்படிச் சொன்னாள் என்று சிரித்துக் கொண்டான்.

எஸ்.ராமகிருஷ்ணன் ● 265

முகம் காணாமலே கீர்த்தனா அவன் மனதிற்கு மிகவும் நெருக்கமாகியிருந்தாள். சில நேரம் அம்மாவிற்குத் தெரியாமல் அவளது பெயர் பொறித்த கப்பில் காபி குடிப்பான். அவள் பெயரைக் காகிதத்தில் எழுதி கிழித்துப் போடுவான். சிவகங்கைக்குப் போய் அவளைப் பார்த்து வரலாமா என்று கூட யோசிப்பான். ஆனால் மூன்று ஆண்டுகள் மனதிலிருந்த ஆசையை வெளிக்காட்டிக் கொள்ளவேயில்லை

பின்பு அம்மாவிடம் கீர்த்தனாவைத் திருமணம் செய்ய வேண்டும் என்றான். அவள் மோகன் அங்கிளிடம் பேசினாள். அடுத்த வாரமே அவர்கள் சிவகங்கை போனார்கள். முதன்முறையாகக் கீர்த்தனாவைப் பார்த்த போது நீண்ட நாள் பழகியது போலிருந்தது. அவள் சிரித்தபடியே "சின்ன வயசு போட்டோவுல இன்னும் அழகா இருந்தீங்க" என்றாள். ரகு அதை மிகவும் ரசித்தான்.

அவர்கள் திருமணம் உறுதியானது. திருமணமாகி ரகுவின் வீட்டிற்குப் புதுப்பெண்ணாக வந்தவளிடம் ரகு சொன்னான்.

"நீ காபி கப்பை விட்டுவிட்டுப் போனது தான் நம்ம கல்யாணத்துக்கே காரணம்."

"நானும் அப்படி ஏதாவது நடக்காதானு நினைச்சி தான் கப்பை விட்டுட்டு போனேன்" என்று வெட்கத்துடன் சொன்னாள்

"என்னை பார்க்காமலே பிடித்துவிட்டதா" எனக்கேட்டான் ரகு.

"உங்க ரூம்க்கு வந்தப்போ இது என்னோட இடம். நான் இங்க தான் வாழப்போறேனு மனசுல தோணுச்சி. ஏன் அப்படினு தெரியலை. ஆனா இங்க இருந்தப்போ ரொம்பச் சந்தோஷமா இருந்தேன். ஆனா உங்களுக்கு என்னைப் பிடிக்குமானு தெரியாது. அதான் இந்தக் காபி கப்பை விட்டுட்டு வந்தேன். ஒருவேளை உங்களுக்கு என்னைப் பிடிச்சி இருந்தா. நிச்சயம் தேடி வருவீங்கன்னு நம்பினேன். அப்படியே நடந்துருச்சி" என்றாள்.

வியப்பாகத் தானிருந்தது. ஆனால், காதலில் வியப்பான விஷயங்கள் எளிதாக நடந்தேறிவிடும் தானே.

• • •

95

சுவரை ஒட்டிய கிளை

வீட்டின் பின்புறமிருந்த மாமரத்தில் சுவரை ஒட்டிய கிளையில் இதுவரை ஒரு பறவை கூட வந்து அமர்ந்ததேயில்லை. நிறையக் கிளிகளையும் அணில்களையும் அந்த மரத்தில் காணுகிறேன். ஆனால், ஒரு கிளி கூட சுவரை ஒட்டிய கிளையில் அமர்ந்ததேயில்லை.

நாம் எந்த வீட்டிற்குப் போனாலும் நமக்கான ஆசனத்தைத் தேர்வு செய்து அமருவது போலத் தான் பறவைகளும் மரத்தில் தனக்கான கிளையில் அமர்கிறதா?

சில நேரம் கிளிகளின் கூட்டமே தரையிறங்கும். அப்போதும் ஒரு கிளி கூட சுவரை ஒட்டிய கிளையில் அமராது.

ஒரே மரத்திலிருந்தாலும் ஒரு கிளை மட்டும் ஏன் ஒதுக்கப்படுகிறது. சுவரை ஒட்டிய கிளை சற்றே பெரியது. பக்கத்துவீட்டுச் சுவரை நோக்கியதாக வளர்ந்திருந்தது. அந்தக் கிளையில் ஓர் அணில் கூட ஓடியாடியதில்லை. ஏன் சுவர் விட்டுத் தாவிச் செல்லும் பூனை கூட அக்கிளை வழி செல்வதில்லை.

சுவரை ஒட்டிய கிளையில் மாங்காய்கள் குறைவாகவே காய்க்கின்றன. அதை வீட்டோரும் பறிப்பதில்லை. மாஇலைகளைப் பறித்து வரச்சொல்லும் போதும் தாத்தா சுவரை ஒட்டிய கிளையில் பறிக்காதே என்பார்.

அக்கிளையில் காற்றும் ஒளியும் சேர்ந்து பழத்தைக் கனியச் செய்கின்றன. யாரும் பறிக்காத மாம்பழம் கனிந்து உதிர்ந்தாலும்

எவரும் எடுப்பதில்லை. பால் கறக்க வரும் முத்தையா மட்டும் அப் பழத்தை எடுத்து ருசித்தபடியே "இந்த ருசி வேற பழத்துக்குக் கிடையாதும்மா" என்பார்.

ஆனாலும் வீட்டில் ஒருவரும் அந்த மாம்பழத்தில் ஒன்றைக் கூட ருசித்ததில்லை.

ஐந்து பிள்ளைகளில் நடுவில் பிறந்தவன் என்பதால் வீட்டில் நான் கவனிக்கப்படாமல் போய்விட்டதைப் போலவே மரத்திலிருந்த அக்கிளை கவனிக்கபடாமலே போனது.

காரணமேயில்லாமல் ஒதுக்கப்படும் துயரம் அனைவருக்கும் ஒன்று தானில்லையா.

•••

96

சுழலும் கிண்ணம்

லடாக்கில் உள்ள சாங் பௌத்த மடாலயத்தில் புத்தரின் புனித வார்த்தைகள் வெள்ளி, தங்கம் மற்றும் செப்பு கொண்டு எழுதப்பட்டிருக்கிறது. பதினேழாம் நூற்றாண்டில் கட்டப்பட்ட அந்த மடாலயத்தைக் காணுவதற்காக நிரஞ்சன் சென்றிருந்தான். லேவிலிருந்து நாற்பது கிலோமீட்டர் தொலைவில் அமைந்திருந்தது. அங்கே சிரிக்கும் புத்தர் என்று அழைக்கப்படும் மைத்ரேய புத்தர் சிலை இருபது அடி உயரத்தில் உருவாக்கப்பட்டிருந்தது.

மடாலயத்தில் ஆயிரம் பேர் அமர்ந்து தியானம் செய்யும்படியான பெரிய தியான மண்டபம் இருந்தது. அங்கே தியானம் செய்வதற்காக நிரஞ்சன் சென்றான். ஊசி கீழே விழுந்தால் கூடச் சப்தம் கேட்கும்படியான மஹா மௌனம்.

அங்கிருந்த மேடையில் ஒரு கிண்ணம் சுழன்று கொண்டிருந்தது. செம்பில் உருவாக்கப்பட்ட அந்தக் கிண்ணம் பம்பரம் சுழலுவது போலச் சுழன்று கொண்டேயிருந்தது. யாரும் அதைச் சுற்றிவிடவில்லை. தானே சுழன்று கொண்டிருந்தது. அதிலிருந்து சப்தம் வரவேயில்லலை. வியப்பூட்டும் சுழலும் கிண்ணம் முன்னே துறவிகள் அமர்ந்து தியானம் செய்து கொண்டிருந்தார்கள்.

வியப்பான அந்தக் கிண்ணத்தைப் பார்த்தபடியே கண்களை மூடி நிரஞ்சனும் தியானம் செய்தான். வெளியே வந்த போது இளந்துறவி ஒருவனிடம் அந்த “கிண்ணம் எப்படிச் சுழலுகிறது” எனக் கேட்டான்.

அதற்கு இளந்துறவி "அது திக்சே என்ற புத்த துறவியால் சுழற்றிவிடப்பட்ட கிண்ணம். முந்நூறு ஆண்டுகளாக இதே இடத்தில் நிற்காமல் சுழன்று கொண்டேயிருக்கிறது. பிறப்பு இறப்பு எனத் தொடரும் நம் வாழ்க்கையின் அடையாளம் போலவே கிண்ணம் சுழலுவதாக நம்பிக்கை. சப்தம் எழுப்பாமல் சுழலுவது ஒரு வாழ்க்கை முறை" என்றான்.

நூற்றாண்டுகளைக் கடந்து ஒரு கிண்ணம் முடிவில்லாமல் சுழலுவதை வியந்தபடியே நிரஞ்சன் கேட்டான்.

"ஏன் அதன் முன்னே அமர்ந்து தியானம் செய்கிறீர்கள்."

அதற்கு இளந்துறவி சொன்னான்,

"கிண்ணம் சுழலும் போது அதன் வெறுமை சுழலுகிறதா என்ன. அதை உணரவே அதன் முன்பு அமர்ந்து தியானிக்கிறோம்."

அதைக் கேட்டதும் விழிப்புணர்வு கொண்டவன் போல நிரஞ்சன் கண்ணை மூடினான்.

மனதில் கிண்ணம் லயத்தோடு சுழன்று கொண்டிருந்தது.

•••

97
கிணற்றடி பதுமைகள்

அந்தக் கிணற்றை வெட்டியவன் சகரமல்லன். வடக்கிலிருந்து வந்த சகரமல்லனும் அவனது ஆட்களும் தென்மாவட்டங்களில் நிறைய கிணறுகளை வெட்டியிருக்கிறார்கள். இது நடந்தது நானூறு ஆண்டுகளுக்கு முன்பு. சகரமல்லன் வெட்டிய கிணறுகளின் வடிவம் மற்றும் கலை நேர்த்தி வியப்பூட்டக் கூடியது.

அப்படி ஒரு கிணறு தான் பரமனின் ஊரிலிருந்தது. அது நல்ல தண்ணீர் கிணறு. அந்தக் கிணற்றிலிருந்து தண்ணீர் இறைத்துத் தான் ஊரே குடிநீர்த் தேவையைப் பூர்த்தி செய்து கொண்டது.

அந்தக் கிணற்றின் கிழக்கு மற்றும் மேற்கு பக்கம் இரண்டு பதுமைகளைச் செய்திருந்தான் சகரமல்லன். ஓர் அடி உயரத்திலிருந்தன பெண் பொம்மைகள். அந்தப் பொம்மையின் சிறப்பு, கிணற்றில் எவ்வளவு தண்ணீர் உள்ளது என்பதை அந்தப் பொம்மைகளின் கண் எவ்வளவு திறந்திருக்கிறது என்பதை வைத்துக் கண்டறிந்துவிடலாம்.

கிணற்றில் தண்ணீர் சுரக்கச் சுரக்க பதுமைகளின் கண் முழுவதுமாக மலர்ந்திருக்கும். தண்ணீர் குறையத் துவங்கினாலே கண் மெதுவாக மூட ஆரம்பிக்கும். அந்தக் கிணற்றில் தண்ணீர் வற்றுவது அபூர்வம். ஆகவே எப்போதும் மலர்ந்த கண்களுடன் அந்தப் பதுமைகள் இருப்பதை மக்கள் கண்டார்கள். தண்ணீர் நிரம்பிய கிணற்றின் சந்தோஷம் அந்தப் பதுமையின் கண்களில் வெளிப்பட்டது.

ஆனால், காலமாற்றத்தில் விவசாயம் பொய்க்கத் துவங்கியது. மக்கள் நகரங்களை நோக்கி இடம் பெயர ஆரம்பித்தார்கள். கைவிடப்பட்ட குடிசைகளில் பூனைகள் அலைந்தன.

நல்ல தண்ணீர் கிணற்றில் தண்ணீர் குறைய ஆரம்பித்தது. அந்தப் பதுமைகளின் கண்கள் மெல்ல மூடிக் கொள்ள ஆரம்பித்தன. சில மாதங்களில் அந்தக் கிணற்றில் தண்ணீர் வற்றிப் போனது. பதுமைகளின் கண்கள் முழுமையாக மூடிக் கொண்டுவிட்டன.

தூர் வாறினால் மீண்டும் சுனையில் தண்ணீர் வரக்கூடும் என ஊர்மக்கள் கிணற்றைத் தூர் வாறினார்கள். ஆனால், நீரோட்டம் ஒடுங்கிவிட்டது. சுனையின் கண் உலர்ந்து போயிருந்தது. அந்தக் கிணற்றில் தண்ணீரின் சுவடேயில்லை. அந்த ஆண்டு மழையும் பெய்த்துப் போனது. கிணற்றடி பதுமைகளின் கண்கள் முற்றிலும் மூடிக் கொண்டுவிட்டன. மழையற்றுப் போன ஊரில் வாழ இயலாது என மக்கள் மேற்கு நோக்கிப் பயணிக்க ஆரம்பித்தார்கள். ஊரிலிருந்த கிணறுகள் யாவும் வறண்டு போயின. குடிநீருக்காக மக்கள் வெகுதொலைவு அலைந்தார்கள். வெறும் கிணற்றிலிருந்து அழுகையொலி போல ஒரு சப்தம் காற்றால் எழுப்பப்பட்டு வந்தது. இனியும் அந்த ஊரில் வாழ வேண்டாம் என மக்கள் ஊரை நீங்கினார்கள்.

பாதி ஊர் காலியானது. ஊரை விலக்கிச் செல்லும் மனிதர்களுக்குக் கிணற்றடி பதுமைகளின் மூடிய விழிகளைக் காணும் தைரியம் வரவேயில்லை. இதைத் தாங்க முடியாத ஒரு கிழவன் பதுமைகளின் தலையை மட்டும் உடைத்தெறிந்தான். தலையில்லாத இரண்டு பதுமையின் உடல்கள் வெறும் கிணற்றின் மீது நிற்பதைச் சூரியன் மட்டுமே பார்த்துக் கடந்து கொண்டிருந்தது.

...

98
சந்தோஷமான முடிவு

ஞாயிறுக்கிழமை காலை தணிகாசலம் தவறாமல் நூலகத்திற்குச் சென்றுவிடுவார். இப்போது அவரது வயது எழுபது. இருபது வயதிலிருந்து அவர் நூலகத்திற்குச் சென்று வாசிக்கிறார். கதைகளை மட்டுமே அவர் வாசிப்பார். அதுவும் நாவல்களின் முடிவு சந்தோஷமாக இல்லாவிட்டால் அவராக அடித்துத் திருத்தி சந்தோஷமான முடிவை உருவாக்கி விடுவார்.

புத்தகம் என்பது வாசிப்பவரின் கட்டுப்பாட்டிற்கு உட்பட்டது. அதில் எந்த எழுத்தாளனும் தலையிட முடியாது என்று அவர் உறுதியாக நம்பினார்.

மனிதர்களைப் போல ஏன் கதாபாத்திரங்களும் துயரமான முடிவைச் சந்திக்க வேண்டும் என்று அவருக்குப் புரியவேயில்லை.

சந்தோஷமான முடிவை உருவாக்கியவுடன் புத்தகத்தின் இயல்பு மாறிவிடுவதாக அவர் நம்பினார். சில வேளைகளில் நூலகர் இதற்காகக் கோபித்துக் கொண்ட போது. வாழ்க்கையில் கிடைக்காதவற்றைத் தானே புத்தகத்தில் தேடுகிறேன், கதையில் சுபமான முடிவு கிடைக்கும் போது புதியதொரு நம்பிக்கை பிறக்கிறதே என்பார்.

நூலகருக்கு அது ஏற்புடையதாகவே இருந்தது. கதைப் புத்தகங்களில் அவர் திருத்திய சந்தோஷமான முடிவை ஒருவரும் ஆட்சேபணை செய்யவில்லை. மாறாகச் சிலர் அந்த முடிவு ஏற்புடையதாக இருப்பதாக அவரைப் பாராட்டவும் செய்தார்கள்.

எஸ்.ராமகிருஷ்ணன்

நாவல்களிலிருந்து விடுபட்டுத் தற்செயலாக ஒரு நாள் வரலாற்று நூல் ஒன்றை வாசித்தார். அதன் முடிவு அவருக்கு ஏமாற்றத்தைத் தந்தது. நாவலின் முடிவை மாற்றுவது போலவே வரலாற்றின் முடிவையும் மாற்றி எழுதினார். ஆனால், அதை வாசகர்கள் ஒத்துக் கொள்ளவில்லை.

வரலாற்றின் முடிவுகளை மாற்ற இவர் யார் என்று கொந்தளித்தார்கள். நடந்து முடிந்தவற்றை எப்படி இவராக மாற்ற முடியும் எனக் கேள்வி கேட்டார்கள். தோல்வி ஒரு போதும் வெற்றியாகிவிட முடியாதே என்று வாதம் செய்தார்கள்.

நாவலைப் போல வரலாறும் ஒரு புத்தகம் தானே. அதன் முடிவை மாற்றினால் ஏன் கோபம் கொள்கிறார்கள் என்று அவருக்குப் புரியவேயில்லை.

ஆனாலும் பிடிவாதமாக அவர் வரலாற்று நூல்களைத் தனது விருப்பம் போல மாற்றிக் கொண்டேயிருந்தார். நூலகரால் அதைப் பொறுத்துக் கொள்ள முடியவில்லை. இனி அவரை நூலகத்திற்குள் அனுமதிக்க முடியாது என்று நிறுத்திவிட்டார்.

அதன்பிறகு தான் தணிகாசலத்திற்கு, வரலாற்றின் விதியை நாவல்களால் மட்டுமே மாற்றியமைக்க முடியும் என்பது புரியத் துவங்கியது.

...

99

முறையீடு

ராயப்பன் அந்த வழக்கைத் தொடர்ந்த போது அவருக்குச் சொந்தமாக ஐந்தரை ஏக்கர் நிலமும் பம்ப்செட் ஒன்றும் இருந்தது. உள்ளூரிலே பேசி முடித்துத் தீர்த்து வைத்திருந்தால் எளிதாக முடிந்து போயிருக்கும். ஆனால், அவர் பக்கம் நியாயம் இருந்த போதும் எவரும் உதவிக்கு வரவில்லை.

ராயப்பனுக்குச் சொந்தமாக ஊரின் மேற்காக ஒன்றரை ஏக்கர் கரிசல் நிலமிருந்தது. அதைக் குத்தகைக்குக் கேட்பதற்காக அவரது தூரத்து உறவினர் கந்தசாமி வந்த போது ராயப்பன் கொடுப்பதற்குத் தயங்கினார். ஆனால், கந்தசாமிக்கு ஆதரவாகத் துளசி வாத்தியார் வந்து பேசியதால் மூன்று ஆண்டுகளுக்குக் குத்தகை என்று பேசி முன்பணம் பெற்றுக் கொண்டார்.

இந்த மூன்று ஆண்டுகளில் குத்தகைப்பணம் தவிர விளைச்சலில் நாலில் ஒரு பங்கும் தரவேண்டும் என்று பேசி வெற்றிலை மாற்றிக் கொண்டார்கள். முதலிரண்டு ஆண்டுகள் கந்தசாமி பேசியபடியே விளைச்சலில் கால்வாசி அளந்து கொடுத்தார். குத்தகைப் பணமும் சரியாக வந்து சேர்ந்தது.

மூன்றாம் ஆண்டு தனக்கு விளைச்சல் இல்லை என்று சொல்லிக் குத்தகைப் பணம் மட்டுமே கொடுத்தார். அந்த வருஷத்தோடு குத்தகையை முடித்துக் கொள்ளும்படி ராயப்பன் கறாராகச் சொல்லியபோதும் அவர் விவசாயம் செய்வதை நிறுத்திக் கொள்ளவில்லை. அப்போதும் துளசி வாத்தியார் தான் பேச்சுவார்த்தைக்கு வந்து கஷ்டப்படுகிறவன் இன்னும் ரெண்டு வருஷம் விவசாயம் பாக்கட்டும் என்று பேசி முடித்து வைத்தார்.

அந்த இரண்டு வருஷங்களில் கந்தசாமி நிலத்தின் தீர்வையை ரகசியமாகத் தன் பேரில் போட்டு வாங்கிக் கொண்டதையோ, போலியாக ஆவணங்கள் தயாரித்துக் கொண்டதையோ அவர் அறியவில்லை.

அந்த இரண்டு ஆண்டுகள் குத்தகைப் பணமும் தரவில்லை. மகசூலில் கால்வாசியும் கொடுக்கவில்லை. ஆனால், சோளமும் கம்பமும் விளைந்து நிற்பதைப் பார்த்து ராயப்பன் சண்டையிட்ட போது அந்த நிலம் தன்னுடையது என்று சொல்லி ஐநூறு ரூபாய் பணம் வாங்கிக் கொண்டு அதைத் தனக்கு விற்றுவிட்டதாக கந்தசாமி புகார் சொன்னார்.

இது என்ன பச்சைப் பொய்யாக இருக்கிறதே எனத் துளசி வாத்தியாரிடம் முறையிட்ட போது தன் கண்முன்னே தான் ஐநூறு ரூபாய் வாங்கியதாக அவரும் பொய் சாட்சியம் சொன்னார்.

பகல் கொள்ளையாக இருக்கிறதே என ராயப்பன் ஊரைக் கூட்டி நியாயம் கேட்கவே கந்தசாமிக்கு ஆதரவாகவே பலரும் சாட்சியம் சொன்னார்கள். ஏன் இத்தனை பேர் தனக்கு எதிராகப் பொய் பேசுகிறார்கள் என்று ராயப்பன் மன வருத்தமடைந்தார். அதன்பிறகுதான் கந்தசாமி மீது நீதிமன்றத்தில் வழக்குத் தொடுத்தார்.

அந்த வழக்கு பதினேழு ஆண்டுகள் நடைபெற்றது. வழக்கறிஞருக்கான கட்டணம், நீதிமன்றச் செலவு, பயணம், ஆவணச்செலவு எனத் தன்வசமிருந்த நிலம், நிலத்தடி வீடு யாவற்றையும் விற்றுச் செலவு செய்து வந்தார்.

ஒவ்வொரு முறை கோர்ட்டிற்கு போகும்போது வழக்கறிஞர் அவர் பக்கம் நியாயம் உள்ளது வென்றுவிடுவார் என்று உறுதியாகச் சொன்னார். அதை நம்பியே ராயப்பன் செலவு செய்து கொண்டிருந்தார்.

இந்தப் பதினேழு வருஷங்களில் ஊரில் தண்ணீர் இல்லாமல் விவசாயம் பொய்த்துப் போனது. பிள்ளைகள் வளர்ந்து பெரியவர்களாகி பிழைப்புத் தேடி நகரம் நோக்கிப் போனார்கள். மனைவி இறந்து போனார். ராயப்பன் ஒற்றை ஆளாக வசித்து வந்தார்.

பிள்ளைகள் எவ்வளவு அழைத்தும் ராயப்பன் ஊரைவிட்டுப் போகவேயில்லை. வழக்குத் தொடுத்த கந்தசாமியும் இறந்து போனான். ஆனால், வழக்கு முடியவில்லை. அவரது மகன் வழக்கை நடத்தினான். பதினெட்டாவது ஆண்டில் தீர்ப்பு கந்தசாமிக்குச் சாதமாக வந்தது.

ராயப்பன் மனம் உடைந்து போனார். குடியிருக்கும் சிறிய ஓட்டுவீட்டினைத் தவிர அவருக்கு வேறு சொத்து எதுவுமில்லை. இனி என்ன செய்வது எனப் புரியாமல் வீட்டிலே முடங்கிக் கிடந்தார். அநீதியின் கனத்தை அவரால் தாங்க முடியவில்லை.

நீண்ட நாட்களின் பிறகு அவர் கந்தசாமி மகனிடமே கூலியாக வேலைக்குப் போக ஆரம்பித்தார். தன் சொந்த நிலத்தில் கூலியாக வேலை செய்தார். யாரோடும் ஒரு வார்த்தை பேசமாட்டார். எப்போதாவது கை நிறையக் கரிசல் மண்ணை அள்ளிவைத்துக் கொண்டு இந்த உலகத்திலே நியாயமே இல்லையா என்று கேட்பார்.

அப்படி ஆதங்கப்படுவதைத் தவிர வேறு எதையும் அவரால் செய்ய முடியவில்லை.

கரிசல் விவசாயி வேறு என்ன தான் செய்வார்.

...

100
கடிகாரத் திருடன்

அந்தப் பிக்பாக்கெட் திருடன் முதன்முறையாகக் காந்தியை ஒரு ரயில் நிலையத்தில் தான் பார்த்தான். ஆயிரக்கணக்கில் மனிதர்கள். ஒரே தள்ளுமுள்ளு. ரயிலை விட்டு காந்தியை இறங்கவிடவில்லை. எங்கிருந்து இவ்வளவு பேர் திரண்டு வந்திருந்தார்கள். எதற்காக இந்த மனிதரை இப்படி வணங்குகிறார்கள் என்று அவனுக்குப் புரியவேயில்லை.

ஆனால், சட்டையில்லாத உடலுடன் அந்தக் கிழவர் புன்சிரிப்புடன் நிற்பதைப் பார்க்கையில் மனதில் ஏதோவோர் ஈர்ப்பு உருவானது. கூட்டத்தோடு சேர்ந்து அவனும் காந்தியைப் பார்த்துக் கையசைத்தான். காந்தி இரண்டு நிமிடங்கள் பிளாட்பாரத்தில் நின்று பேசிவிட்டு மறுபடியும் ரயிலேறிக் கொண்டுவிட்டார். காந்தியின் ரயில் போனபிறகும் கூட்டம் கலைந்து போகவில்லை. அவரைப் பற்றியே வியந்து பேசிக் கொண்டிருந்தார்கள்.

அதன்பிறகு அந்தத் திருடன் காந்தி பேசிய இரண்டு மூன்று கூட்டங்களைக் கேட்டான். ஏனோ அவரது தோற்றமும் பேச்சும் அவனுக்குத் தனது தந்தையை நினைவுபடுத்தியது. அவரும் இப்படிதான் மென்மையான குரலில் பேசுவார்.

காந்தியை தன் வீட்டிற்கு அழைத்துக் கொண்டு போக வேண்டும் என்று அவன் ஆசைப்பட்டான்.

ஆனால், இத்தனை ஆயிரம் மனிதர்களைத் தாண்டி அவரை எப்படி அணுகுவது. என்ன பேசுவது என்று அவனுக்குப் புரியவில்லை. அதை விடவும் தன்னைப் போன்ற பிக்பாக்கெட்

ஒருவனின் வீட்டிற்கு வர அவர் எப்படிச் சம்மதிப்பார் என்றும் கவலையாக இருந்தது.

அதன் காரணமாகவே அவரது பொருள் ஏதாவது ஒன்றைத் திருடி விடலாம் என்று முடிவு செய்தான்.

காந்தியிடம் திருடுவதற்கு என்ன இருக்கிறது. அவரது சிரிப்பைத் திருடவே முடியாது.

அப்போது ஒரு நாள் ரயிலை விட்டு இறங்கிய காந்தி ஒரு கடிகாரத்தைத் தனது இடுப்பில் கட்டித் தொங்க விட்டிருப்பதைக் கண்டான். அதைத் திருடுவதற்காகவே கூட்டத்திற்குள் இடித்துக் கொண்டு சென்றான். காந்தியை நெருங்க நெருங்க வாட்சைத் திருடுவதை விடவும் அவரை ஒருமுறை தொட்டால் போதும் என்ற மனநிலை உருவானது. கூட்டம் அவனை உள்ளே விடவில்லை. மனிதர்களின் கால்களுக்குள் நுழைந்து அவன் காந்தியை நெருங்கியிருந்தான்.

காந்தியின் இடுப்பில் தொங்கிய கடிகாரம் அவன் கண்ணில் பட்டது. மறுநிமிசம் அவனது கைகள் அந்தக் கடிகாரத்தைப் பறித்து எடுத்துக் கொண்டன. கூட்டத்தோடு காந்தி ரயில் நிலையத்திலிருந்து வெளியேறிப் போய்க் கொண்டிருந்தார்.

வீடு திரும்பிய திருடன் தன் வீட்டிற்குக் காந்தி வந்திருப்பதாக நம்பினான். அந்தக் கடிகாரத்தைக் கண்ணில் தொட்டு வணங்கினான். அவனுக்குக் கடிகாரத்தில் மணி பார்க்கத் தெரியாது. அவன் தலைமுறையில் எவரும் கைக்கடிகாரம் கட்டியவர்கள் இல்லை. சூரியன் தான் அவனது கடிகாரம்.

அவன் தனது மனைவி பிள்ளைகளிடம் அது காந்தியின் கடிகாரம் என்று சொல்லி மகிழ்ந்தான். அவர்கள் அதை நம்பவில்லை. இரவெல்லாம் அந்தப் பாக்கெட் கடிகாரத்தை அணைத்தபடியே உறங்கினான்.

ஐந்து ஷில்லாங் கொடுத்து வாங்கிய தனது பாக்கெட் கடிகாரம் திருடு போனது காந்தியை வருத்தப்படுத்தியது. பொம்மையைத் தொலைத்த சிறுமியைப் போல வாடிப்போனார். வேறு கடிகாரம் வாங்கிக் கொள்வோம் என ஆலோசனை சொன்னதை ஏற்றுக் கொள்ளவில்லை. கடிகாரம் திருடப்பட்டது என்பது மக்கள் மீது தான் வைத்திருந்த நம்பிக்கை பறிபோனதன் அடையாளம் என்பதாகவே காந்தி உணர்ந்தார்.

எஸ்.ராமகிருஷ்ணன்

தன்னிடம் கடிகாரத்தைத் திருடிய திருடனைப் பற்றியே அவரும் அன்றிரவு நினைத்துக் கொண்டிருந்தார்.

காந்தியின் கடிகாரம் திருடு போனதைப் பற்றிப் பேப்பரில் கூடச் செய்தி வெளியானது.

சில நாட்களுக்குப் பிறகு திருடன் தானே பாக்கெட் வாட்சை காந்தியைத் திருப்பிக் கொடுப்பதற்காகச் சபர்மதி ஆசிரமம் சென்றான். உள்ளே பிரார்த்தனை நடந்து கொண்டிருந்தது. அங்கிருந்த தொண்டர்களில் ஒருவனிடம் அந்தக் கடிகாரத்தைக் காந்தி வசம் ஒப்படைக்கும்படி தந்துவிட்டு ஒதுங்கி நின்று கொண்டான்.

பிரார்த்தனைக்குப் பிறகு காந்தி எழுந்து கொண்டபோது அந்தக் கடிகாரத்தை அவரிடம் கொண்டு போய் ஒப்படைத்தார்கள். காந்தி அதைக் கையில் வாங்கியதும் முகம் மலரச் சிரித்தார். பின்பு அந்தக் கடிகாரம் ஓடுகிறதா எனச் சந்தேகமாகப் பார்த்தார். கடிகாரம் நன்றாக ஓடிக் கொண்டிருந்தது. இன்னும் சந்தோஷமாக நன்றி நன்றி என்று இரண்டு முறை சொன்னார்.

கடிகாரத்தைக் கொண்டுவந்தவனைத் தேடினார்கள்.

நன்றியில் ஒன்று தனக்கானது என்று உணர்ந்தவன் போல திருடன் மிகுந்த சந்தோஷத்துடன் கூடத்தை விட்டு வெளியேறிப் போய்க் கொண்டிருந்தான்.

•••

101
அவனது விளையாட்டு

அந்தச் சிறுவனுக்குப் பந்து அல்லது பொம்மைகளை வைத்து விளையாடுவதில் விருப்பமில்லை. அவன் காணும் பொருட்களுக்குப் புதிய பெயர்களை வைத்து விளையாடும் வழக்கம் கொண்டிருந்தான். குறிப்பாக அவன் வீட்டினைக் கடந்து தினமும் வாத்துக்கூட்டம் செல்வதைக் காணுவான். அந்தக் கூட்டத்தில் விடுபட்டது போலத் தனியே இரண்டு வாத்துகள் செல்வது வழக்கம்.

அந்த வாத்துகளுக்குக் கினா, டினா என அவனாக ஒரு புதுப்பெயர் வைத்தான். தன் பெயர் பற்றி எதுவுமறியாத வாத்து எப்போதும் போல மெதுவாக நடந்து போனது. அந்த வாத்துகளுக்கு மட்டுமில்லை. தன் வீட்டிலிருந்த ஆட்டுக்குட்டியைக் கீட்டுக்குட்டி என்று அழைத்தான்.

டம்ளர், தட்டு, கண்ணாடி, சீப்பு, செருப்பு என எல்லாவற்றுக்கும் புதிய பெயர்கள் வைத்தான். பெயர்களை வைக்க ஆரம்பித்தவுடன் உலகம் புதிதாக உருமாறுவதைக் கண்டான்.

உதாரணத்திற்கு இதுவரை சுந்தர் என்ற பெயரில் அவனுக்கு ஒரு நண்பன் கூடக் கிடையாது. ஆனால், இப்போது சுந்தர் என்ற பெயரில் அவனுக்கு ஒரு டம்ளர் நண்பனாக மாறியது. இது போலவே சைக்கிள் என்பதற்குப் பறக்கும் தட்டு என்று பெயர் மாற்றியவுடன் விந்தையான பொருளைப் போலத் தோன்றியது. உண்மையில் எல்லாப் பெயர்களும் எல்லாப் பொருட்களுக்கும் பொருந்துவதாகவே இருந்தன.

எஸ்.ராமகிருஷ்ணன்

இந்த விளையாட்டின் அடுத்த கட்டமாக அப்பாவை அம்மா என்றும், அம்மாவை அப்பா என்றும், தாத்தாவைப் பாட்டி என்றும், பாட்டியைத் தாத்தா என்றும், மனதிற்குள் அழைக்க ஆரம்பித்தான். பாட்டி சுருட்டுப் பிடித்துக் கொண்டிருக்கிறாள் என்பது வேடிக்கையாக இருந்தது. பஸ் டிரைவராக இருந்த அப்பாவை அம்மா என மாற்றியதும் அம்மா பஸ் ஓட்டுகிறாள் என்பது புதியதாக இருந்தது. அத்தோடு இதுவரை அப்படி எந்த அம்மாவும் பஸ் ஓட்டியதில்லை என்ற நினைப்பும் வந்து போனது.

புதிய பெயர்களை அந்தப் பொருட்கள் ஏற்றுக் கொள்வதில்லை. இறக்கையை உதிர்க்கும் பறவையைப் போல அந்தப் பெயர்களை உதிர்த்துவிட்டுப் பொருட்கள் பழைய பெயருக்கே திரும்பிவிடுவது அந்தச் சிறுவனுக்குப் புதிராக இருந்தது.

போலியோ பாதித்த கால்களுடன் வீட்டிலே தனித்துவிடப்பட்ட அந்தச் சிறுவனுக்குக் கற்பனையைத் தவிர வேறு என்ன விளையாட்டுப் பொருள் கிடைக்கக் கூடும். சொல்லுங்கள்.

...

102
கவிதையின் வரவேற்பறை

கவிதையின் வரவேற்பறை மிகவும் சிறியது. அதில் எப்போதும் சிலர் காத்துக் கொண்டிருந்தார்கள். எதற்காக, யாரைக் காண எனத் தெரியவில்லை. ஆனால், ஆர்வத்துடன் காத்திருந்தார்கள்.

ஒருவன் சொன்னான் கவிதையில் தோன்றும் சூரியனும் நிலவும் மறைவதேயில்லை. அதைக் காணவே காத்திருக்கிறேன். மற்றவன் சொன்னான் கவிதையினுள் பால்யத்தின் வெண் கடல் இருக்கிறது அதைத் தேடிப் போகவே வந்திருக்கிறேன். அடுத்தவன் சொன்னான் கவிதையின் வழியே ரகசிய உலகிற்குப் போகமுடியும் என்கிறார்களே அதற்குத் தான் காத்திருக்கிறேன். நான்காம் ஆள் சொன்னான் கவிதையினுள் பெண் பறக்கும் உடல் கொண்டு விடுகிறாள். அவளோடு சேர்ந்து பறக்க விரும்புகிறேன். வேறு ஒருவன் சொன்னான் கவிதையில் நித்தியத்தின் ரயில் ஓடுகிறது, அதில் ஏறிக் கொள்ள காத்திருக்கிறேன். கவிதையில் சிறிய பொருட்கள் பாடத் துவங்குகின்றன, அதைக் கேட்க விரும்புகிறேன் என்றான் இன்னொருவன். கடைசி ஆள் சொன்னான் கவிதையில் வெட்டவெளியில் மலர்கள் அரும்புகின்றன. இறந்தவரின் எலும்புகள் நீதி கேட்கின்றன. நிசப்தத்தின் வாள் உயருகிறது. கண்ணீர்த் துளிகள் கேள்வி கேட்கின்றன. கவிதையில் வாழக் காத்திருக்கிறேன். வரவேற்பறையில் இருந்தவர்கள் அவரவர் கதவைத் தள்ளி கடந்து போய்க் கொண்டிருக்கிறார்கள். யாரோ, எப்போதும் அந்த வரவேற்பறையில் காத்திருக்கவே செய்கிறார்கள்.

...

103

ஒரேயொரு கவிதை

கேதரின் எழுதிய முதற்கவிதை அவள் ஒன்பதாம் வகுப்பு படிக்கும் போது கணையாழி இதழில் வெளியாகியிருந்தது. அவளது அப்பா தான் கவிதையைத் தபாலில் கணையாழிக்கு அனுப்பி வைத்தவர். அது கூட அவளுக்குத் தெரியாது. ஒரு நாள் தபாலில் கணையாழி இதழ் வீட்டிற்கு வந்த போது அப்பா அதைப் பிரித்துப் பார்த்து கேதரின் கவிதை வந்துள்ள சந்தோஷம் மிகுதியால் அவள் படிக்கும் பள்ளிக்கே சென்றார்.

அப்பா ஏன் திடீரெனப் பள்ளிக்கு வந்திருக்கிறார் எனப் புரியாமல் கேதரின் அவரைத் தேடி ஆபீஸ் ரூமிற்குப் போனபோது அப்பா ஒரு சாக்லெட்டை அவளிடம் கொடுத்து “உன் கவிதை கணையாழியிலே வந்துருக்கு” என்றார்.

அவளால் நம்பமுடியவில்லை. “நான் அனுப்பவேயில்லைப்பா” என்றாள். “நான் தான்மா அனுப்பி வைச்சேன்” எனச் சிரித்தார்.

அவளை அழைத்துக் கொண்டு தலைமை ஆசிரியர் அறைக்குப் போய் அவளது கவிதையை வாசித்துக் காட்டினார். தலைமை ஆசிரியருக்கு அவளது கவிதை பிடிக்கவில்லை. படிக்கிற பிள்ளை எதுக்கு கவிதை எழுதிகிட்டு என்று அறிவுரை சொன்னார்.

அப்பா அந்தக் கணையாழி இதழை அன்றைக்குள் ஐம்பது பேருக்காவது வாசித்துக் காட்டியிருப்பார். அத்தோடு அக் கவிதையை ஜெராக்ஸ் எடுத்து ஊரில் இருந்த தாத்தாவிற்கும் அனுப்பி வைத்தார்.

தன் கவிதையை அச்சில் பார்த்தபோது கேதிரினுக்குப் பெருமையாக இருந்தது. ஆனால், அவளது அம்மா பொம்பளை

பிள்ளை கவிதை எழுதக்கூடாது என்று கறாராகச் சொன்னாள். அவளது அக்கா அது காப்பி அடித்து எழுதப்பட்ட கவிதை என்று குற்றம் சாட்டினாள். தங்கை இவள் எல்லாம் கவிதை எழுதினா உருப்பட்டமாதிரி தான் என்று திட்டினாள்.

அப்பா அவளது கவிதையை பிரேம்போட்டு வீட்டுச்சுவரில் மாட்டிக் கொண்டார். அதன் ஜெராக்ஸ் பிரதியை எப்போதும் மணிபர்சில் மடித்து வைத்திருப்பார். அலுவலகத்தில் புதியவர் யார் வந்தாலும் அதைக் காட்டி தனது மகள் கவிதை எழுதுவாள் என்று பெருமையாகச் சொல்லுவார்.

முதற்கவிதை வெளியான சில வாரங்களில் அவள் கணித பரிட்சையில் 78 மதிப்பெண் வாங்கிய போது கணித ஆசிரியர் கவிதை எழுதுறதுல கவனம் இருந்தா இப்படித் தான் ஆகும் என்று திட்டினார், அதன் பிறகு அவளது பள்ளியில் இருந்த ஆசிரியர்கள் பலரும் அவள் காதுபட கேலி செய்தார்கள். திட்டினார்கள்.

புத்தாண்டின் போது அப்பா அவள் கவிதை எழுதுவதற்காகப் புதிய டயரி ஒன்றை வாங்கி வந்து கொடுத்தார். அவளால் ஒரு கவிதையைக் கூட அதில் எழுத முடியவில்லை. ஒரு நாள் வீட்டுவேலை செய்ய மறுத்தாள் என்பதால் அம்மா அவள் வைத்திருந்த டயரியைப் பிடுங்கிக் கிணற்றில் போட்டாள். அது கேதிரினுக்கு மேலும் வருத்ததைக் கொடுத்தது. அப்பாவிடம் சொல்லி அழுதபோது அவர் “நீ எழுதுறா. நான் இருக்கேன்” என்று ஆறுதல் சொன்னார். ஆனால், அவளால் இரண்டாவது கவிதையை எழுத முடியவேயில்லை.

கல்லூரி நாட்களில் விடுதி அறையில் இருக்கும் போது சில வேளைகள் கவிதை மனதில் தோன்றும். அதை அப்பாவிற்கு மட்டும் போனில் சொல்லுவாள். எழுதி அனுப்பி வையும்மா என்று சொல்லுவார். ஆனால் எழுத மாட்டாள்.

அவளது இருபத்துமூன்றாவது வயதில் அப்பா ஒரு நாள் மாரடைப்பால் இறந்து போனார். அன்று கேதரின் அழுத அழுகை சொல்லி முடியாது. அவளை அம்மாவோ, சகோதரிகளோ புரிந்து கொள்ளவேயில்லை. அப்பா ஒருவர் தான் புரிந்து கொண்டிருந்தார், அதுவும் அவள் எழுதுகிற கவிதைகளை நேசித்த ஒரே மனிதர் அப்பா மட்டும் தான் எனக் கதறிக்கதறி அழுதாள். அப்பாவின் இறுதி நிகழ்வுகள்

நடந்து முடிந்து வீடு வெறிச்சோடியது. பத்து நாட்களுக்குப் பிறகு அப்பாவின் அலமாரியைத் தேடியபோது புதிய டயரி ஒன்றில் அவள் ஹாஸ்டலில் இருந்த நாட்களில் போனில் சொன்ன கவிதைகள் அத்தனையும் சொல் மாறாமல் எழுதி வைத்திருந்தார். அதன் முகப்பில் கவிஞர் கேதரின் என்று சிவப்பு மசி பேனாவால் பெரிதாக எழுதியிருந்தார்.

கேதரின் அதைக் கண்டபோது வெடித்து அழுதாள்.

அவள் அந்தக் கவிதைகள் எதையும் வெளியிடவேயில்லை. அப்பாவே இல்லாத போது அந்தக் கவிதைகள் உலகில் யாருக்காக வெளியாக வேண்டும் என்று அவள் பெட்டியில் போட்டுப் பூட்டிவைத்தாள்.

ஒரேயொரு கவிதை அச்சில் வெளியானதோடு கேதரினின் கவிதை வாழ்க்கை முடிந்து போனது.

...

104

சதி

தன்னைக் கொல்ல தனது பிள்ளைகளே சதி செய்கிறார்கள் என்பதை டெல்லி சுல்தான் அறிந்திருந்தார். ஆகவே பிள்ளைகள் எவரும் தன்னை நேரில் சந்திக்க வருவதைத் தடுத்து நிறுத்தியிருந்தார். அரண்மனையில் இருந்த பணியாளர்கள் அனைவரும் வெளியேற்றப்பட்டார்கள். விஸ்வாசமான பாதுகாவலர்கள் மட்டுமே உடனிருந்தார்கள். தனது மனைவியர் மீதும் அவருக்கு நம்பிக்கையில்லை. ஆகவே அவர்களைக் கோடைகால அரண்மனைக்கு அனுப்பி வைத்துவிட்டார்.

உணவில் விஷம் கலந்துவிடக்கூடுமோ எனப் பயந்து பழங்களை மட்டுமே சாப்பிட்டு வந்தார். மூன்று மருத்துவர்கள் அவரது உடல்நிலையை ஒரு மணி நேரத்திற்கு ஒரு முறை பரிசோதனை செய்து வந்தார்கள். இரவில் அரண்மனை முழுவதும் விளக்குகள் எரிய வேண்டும் எனக் கட்டளையிட்டார்.

தாயற்ற அவரை வளர்ப்புத் தாய் ஹசீனா ஆசையோடு வளர்த்து வந்தார். முதுமையில் பார்வையின்மை ஏற்பட்டதால் அவள் அறையிலேயே முடங்கிக் கிடந்தாள். அவள் ஒருத்தி தான் அன்றாடம் சுல்தானைக் காண அனுமதிக்கபட்டவள். அவள் சுல்தானுக்காகப் பிரார்த்தனை செய்து தினமும் ஒரு ரோஜா மலரைக் கடவுளின் அருள்கொடையாக உண்ணும்படி சொல்லுவாள். அதைப் பெற்றுக்கொண்டு அவளுக்கு நன்றி சொல்லியபடியே ரோஜா இதழை வாயிலிட்டுச் சுவைப்பார்.

டெல்லி சுல்தானுக்கு வயது எழுபது கடந்திருந்தது. அவரும் தந்தையைக் கொன்றே அரியணையைக் கைப்பற்றினார். ஆகவே

அவருக்குச் சதிவேலைகளின் அத்தனை சாத்தியங்களும் தெரியும். ஆகவே தன்னைக் கொல்ல முயல்பவர்களின் சதியை அவர் எளிதாக முறியடித்தார்.

ஒரு நாள் குளியல் தொட்டியில் விஷம் கலந்த வாசனைத்தைலம் கலக்கபட்டிருப்பதாகத் தகவல் கிடைத்தது. அதைச் செய்ய வைத்தவன் மூத்தமகன். அதை அறிந்த டெல்லி சுல்தான் தைலம் கலந்த பணிப்பெண்ணைச் சிரச்சேதம் செய்ததோடு ரகசியமாக ஒரு கொலையாளியை அனுப்பி மூத்தமகனைக் கொலை செய்ய வைத்தார்.

இன்னொரு நாள் இளைய மகன்கள் இருவரும் ரகசியமாக அரண்மனைக்குள் புகுந்து உறங்கும் அவரைக் கொல்ல திட்டம் தீட்டியது தெரிய வந்தது. இரவோடு இரவாக ரகசியச் சுரங்கம் வழியாகத் தப்பிப் போனார். அப்போதும் அவர் தாதி ஹசீனாவை உடன் அழைத்துக் கொண்டு தான் சென்றார்.

ஏரி ஒன்றின் நடுவே இருந்த ரகசிய இடம் ஒன்றில் அவர்கள் அடைக்கலமானார்கள். அப்போதும் மருத்துவர்கள் அவருடன் இருந்தார்கள். அன்றாடம் உடற்பரிசோதனை நடைபெற்றது. தன்னைக் கொல்லத்துடிக்கும் பிள்ளைகளைக் கொல்வதற்காக அவரும் சதி செய்தார். சுல்தான் அனுப்பிய ஆட்கள் இளைய மகன்களையும் கொன்றார்கள்.

இனி எதிர்ப்பில்லை என உணரும் வரை நாற்பத்தியெட்டு நாட்கள் சுல்தான் உயிர்தப்புவதற்காக ஒளிந்தும் மறைந்தும் திரிந்தார். நாற்பத்தி ஒன்பதாம் நாள் காலை ஹசீனா அவரது அறைக்கு வந்து பிரார்த்தனை செய்த ரோஜா மலரைக் கொடுத்தபோது உன் கையாலே என் வாயில் போட்டுவிடு இனி எனக்கு எதிரியில்லை என்றார் சுல்தான்.

நடுங்கும் கைகளுடன் பார்வையற்ற அவள் சுல்தானின் முகத்தைத் தேடினாள். அவர் ஹசீனாவின் கைகளைப் பற்றி அவரது உதட்டில் வைத்தார். ரோஜா இதழ்களை அவள் ஊட்டிவிட்டாள். அதைச் சுவைத்த மறுநிமிஷம் சுல்தான் மயங்கி விழுந்தார்.

பார்வையற்ற ஹசீனா சொன்னாள்,

“நாற்பத்தியெட்டு நாட்கள் விஷம் தடவிய ரோஜா மலர்களைக் கொடுத்து உங்களைக் கொல்ல முயல்வதே எனது சதித் திட்டம்.

பதினாலு வயதில் அரண்மனைப் பணிக்காக அழைத்து வரப்பட்டேன். பலராலும் வல்லுறவு செய்யப்பட்டேன். மூன்று முறை கருச்சிதைவு ஏற்பட்டது. அரண்மனையிலிருந்து தப்பிப் போக முயன்றபோது பிடிபட்டு இருட்டறையில் அடைக்கபட்டுச் சித்ரவதை செய்யப்பட்டேன். தனிமை, வலி, வேதனை, சொந்த ஊருக்குப் போக வழியில்லை. பெற்றோர்கள் முகத்தைக் காண முடியவேயில்லை. எனது கனவுகள், ஆசைகள் அழிக்கப்பட்டன. அதற்காக வஞ்சம் தீர்க்கவே உங்களை வளர்க்கும் தாதிப்பணியை ஏற்றுக் கொண்டேன். நான் காட்டிய அன்பு என் வஞ் சத்திற்கான அடித்தளம். தானியங்களை வீசிப் புறாவை வசீகரிப்பது போன்றது. எனது அநீதிக்குக் காரணம் அதிகாரம். சர்வ வல்லமை கொண்ட ஆட்சி அதிகாரம். அதன் பக்கத்தில் இருந்தபடியே அதை அழிக்கக் காத்துக் கொண்டிருந்தேன். உங்களைக் கொல்ல நடந்த சதி யாவும் என் தூண்டுதலில் உருவானதே. அதன் இறுதி அம்பு தான் இந்த விஷம் தோய்ந்த ரோஜா. இனி இந்த ராஜ்ஜியம் தலையில்லாத உடல் போலாகிவிடும். சிதறி அழிந்து போய்விடும். ஆயுதம் கொண்டு சாதிக்க முடியாததை அன்பின் வழி சாத்தியமாக்கினேன். என் அன்பு உங்கள் அழிவிற்கான ஆயுதம்.”

அவள் சொன்னதைக் கேட்க சுல்தான் உயிரோடு இல்லை. அவர் இறந்து கிடந்தார். சுல்தானின் உடலைத் தாண்டி அவள் தட்டுத்தடுமாறி வெளியேறிப் போய்க் கொண்டிருந்தாள்.

•••

105

அரைநாள் மனுஷி

தாமோதரன் இரும்புக் கடை ஒன்றில் வேலை பார்த்து வந்தார். அன்றாடம் இரவு வீட்டின் கதவைப்பூட்டுவதும் காலையில் கதவைத் திறந்துவிடுவதும் அவரது வேலை. வேறு யாரும் கதவைப்பூட்டவோ திறக்கவோ செய்யக்கூடாது. எத்தனை மணி ஆனாலும் அவர் தான் வீட்டுக்கதவைப் பூட்டுவார். அது போலவே காலையில் அவர் எழுந்து கொள்ளும் வரை அவரது மனைவியோ பிள்ளைகளோ கதவைத் திறந்து வெளியே போக முடியாது. நாலு மணிக்கு கண்விழித்தாலும் அமுதா அவர் எழுந்து கதவைத் திறக்கும் போது தான் வாசற்தெளிக்கப் போவாள்.

இரவு வேலைவிட்டு ஒன்பது மணிக்கு வீடு திரும்பி வரும் போது வீட்டில் மனைவி கட்டாயம் இருக்க வேண்டும். ஏதாவது ஒரு காரணத்தால் வீட்டில் மனைவி இல்லை என்றால் தாமோதரனுக்குக் கோபம் பீறிட்டுவிடும். இதன் காரணமாகவே அமுதா எந்த வெளிவேலையாக இருந்தாலும் மாலை ஆறுமணிக்குள் செய்து முடித்துவிடுவாள்.

சில நாட்கள் பிள்ளைகள் சினிமாவிற்குப் போக வேண்டும் என்று பிடிவாதம் பிடிப்பார்கள். கணவரிடம் அனுமதி கேட்டு மாலை காட்சி சினிமாவிற்குப் போய் வருவார்கள். ஒன்பது மணிக்குள் படம் விடாவிட்டால் பாதியிலே எழுந்து வந்துவிட வேண்டும். இல்லாவிட்டால் தியேட்டருக்கு வந்து அமுதா மற்றும் பிள்ளைகள் அவரசமாக வெளியே வரவும் என்று சிலைடு போடச் செய்துவிடுவார். அந்த அவமானத்தை அவளால் தாங்கிக் கொள்ளவே முடியாது.

பொருட்காட்சி நடக்கும் நாட்களில் கூட பிள்ளைகள் தான் போய்வருவார்கள். அவள் வீட்டிலே தானிருப்பாள். இதனால் அவளது உலகம் மிகவும் சுருங்கிப் போனது. பிள்ளைகள் வளர்ந்து பெரியவர்கள் ஆகி வேலைக்குப் போனார்கள். அப்படியும் அமுதா ஒரு சினிமாவிற்கோ, திருமண நிச்சயதார்த்த வீட்டிற்கோ, பொருட்காட்சிக்கோ இரவில் போவதேயில்லை.

மூத்தமகளை அடுத்த வீதியிலே கட்டிக் கொடுத்திருந்தார்கள். அவர்கள் வீட்டிற்குப் போனாலும் மாலை ஆறு மணிக்குள் தன்னுடைய வீடு திரும்பி விடுவாள்.

ஒரு நாள் அவளது பேரன் ஊரில் சர்க்கஸ் வந்திருக்கிறது. போகலாம் ஆச்சி என்று அவளைக் கட்டாயப்படுத்தினான். அமுதா ஆதங்கமான குரலில் சொன்னாள்,

“நீ போயிட்டு வாய்யா. எனக்கு ஒரு நாளுங்கிறது விடிகாலை ஆறுமணில இருந்து சாயங்காலம் ஆறுமணி வரை தான். அதுக்குள்ளே வெளியே போயிட்டு வந்தா உண்டு. சாயங்காலம் ஆறுமணிக்குப் பிறகு வீட்டுப்படியைத் தாண்ட மாட்டேன். உங்க தாத்தாவுக்குப் பிடிக்காது. கோபிச்சிகிடுவார். வீதியிலே சாமி ஊர்வலமே வந்தாலும் வெளியே வரமாட்டேன். நான் ஒரு அரைநாள் மனுஷி. அப்படியே வாழ்ந்து பழகிட்டேன். வருஷம் ஓடிப்போயிருச்சி. இனி எங்கே போயி என்னத்தைப் பாக்கபோறன். சாகுற வரைக்கும் வீடு தான் உலகம்.”

ஆச்சி இதைச் சொல்லும் போது ஏன் அழுகிறாள் என்று பேரனுக்குப் புரியவில்லை. அமுதா சேலையால் கண்ணீரைத் துடைத்தபடியே பேரன் சர்க்க்ஸ் பார்ப்பதற்காகச் சேலையில் முடிந்து வைத்திருந்த ரூபாயை அவிழ்க்க ஆரம்பித்தாள்.

•••

106
மனசாட்சியின் படிக்கட்டுகள்

நூறு வீடுகளுக்கும் குறைவாக உள்ள சிறிய ஊராகயிருந்தது. காரில் வந்து இறங்கிய அவர்களைத் தெருவில் விளையாடிக் கொண்டிருந்த சிறார்கள் வேடிக்கை பார்த்தார்கள். அதில் ஒரு சிறுவனை அழைத்து கந்தசாமி வேணாங்குளம் எங்கேயிருக்கிறது எனக் கேட்டார். அந்தச் சிறுவன் பரிகாரமா எனக் கேலியான குரலில் கேட்டபடியே தெற்கே கையைக் காட்டினான்.

காரிலிருந்து கந்தசாமியின் மனைவியும் அவரது ஒரே மகளும் பரிகாரம் செய்யச் சொல்லி அழைத்து வந்த ஜோசியரும் இறங்கினார்கள். ஜோசியர் அவிழ்ந்த வேஷ்டியை இறுக்கிக் கட்டியபடியே சொன்னார்,

"ரொம்ப பவர்புல்லான குளம் சார். எல்லா தோஷமும் போயிடும்."

கந்தசாமி தலையாட்டியபடியே தெற்கு நோக்கி நடக்க ஆரம்பித்தார்.

கந்தசாமிக்குப் பத்து ஆண்டுகளுக்கும் மேலாக தோல் நோய் பீடித்திருந்தது. செய்து வந்த வணிகமும் எதிர்பாராமல் நஷ்டமானது. கட்டிக் கொடுத்த மகள் வீட்டிலும் பிரச்னை. இது போதாது என்று நீதி மன்றத்தில் நடந்து வந்த பழைய வழக்கு ஒன்றிலும் அவர் தோற்றுப்போனார். பரமபதக் கட்டத்தில் பாம்பு தன்னைக் கீழே இறக்கிவிடுவதாக உணர்ந்தார். கோவில்கள். பூஜைகள் பரிகாரங்கள் என்று எதையெதையோ செய்து வந்தார். எதிலும் நலமடையவில்லை. அப்போது தான்

வேணாங்குளம் பற்றிச் சொன்ன ஜோசியர் அங்கே தோஷம் நீங்க வேணாட்டு மன்னரே குளித்துப் போனதாகக் கதை சொன்னார். கந்தசாமிக்கு நம்பிக்கை ஏற்பட்டது. வேணாங்குளத்திற்குப் போய் வர ஒத்துக்கொண்டார்.

சிறிய கிராமம். சிவப்பு நாழி ஒடு வேய்ந்த வீடுகள். சற்றே அகலமான தெரு. ஆனால், ஆள் நடமாட்டமேயில்லை. சில வீடுகள் பூட்டப்பட்டிருந்தன. அவர்கள் வேணாங்குளத்திற்குப் போன போது காய்ந்து, உலர்ந்து போயிருந்தது. படிக்கட்டுகள் தூசிபடிந்திருந்தன. குளத்தின் நான்கு பக்கமும் நான்கு பதுமைகள்.

இது தான் வேணாங்குளமா என்ற சந்தேகத்தில் அருகில் விறகு பிளந்து கொண்டிருந்த ஒருவரிடம் “இதுதான் பரிகாரக் குளமா” எனக் கேட்டார். “ஆமாம்” எனத் தலையாட்டியபடியே அவர் தனது வேலையைத் தொடர்ந்தார்.

கந்தசாமி தனது மகளும் மனைவியும் வரட்டும் எனத் தூர்ந்து போயிருந்த குளத்தின் படியில் நின்றபடியே இருந்தார். குளம் வற்றிப் போனது அறியாமல் வந்துவிட்டோமோ, ஜோசியர் இதைக் கூடவா விசாரிக்காமல் இருப்பார் என்று கோபமாக வந்தது.

ஜோசியரும் அவரது மனைவி மகளும் வேணாங்குளத்தருகே வந்தார்கள்.

குளத்தில் கிழிந்த துணிகளும் உலர்ந்த இலைகளும் பிளாஸ்டிக் குப்பைகளுமாகக் கிடந்தன. கந்தசாமி “குளத்தில தண்ணியே இல்லையே“ என ஜோசியரிடம் கேட்டார்.

“பல வருஷமா காய்ந்து போய்த் தான் கிடக்கு. உள்ளே இறங்கித் தண்ணி இருக்கிறதா நினைச்சிகிட்டுத் தலையை நனைச்சிட்டு வாங்க” என்றார்.

“தண்ணியில்லாம எப்படிய்யா குளிக்கிறது” எனக் கந்தசாமி கோபத்துடன் கேட்டார். “செய்த பாவம் என்ன கண்ணுல தெரியவா செய்யுது. மனசு அதை உணரலே. அப்படித் தான் பரிகாரமும். இந்த குளத்துல கண்ணுக்குத் தெரியாத தண்ணீர் இருக்கு. அதை உணர்ந்து குளிச்சா தோஷம் போயிடும். நம்பிக்கை தானே எல்லாமும்.”

கந்தசாமி காய்ந்து போன குளத்தினுள் இறங்கினார். பத்து இருபது படிகள் கொண்டதாகத் தோன்றிய குளத்தினுள் இறங்க இறங்க படிகள் கீழே போய்க் கொண்டேயிருந்தன.

ஒற்றை ஆளாக அவர் இறங்கிக் கொண்டேயிருந்தார். எவ்வளவு நேரம் இறங்கினார் என்று தெரியவில்லை. ஆனால், அவர் நிமிர்ந்து பார்த்த போது பெரும்பாதாளம் ஒன்றினுள் இறங்கி நிற்பது போலத் தோன்றியது. இன்னமும் குளத்தின் அடிப்புறம் வரவில்லை. படிகள் கிழே போய்க் கொண்டேயிருந்தன.

என்ன விந்தையிது. சிறிய குளம் எப்படி இவ்வளவு பெரிதாக மாறியது எனக் குழப்பம் வந்தது. மனதில் ஏதேதோ எண்ணங்கள் ஒன்று கூடின. கூட்டு வணிகம் செய்த போது அண்ணனை ஏமாற்றியது, நம்பிக் கொடுத்து வைக்கப்பட்ட பணத்தை மோசடி செய்தது என அவரது பழைய பாவங்கள் யாவும் நினைவுகளாக வந்து போயின.

சொந்த சகோதரனை ஏமாற்றிய ஒருவன் எப்படி வீழ்ச்சி அடையாமல் இருப்பான். திடீரென அண்ணன் முகம் மனதில் வந்து போனது.

தான் தவறே செய்யவில்லை என்பது போல இத்தனை நாட்களாகப் பாவனை செய்து வந்தது அந்த நிமிசத்தில் மனதில் உறுத்த ஆரம்பித்தது.

மறைத்துக் கொள்ளும் போது தவறுகள் எடையற்றிருக்கின்றன. உணரத் துவங்கியதும் தவறின் எடை மிகுந்துவிடுகிறது என கந்தசாமிக்குப்பட்டது.

தான் மனசாட்சியின் படிக்கட்டுகளில் இறங்கிக் கொண்டிருக்கிறோம் என்று தாமோதரனுக்குப் புரிந்தது.

செய்த பாவத்திலிருந்து விடுபடுவதற்கு ஏமாற்றிய அண்ணன் குடும்பத்திற்கு உரியதைக் கொடுத்து விடவேண்டும் என்று மனதில்பட்டது.

அந்த நினைப்பு வந்தவுடன் திடீரெனக் கால்களில் தண்ணீர் படுவது போல உணர்ச்சி எழுந்தது. அவர் நின்றிருந்த படி தண்ணீரினுள் இருப்பது போல உணர்ந்தார். குனிந்து தண்ணீரை அள்ளித் தலையில் தெளிப்பது போலப் பாவனை செய்தார்.

“படியில் நின்னுகிட்டு அப்படி என்ன யோசனை” என மனைவி சப்தமாகக் கேட்டதும் அவருக்குத் தன் உணர்வு வந்தது.

குளத்தின் ஆழத்திற்கு இறங்கவேயில்லையா. மனம் தான் அப்படிக் கற்பனை செய்து கொண்டதா எனக் குளத்தை உற்றுப் பார்த்தார். காய்ந்த படிக்கட்டுகள். நீரற்ற குளம்.

அந்தக் குளம் மனசாட்சியை விழிப்படையச் செய்கிறது. செய்த குற்றங்களின் ஈரத்தை உணரவைக்கிறது. உண்மையில் அது மாயக்குளமே தான்.

அவர் குளித்து முடித்தது போலப் பாவனை செய்தபடியே குளத்திலிருந்து வெளியே வந்தார்

“மனசில எதையாவது நினைச்சிட்டுக் காசைக் குளத்துல போடுங்க” என்றார் ஜோசியர்.

பையிலிருந்த சில்லறைகளை எடுத்து அண்ணன் குடும்பத்திற்கு உரியதைக் கொடுத்துவிடுகிறேன் என நினைத்தபடியே குளத்தில் வீசி எறிந்தார்.

குளத்திலிருந்த பதுமையின் பார்வை அவரைக் கேலியாகச் சிரிப்பது போலிருந்தது.

•••

107

விமானத்தில் ஒரு அழகி

டோக்கியோ செல்லும் விமானத்தில் ராகேஷின் அடுத்த இருக்கையில் அந்த அழகி அமர்ந்திருந்தாள். பச்சை நிறமான கூந்தல். இயற்கையான கூந்தல் அப்படியிருக்காது தானே. அவள் ஏதோ செயற்கை வண்ணம் பூசியிருந்தாள். விலை உயர்ந்த கூலிங்கிளாஸ் அணிந்திருந்தாள். மெலிதான உதட்டுச்சாயம், கூடைப்பெண் வீராங்கனை போன்ற உடலமைப்பு, உயரம், கறுப்பு நிற உடை அணிந்திருந்தாள். கைவிரலில் பாம்பு மோதிரம் அணிந்திருந்தது விசித்திரமாக இருந்தது. அவள் பூசியிருந்த பெர்ப்யூம் விமானம் முழுவதையும் வாசனை கொள்ளச் செய்வது போலிருந்தது.

அவளுடன் என்ன பேசுவது எனத் தெரியாமல் கையில் இருந்த புத்தகத்தை மூடியபோது அவள் சிரித்தபடியே கேட்டாள்.

“நீங்கள் படித்துக் கொண்டிருக்கும் கதையில் ஒரு கார் சாலையோரம் நின்று கொண்டிருக்கிறது. அதன் எண் 6111 சரிதானா.”

சட்டெனப் படித்துக் கொண்டிருந்த புத்தகத்தைக் குனிந்து பார்த்தான் ராகேஷ். கதையின் முந்திய வரியில் அந்த கார் நின்றிருந்தது. அதே எண்தான். இந்தப் புத்தகத்தை முன்னதாகப் படித்திருந்தால் கூட எப்படி அந்த வரியைத் தான் படித்து முடித்தேன் எனக் கண்டுபிடித்தாள் எனப் புரியாமல் திகைப்புடன் “சரியாகச் சொன்னீர்கள்” என்றான்.

அவள் மெல்லிய புன்னகையுடன் “நான் ஆரூடம் சொல்பவள்” என்றாள். “எனக்கு அதில் நம்பிக்கையில்லை” என்றான் ராகேஷ்.

அவள் சிரித்தபடியே "நம்ப வேண்டும் என்று நான் கட்டாயப்படுத்துவதில்லை. 36ஆம் நம்பர் பயணி இன்னும் இரண்டு நிமிஷத்தில் வயிற்றுவலியால் அலறப்போகிறார் பாருங்கள்" என்றாள். அவள் சொன்னது அப்படியே நடந்தது.

அவள் அதே சிரிப்புடன் சொன்னாள்.

"உங்களுக்கு ஒரு நற்செய்தி மின்னஞ்சலில் வரப்போகிறது. இன்னும் மூன்று நிமிஷங்கள் கழித்து மின்னஞ்சலைச் சரி பாருங்கள்" என்றாள். அவள் சொன்னது போலவே ராகேஷின் நிறுவனம் புதிய பொறுப்பு ஒன்றில் பதவி உயர்த்தி மின்னஞ் சல் அனுப்பியிருந்தது. வியப்பின் உச்சத்தில் ராகேஷ் அவளிடம் கேட்டான்,

"எல்லாவற்றையும் உன்னால் எப்படிச் சரியாகச் சொல்ல முடிகிறது."

அவள் சிரித்தபடியே சொன்னாள்,

"நான் ஒரு கால சஞ்சாரி. எந்தக் காலத்திலும் என்னால் சஞ்சரிக்க முடியும்."

அவள் எது சொன்னாலும் நம்புகிறவனாக மாறிப்போனான். அவள் தனது வாடிக்கையாளர்களின் அழைப்பின் பொருட்டு அடிக்கடி ஜப்பான் வந்து போகிறவள் என்பதை அறிந்து கொண்டான்.

"எதிர்காலத்தைப் பற்றி இவ்வளவு தெரிந்து வைத்துள்ள நீ உன்னைப் பற்றி ஆருடம் ஒன்றைச் சொல்வாயா" எனக் கேட்டான்.

"நான் இன்றைக்குப் பிரச்னையில் சிக்கிக் கொள்வேன்" என்றாள் அவள்.

"யாரால் எப்படி" எனக் கேட்டான்.

"அது தெரியாது. ஆனால், இன்றைக்கு நிச்சயம் நடக்க கூடும்."

"காலத்தை முன்கூட்டியே தெரிந்த உன்னால் அதிலிருந்து தப்பிக்க முடியாதா."

"யாராலும் முடியாது" என்றாள் அந்த அழகி.

அதன்பிறகு கண்ணை சிமிட்டியபடியே சொன்னாள்.

"இந்த பயணம் முடிவதற்கு நீ என்னை முத்தமிடுவாய்."

"நிச்சயம் மாட்டேன். என் மனைவியைத் தவிர வேறு பெண்ணை நான் முத்தமிட்டதேயில்லை."

அதைக் கேட்டு அவள் சிரித்தபடியே சொன்னாள்,

"எனது ஆருடம் பொய்க்காது."

அவள் சொன்னது போலவே அடுத்த அரைமணி நேரத்தில் வானில் கடுமையான மழை. விமானம் தள்ளாட ஆரம்பித்தது. சட்டென ஒரு நிலையில் விமானம் குலுங்கியது. உறங்கிக் கொண்டிருந்தவர்கள் தடுமாறி விழுந்தார்கள். அந்தப் பெண் தடுமாற்றத்தில் என் தோள்களைப் பற்றிக் கொண்டிருந்தாள். அவள் சொன்னது அப்படியே நடந்தது. ராகேஷ் அவளை முத்தமிட்டுக் கொண்டிருந்தான். எப்படி அது என யோசிப்பதற்குள் அவள் தன் உதட்டினைத் துடைத்தபடியே சொன்னாள்,

"உன் மனைவிக்கு நிச்சயம் இது தெரியவே தெரியாது."

ஏன் இப்படி நடந்து கொண்டோம் என நினைத்தபடியே அந்த முத்தம் தந்த ரகசிய மகிழ்ச்சியோடு கண்களை மூடிக் கொண்டான் ராகேஷ்.

விமானம் டோக்கியோவில் தரையிறங்கியது. விமான நிலையத்தினுள் பயணப்பைகளை எடுக்க நடந்தபோது அவள் கைகாட்டியபடியே முன்னால் சென்று கொண்டிருந்தாள்.

ராகேஷ் தனது பயணப்பைகளைப் பெற்றுக்கொண்டு வாசலுக்கு வந்தபோது அந்தப் பெண்ணை நான்கு காவலர்கள் கைது செய்து அழைத்துக் கொண்டு போய்க் கொண்டிருந்தார்கள்.

போதை மருந்துக் கடத்தல் செய்பவள் என்று சொன்னார்கள்.

அப்படியானால் அவள் சொன்ன ஆருடம். அதன் உண்மை.

ராகேஷிற்குக் குழப்பமாக இருந்தது.

விமான நிலையத்தின் வெளியே வந்த போது அவளைப் போலீஸ் வேனில் ஏற்றிக் கொண்டிருந்தார்கள். நிறைய தொலைக்காட்சி கேமிராக்கள் அவளைப் படமெடுத்துக் கொண்டிருந்தன.

ஊரில் இருந்து மனைவி போனில் அழைத்தாள்.

"பயணத்தில் நல்ல உறக்கம். அதில் ஒரு விசித்திரக் கனவு" என ராகேஷ் பொய் சொல்ல ஆரம்பித்தான்.

அவனது கார் சாலையில் வேகமாக செல்ல ஆரம்பித்திருந்தது.

...

108
பாடும் சுவர்கள்

சாமர்கண்டிற்குப் போகும் வழியில் இருந்த மலையில் பாதி கட்டிமுடிக்க படாத சுற்றுச்சுவர் ஒன்றிருந்தது. சீனப்பெருஞ் சுவர் போலக் கட்ட வேண்டும் என ஆசைப்பட்ட மன்னர் பணி துவங்கிய சில வாரங்களிலே இறந்துவிட்டதால் அந்தச் சுவர்கள் முடிக்கபடவில்லை என்றார்கள். பதினாறு அடி உயரத்தில் பத்தடி அகலத்தில் அமைக்கபட்டிருந்த அந்தச் சுவர் மலைப்பாம்பு ஒன்று படுத்துக்கிடப்பது போலிருந்தது.

அந்தச் சுவருக்கு ஒரு விசித்திரமிருந்தது. அது சிறுவர்களைக் கண்டால் பாடத்துவங்கியது. பாடும் சுவரைக் காணுவதற்காக யாத்ரீகர்கள் வருகை அதிகமிருந்தது. பெரும்பான்மைப் பயணிகள் தங்களுடன் குழந்தைகளை அழைத்துக் கொண்டு வந்தார்கள்.

சிறார்கள் அந்தச் சுவரில் காதை வைத்துக் கேட்கும் போது துயரமான பாடல் ஒன்று ஒலிப்பது வழக்கம். சுவரின் குரல் தன் தாயின் குரல் போலவே ஒலிக்கிறது என்றார்கள் சிறுவர்கள். அது எப்படி என்று எவருக்கும் புரியவில்லை.

பாடும் சுவரில் காதை வைத்துக் கேட்டால் நோயுற்ற குழந்தைகள் நலமாகிவிடுகிறார்கள். துர்கனவுகளால் பீடிக்கபட்ட சிறார்கள் குணமாகிவிடுகிறார்கள் என்று மக்கள் நம்பிக்கை கொண்டார்கள்.

பாடும் அந்தச் சுவரின் குரல் ஏன் துயரமாகயிருக்கிறது என்பதற்கு ஒரு கதை உலவத் துவங்கியது. அது சுவர் கட்டும் பணி நடந்து கொண்டிருந்த போது கைக்குழந்தையுடன்

சமீரா என்ற இளம்பெண் வேலை செய்து கொண்டிருந்தாள். அவளைக் கணவன் கைவிட்டு வேறு ஒருத்தியை மணந்து கொண்டிருந்தான். போக்கிடம் இல்லாத சமீரா கூலி வேலை செய்து பிழைத்து வந்தாள்.

சுவர் கட்டும் பணியில் எதிர்பாராமல் விபத்து நடந்தபடியே இருந்தது. சுவரைக் கட்டி முடிக்க வேண்டும் என்றால் இளம்பெண் ஒருத்தியைக் களப்பலியாக்க வேண்டும் என்றான் நிர்வாகி. அதன்படியே அநாதையான சமீராவைப் பலி கொடுப்பதென முடிவு செய்தார்கள்.

அவள் தன் குழந்தையை விட்டுப் பிரிய முடியாது என கண்ணீர் வடித்தாள். ஒவ்வொரு நாளும் உன் குழந்தையை உன்னிடத்தில் கொண்டு வருவோம். நீ அவனுக்குப் பாட்டுப்பாடி ஆறுதல் சொல்லலாம். உன் மகனை வளர்த்துப் பெரியவனாக்கி அரசாங்க உத்தியோகம் தருகிறோம் என்று அவளுக்கு வாக்குறுதி தந்தார்கள்.

அவள் எவ்வளவோ மறுத்தும் விடவில்லை. ஓர் இரவில் குழந்தை உறங்கிக் கொண்டிருக்கையில் அவளை இழுத்துப் போய் சுவரில் வைத்துத் தலையை துண்டித்தார்கள். அவளது ரத்தம் பட்டபின்பு சுவர் கட்டும் பணியில் விபத்து நடக்கவில்லை.

ஆனால், அவர்கள் வாக்குறுதி தந்தது போல அவளது குழந்தையை சுவரின் அருகில் கொண்டு வரவில்லை. அநாதை பிள்ளையாகக் கைவிட்டார்கள். தன் குழந்தையைக் காணாத ஏக்கம் கொண்ட சமீரா சுவரில் எந்தக் குழந்தை காதை வைத்தாலும் அது தன்னுடைய பிள்ளை என நினைத்துப் பாடுகிறாள் என்றார்கள்.

நிஜமான நிகழ்ச்சியா அல்லது கற்பனையா எனத் தெரியவில்லை. ஆனால், தன் பிள்ளைகளை நேசிக்கும் எல்லா தாயின் குரலும் ஒன்று போலத்தானிருக்கும் என்பதும் உண்மையே

எல்லா பிரம்மாண்டங்களின் பின்புலத்திலும் யாரோ ஒரு பெண்ணின் துயருற்ற இதயம் வடிக்கும் கண்ணீர் கசிந்து கொண்டுதானிருக்கிறது என்பதே வரலாறு சொல்லும் நிஜம்.

...

109
பொம்மைக் கல்யாணம்

மொட்டை மாடியில் சிறுவர்கள் ஒன்று சேர்ந்து பொம்மைக் கல்யாணம் செய்து விளையாடிக் கொண்டிருந்தார்கள்.

மாப்பிள்ளையாக இருந்த பொம்மையை ஒரு சிறுவன் தனது வீட்டிலிருந்து கொண்டு வந்திருந்தான். அது ஒரு சூப்பர்மேன் பொம்மை. மணமகளாக மரப்பாச்சியைக் கொண்டு வந்தவள் வேறு ஒரு சிறுமி.

மணமகளை அலங்கரிக்கிறோம் என இரண்டு சிறுமிகள் பிளாஸ்டிக் பூக்களை அதன் தலையில் சொருகினார்கள். மணமகனுக்குக் குதிரை வேண்டும் என ஒரு சிறுவன் தேடி அலைந்து தெருமுனையிலிருந்த ஒரு சிறுவன் வைத்திருந்த பிளாஸ்டிக் குதிரை ஒன்றை வாங்கி வந்திருந்தான். அதில் சூப்பர்மேன் பொம்மையை உட்கார வைக்க முயன்று, முடியாமல் கயிறு போட்டுக் கட்டிவிட்டார்கள்.

இது போலவே மரப்பாச்சி பொம்மைக்கு முக்காடு போட்டுவிட வேண்டும் என ஒரு சிறுமி பிடிவாதமாக இருந்தாள்.

மணமகனைக் குதிரையில் அழைத்து வரும்போது பன்னீர் தெளிக்க வேண்டும் என்றான் ஒரு சிறுவன். அதைக் கேட்ட வேறு ஒரு சிறுவன் வானவேடிக்கை போட வேண்டுமென்றான்.

அதெல்லாம் கிடையாது. இது சிம்பிள் கல்யாணம் என மறுத்தாள் மரப்பாச்சி வைத்திருந்த சிறுமி.

சூப்பர்மேனோ ஒரு மரப்பாச்சியைத் திருமணம் செய்து கொள்ளப்போவதைப் பற்றி சலனமின்றி வெறித்த பார்வையுடன் இருந்தான்.

மணமக்களை ஊர்வலமாக அழைத்துக் கொண்டு வந்த போது ஒரு சிறுவன் வாயாலே நாதஸ்வரம் வாசித்தான். மணமகள் வெட்கப்பட வேண்டும் என்று ஒரு சிறுமி சப்தமாகச் சொன்னாள். மரப்பாச்சிக்கு வெட்கப்படத் தெரியவில்லை என ஒரு சிறுவன் கேலி செய்தான். அவள் ஒரு சிட்டிகேர்ள் என்றாள் இன்னொரு சிறுமி.

சூப்பர்மேனுக்குக் கல்யாண மோதிரம் போட வேண்டும் என ஒரு சிறுவன் வற்புறுத்தினான். நூலில் ஒரு மோதிரம் செய்து அவன் விரலில் மாட்டி விட்டார் மரப்பாச்சியின் தந்தை போல நடித்த சிறுவன்.

இரண்டு பொம்மைகளையும் ஓர் அட்டைப்பெட்டியில் சாய்ந்து நிற்க வைத்தார்கள்.

பேப்பர் கேமிராவில் ஒரு சிறுவன் அவர்களைப் புகைப்படம் பிடித்தான். திடீரென வயதில் மூத்த ஒரு சிறுவன், சூப்பர்மேன் ஓர் அமெரிக்காக்காரன். அவன் நம்ம ஊர் மரப்பாச்சியைக் கல்யாணம் செய்து கொள்ளக்கூடாது எனச் சண்டையிட்டான்.

எதிர்ப்பு தெரிவித்தவனுக்கு இரண்டு சாக்லேட் கொடுத்து வாயை அடைத்தார்கள்.

சூப்பர்மேன் சார்பில் ஒரு சிறுவன் சிவப்புக் கயிறு ஒன்றைத் தாலியாக மரப்பாச்சி கழுத்தில் கட்டினான். உடனே சோப்பு நுரையை ஊதிப் பறக்கவிட்டான் ஒரு சிறுவன். ஆளுக்கு கொஞ்சம் காசு போட்டு வாங்கி வைத்திருந்த சாக்லெட்டுகளைக் கல்யாண விருந்தாகப் பரிமாறிக் கொண்டார்கள்.

சூப்பர்மேன் மரப்பாச்சி தம்பதியினர் பெரியவர்கள் காலில் விழுந்து ஆசி வாங்க வேண்டும் என்றாள் ஒரு சிறுமி.

அதுவும் நடந்தேறியது.

கல்யாணம் முடிந்த உற்சாகத்தில் சிறுவர் சிறுமிகள் ஆடிப்பாட ஆரம்பித்தார்கள்.

சூப்பர்மேன் பொம்மையின் சொந்தக்காரப் பையன் இந்தக் கல்யாணம் பிடிக்கலை. என் பொம்மையைத் திரும்பக் கொடு எனப் பிடுங்கிக் கொண்டான். உடனே மரப்பாச்சி வைத்திருந்த சிறுமி “நாங்க டைவேர்ஸ் பண்ணிகிடுறோம்” என்றாள்.

சிறுவர்கள் கூச்சலிட்டார்கள். சூப்பர்மேன் பொம்மையைப் பிடுங்கி வீசினான் ஒருவன். சிறுவர்கள் மாறி மாறி அடித்துக் கொண்டு சண்டையிட்டார்கள்.

யாரோ ஒரு சிறுமி அழும் சப்தம் கேட்டு மாடிக்கு வந்த அவளது அம்மா எல்லோரையும் திட்டித் துரத்திவிட்டாள்.

இத்தனையும் பார்த்துக் கொண்டிருந்த எனக்குப் பொம்மைக் கல்யாணம் என்றாலும் எளிமையாக நடப்பதில்லை என்று புரிந்தது. அதைவிடவும் பெரியவர்களிடம் இருந்து எவ்வளவு மோசமான விஷயங்களைச் சிறுவர்கள் கற்று வைத்திருக்கிறார்கள் என்று கவலையாகவும் இருந்தது

...

110
நின்றபடி உறங்குபவர்

தங்கதுரைக்கு அப்படி ஒரு பழக்கம் எப்படி உருவானது என்று தெரியவில்லை. ஆனால், அவர் வீட்டில் நின்றபடியே உறங்கும் பழக்கம் கொண்டிருந்தார்.

ஒரு மனிதரால் எப்படி நின்றபடி உறங்க முடியும் என வியப்பாக இருக்கும். ஆனால், தங்கதுரை நின்றபடியே தான் உறங்கினார். ஆழ்ந்த தூக்கத்தில் கிழே விழுந்துவிடுவார் என்று தங்கதுரையின் மனைவி பயந்திருக்கிறாள். ஆனால், ஒரு நாள் கூட உறக்கத்தில் தடுமாறி விழவில்லை.

தங்கதுரை ஏன் நின்றபடி உறங்குகிறார் என அவரிடம் பலரும் கேட்டிருக்கிறார்கள். அதற்குப் பதில் சொன்னதில்லை. ஆமாம் என்பது போலத் தலையசைக்க மட்டுமே செய்வார்.

நின்றபடியே உறங்குவதாக இருந்தாலும் அதற்கென ஓர் இடத்தைத் தங்கதுரை தேர்வு செய்திருந்தார். அது ஹாலின் வடக்கு மூலை. இரண்டு பிரம்பு நாற்காலிகளை இடவலமாகப் போட்டுக் கொண்டு நடுவில் நின்றபடியே தான் உறங்குவார். சுவரைப் பார்த்தபடியே முகமிருக்கும். சுவரிடம் ஏதோ ரகசியம் பேசிக் கொண்டிருப்பவர் போலிருக்கும் அவரது தோற்றம்.

இந்த விசித்திரப் பழக்கம் காரணமாகவே தங்கதுரை வெளியூருக்குப் போவதேயில்லை. உறவினர் வீட்டில் ஒரு நாள் தங்கியதில்லை.

“சிறுவயதில் தங்கதுரை இப்படி நின்றபடியே உறங்கியதில்லை. அப்போது நாங்கள் சேலத்தில் குடியிருந்தோம். தங்கதுரையின்

அப்பா டிரைவராக வேலை பார்த்தார். சிறிய குடிசை வீட்டில் எட்டுப்பேர் வசித்து வந்தோம். கால்களை நீட்டிப்படுக்க இடமிருக்காது. தலையணை பாய் கிடையாது. பழைய துணியை விரித்துச் சுருண்டு கிடப்போம். மழை வந்துவிட்டால் வீடு ஒழுக ஆரம்பித்துவிடும். உறங்க இடமிருக்காது. நள்ளிரவில் நனைந்தபடியே அருகிலுள்ள பள்ளிக்கூடத்திற்குப் போய் உறங்குவோம். அப்போது இரவெல்லாம் தங்கதுரை உறங்காமலே இருந்திருக்கிறான். நல்ல உறக்கம் என்பது ஒரு கொடுப்பினை. அது அவனுக்குக் கிடைக்கவேயில்லை. ஏதோவொரு நெருக்கடி அவனை இப்படி விசித்திர பழக்கம் கொள்ள வைத்திருக்கிறது." என ஆதங்கமாகச் சொன்னாள் தங்கதுரையின் அம்மா.

"திருமணமான புதிதில் கட்டிலில் தான் உறங்கினார். அரைமணி நேரத்திற்கு மேல் தூங்க மாட்டார். எழுந்து உட்கார்ந்து கொள்வார். இருட்டைப் பார்த்தபடியே இருப்பார். திடீரென ஒரு நாள் அவர் சுவரோரமாக நின்றபடியே உறங்குவதைக் கண்ட போது அதிர்ச்சியாக இருந்தது. ஏன் அப்படி உறங்குகிறீர்கள் என்று சண்டை கூட போட்டிருக்கிறேன் ஆனால், அவர் பதில் சொல்லவேயில்லை" என்றாள் தங்கதுரையின் மனைவி.

தங்கதுரை தனது உறங்கும் பழக்கம் பற்றி மற்றவர்கள் விசித்திரமாக நினைப்பதைக் கண்டுகொள்ளவேயில்லை.

ஒருமுறை அவரது மகள் கட்டாயப்படுத்திக் கேட்டபோது "யானை நின்றபடியே தானே தூங்குகிறது" என்றார்.

"அது ஒரு விலங்கு" என்றாள் மகள்.

"நானும் ஒரு விலங்கு தான்" என்றபடியே, "கிளார்க் வேலைக்குச் செல்லும் விலங்கு, வாழ்க்கை என்னை மனிதனாக நினைக்க விடவில்லை" என்று சொல்லித் தலைகவிழ்ந்து கொண்டார்.

மகளுக்குத் தந்தையின் உறக்கம் மட்டுமில்லை பேச்சும் புரியவேயில்லை.

•••

111
ஒற்றைக்கை

முதற்பொய் சொன்னபோது பரமுவின் வயது ஆறு.

அப்பா அவனைக் கடைக்குப் போய் தீப்பெட்டி ஒன்று வாங்கி வரச் சொல்லியிருந்தார். ஆனால், அவன் கடைக்குப் போகவில்லை. மாறாக அந்த நாலணாவைக் கொடுத்துப் பால் ஐஸ் வாங்கிச் சாப்பிட்டு விட்டான்.

வீட்டிற்கு வெறும் கையோடு வந்த போது அப்பா கோபித்துக் கொண்டார். ஒற்றைக்கையுள்ள பிச்சைக்காரன் ஒருவன் தன்னிடமிருந்த காசை பறித்துக் கொண்டான் என்று முதற்பொய்யைச் சொன்னான் பரமு.

அப்பா அதை நம்பிவிட்டார். வேறு எதையும் கேட்கவில்லை. இவ்வளவு எளிதானதா ஒரு பொய் எனப் பரமு சந்தோஷப்பட்டான். எப்படி இவ்வளவு சாதுர்யமாகப் பொய் சொன்னோம் எனத் தன்னைப் பாராட்டிக் கொண்டான்.

அதன் பிறகான நாட்களில் அப்பா ஒருவேளை ஒற்றைக்கை பிச்சைக்காரன் இருக்கிறானா என விசாரிக்கப் போகிறார் என நினைத்து அவனாகவே நகரிலிருந்த பிச்சைக்காரர்களில் எவராவது ஒற்றைக் கையோடு இருக்கிறார்களா எனத் தேட ஆரம்பித்தான். ஆனால், அப்படி ஓர் ஆளே இல்லை.

ரயில்வே ஸ்டேஷன் போகும் வழியில் இருந்த பிச்சைக்காரர்கள் எல்லோருக்கும் கைகள் இருந்தன. அப்பா உண்மையைக் கண்டுபிடித்துவிட்டால் என்ன செய்வது எனப் பயமாக இருந்தது. இதனால் அவனாக ஒற்றைக்கை

பிச்சைக்காரனை பற்றிய புதுக்கதைகளை அம்மாவிடம் சொல்ல ஆரம்பித்தான்.

தனது நண்பன் ரவி கடையில் இருந்து வடை வாங்கிக் கொண்டு வந்த போது ஒற்றைக்கை பிச்சைக்காரன் பறித்துக் கொண்டு ஓடிவிட்டான் என்றும், சில நேரம் வீட்டின் அருகிலுள்ள பிள்ளையார் கோவில் முன்பு அவன் மண்ணில் உறங்கிக் கொண்டிருப்பதாகவும் பொய் சொன்னான்.

அம்மா பயந்து போய் அந்தப் பிச்சைக்காரன் பக்கம் போகாதே என்றாள். தனது பொய்யை அம்மாவும் நம்புகிறாள் என்பது பரமுவிற்கு அதிக சந்தோஷம் தந்தது. ஆனால், அவன் சொன்ன பொய்யை அவனது தங்கை சாந்தி மட்டும் நம்ப மறுத்தாள். அவள் ஒற்றைக்கை பிச்சைக்காரன் என ஒருவன் இல்லவேயில்லை என்று உறுதியாகச் சொன்னாள்.

அவளை எப்படி நம்ப வைப்பது என்று பரமுவிற்குப் புரியவில்லை. தானே அவளை அழைத்துக் கொண்டு போய் காட்டுவதாகச் சொன்னான்.

"நீ பொய் சொல்றே" என்று திரும்பவும் சாந்தி சொன்னாள்.

அப்பாவும் அம்மாவும் நம்பிய பிறகு இவள் ஏன் நம்ப மறுக்கிறாள் என்று ஆத்திரமாக வந்தது.

அவளை நம்ப வைக்க வேண்டும் என்பதற்காக வீட்டின் பின்புறக் கொடியில் காய்ந்து கொண்டிருந்த அவளது பச்சை நிறப் பாவாடையை எடுத்துக்கொண்டு போய்க் கிணற்றினுள் போட்டுவிட்டு அதை ஒற்றைக்கை பிச்சைக்காரன் திருடிக் கொண்டு போய்விட்டான் என்று சொன்னான்.

சாந்திக்குப் பிடித்தமான பாவாடையது. அவள் அழுதாள். ஒற்றைக்கை பிச்சைக்காரன் எதற்காகத் தன் பாவாடையைத் திருடிக் கொண்டு போனான் என்று கோபம் கொண்டாள். ஆனால் அவள் ஒற்றைக்கை ஆளை நம்ப ஆரம்பித்தாள்.

சில நேரம் அந்தப் பிச்சைக்காரன் தெருவில் வந்தால் கல்லால் எறிய வேண்டும் என்று கோபம் கொண்டாள். பரமு நிம்மதியாகத் தனது பொய்யைக் கண்டுபிடிக்க யாருமில்லை என்று சந்தோஷம் கொண்டான். அதன் பிறகு தேவையான பொழுதில் தான் உருவாக்கிய ஒற்றைக்கைப் பிச்சைக்காரனைப்

பற்றிய கதைகளைச் சொல்லிக் கொண்டேயிருந்தான். வீடே அதை நம்பியது.

சில மாதங்களின் பிறகு ஒரு நாள் மதியம் சாந்தி எதையோ கண்டு பயந்தவள் போலச் சப்தமிட்டாள்.

சமையல் வேலையில் இருந்த அம்மா திடுக்கிட்டு "என்னடீ" எனக் கேட்டபடியே வாசலுக்கு வந்தாள்.

வாசலில் உண்மையாக ஒற்றைக்கை பிச்சைக்காரன் ஒருவன் பரட்டைத் தலையுடன் கிழிந்த பை ஒன்றை அணிந்தபடியே நின்றிருந்தான்.

இவன் யார் எனப் பரமுவிற்குத் தான் குழப்பமாக இருந்தது.

•••

112

சொற்கள் இல்லாத புத்தகம்

சொற்கள் இல்லாத புத்தகம் ஒன்றை மியோ பௌத்த மடாலயத்தைச் சேர்ந்த துறவிகள் வாசித்துக் கொண்டிருக்கிறார்கள். அது அபூர்வமான புத்தகம். வெளியாட்கள் யாரும் அதைக் கண்டதில்லை என்று பத்திரிக்கையாளர் ஜேசன் மார்க் கேள்விபட்டதில் இருந்து அந்தப் புத்தகத்தைக் காண வேண்டும் என முயற்சி செய்து கொண்டிருந்தான்.

நேபாளத்திலிருந்த மியோ மடாலயத்தில் வெளிநாட்டவர் எவரையும் அனுமதிக்கமாட்டார்கள். அந்த மடாலயத்தின் கதவுகள் ஆண்டுக்கு ஒருமுறைதான் திறக்கப்படும். அன்று உள்ளூர் பொதுமக்கள் வருகை தருவார்கள். மற்ற நாட்களில் புத்த துறவிகள் தவிர வேறு எவரும் உள்ளே அனுமதிக்கபட மாட்டார்கள் என்றார்கள்.

ஜேசன் மார்க் இதற்காகவே பௌத்த சமயத்தை ஏற்றுக் கொண்டு இளந் துறவியாக மாறினார். லிபோங் மடாலயத்தில் ஆறு ஆண்டுகள் பயின்றார். அங்கே இருந்த துறவிகள் எவருக்கும் சொற்கள் இல்லாத புத்தகம் பற்றித் தெரிந்திருக்கவில்லை.

பதினோறு வருஷங்கள் துறவியாக வாழ்ந்த பிறகு ஒருமுறை அவர் மியோ மடாலயத்திற்கு அழைக்கபட்டிருந்தார். தன் வாழ்நாளின் ஆசையை நிறைவேற்றிக் கொள்ளப்போகிறோம் என்பதால் ஜேசன் மார்க் மியா மடாலயத்தின் படிக்கட்டுகளில் ஏறும் போது உணர்ச்சிவசப்பட்டுப் போனார்.

ஒரு மழைக்காலம் அந்த மடாலயத்தில் தங்கிக்கொள்ள அனுமதி கிடைத்தது. ஒரு நாள் அவர் சொற்கள் இல்லாத

புத்தகம் பற்றிய தகவலை மூத்த துறவி ஒருவரிடம் கேட்டு அறிந்தார்.

"அந்த நூலைப் படிப்பதற்கு ஒரு தனி அறை இருக்கிறது. அங்கே தான் படிக்கிறார்கள்" என்றார் மூத்த துறவி.

ஜேசனின் கனவு பலிப்பது போல ஒரு நாள் அவர் சொற்கள் இல்லாத புத்தகத்தை வாசிக்கும் அறைக்கு அழைத்துச் செல்லப்பட்டார். சிறியதொரு அறை. அறையின் சுவரில் நிறைய துவாரங்கள். ஒவ்வொரு துறவியும் ஒரு துவாரம் வழியாக எதையோ பார்த்துக் கொண்டிருந்தார்கள்.

ஜேசனும் அதுபோல ஒரு துளை முன்னால் அமர்ந்தபடியே வெளியே என்ன தெரிகிறது எனப் பார்த்தான். பூந்தோட்டமும், அதன்பின்புலத்தில் தெரியும் வானமும், தூரத்து மேகங்களும் தெரிந்தன.

அந்தப் படிப்பறையின் பொறுப்பாளராக இருந்த துறவி ஜேசன் காதருகே வந்து சொன்னார்,

"உலகம் தான் சொற்கள் இல்லாத புத்தகம். அதை இந்தத் துளை வழியாக நாம் படிக்கிறோம். சொற்கள் இல்லாத மலர்கள், சொற்கள் இல்லாத மரங்கள், சொற்கள் இல்லாத மேகம். சொற்கள் இல்லாத ஆகாசம், சொல் இல்லாத காற்று, நிலவு சூரியன் பனி இவற்றை உணரத்துவங்கினால் மெல்ல அந்தப் புத்தகம் உனக்குள் விரிய ஆரம்பிக்கும்."

ஜேசன் வியப்புடன் தலையாட்டினார்.

துறவி சொன்னார்,

"வாசிப்பில் ஆழ்ந்திருக்கையில் நீ தான் மலர். நீ தான் ஆகாசம். நீ தான் மேகம். அது உனக்கே புரியும்."

ஜேசன் பதில் சொல்லாமல் சொற்கள் அற்ற புத்தகத்தினை வாசிக்கத் துவங்கியிருந்தான்.

...

113
பூக்களை வரையும் சிறுமி

அந்தச் சிறுமி தான் வரைந்த பூச்செடியை எப்படியாவது உயிருள்ளதாக்கிவிட வேண்டும் என்று முயற்சி செய்தாள். அதனால், ஓவியம் வரையப்பட்ட காகிதத்தை மண்ணில் புதைத்து வைத்தாள். தனது பூச்செடி அப்படியே உயிர்பெற்று எழுந்து வரும் என நம்பினாள்.

ஆனால், ஓவியச் செடி மண்ணில் முளைக்கவில்லை. அது அவளை வருத்தப்படுத்தியது. காகிதத்தில் வளரும் செடி ஏன் மண்ணில் முளைக்க மறுக்கிறது என வேதனைப்பட்டாள்.

அடுத்த நாள் முழுச்செடியை வரையாமல் மலர்களை மட்டும் வரைந்தாள். தான் வரைந்த மலர்களை வீட்டின் பின்புறமுள்ள செடியில் கொண்டு போய் ஒட்டி வைத்தாள். ஆனால், அந்தச் செடி வரைந்த மலர்களை ஏற்றுக்கொள்ள மறுத்தது. இது என்ன பிடிவாதம் எனச் செடியைத் திட்டினாள்.

அதன்பிறகு அவள் ஈரமண்ணிலே குச்சி ஒன்றால் செடியை வரைய ஆரம்பித்தாள். அப்போதும் அந்தச் செடி நிமிர்ந்து நிற்கவில்லை. மலர் வாசனை தரவில்லை.

தான் வரைந்த செடி தண்ணீர் குடிப்பதில்லை. அதனால் தான் மண்ணில் முளைக்க மறுக்கிறது என்று அவளாகவே கண்டுபிடித்தாள்.

ஓவியச்செடியை எப்படித் தண்ணீர் குடிக்கச் செய்வது என அவளுக்குப் புரியவில்லை. ஏதோ ஒரு ரகசியம் தனக்குத் தெரியாமல் இருக்கிறது என்பதை அந்தச் சிறுமி உணர்ந்து கொண்டாள்.

பின்பு அவள் பூக்களை வரையவில்லை. பூச்செடிகளின் பக்கமும் போகவில்லை.

பின்னொரு நாள் அவள் கண்டுகொண்டாள். ஓவியத்தில் இருந்த மலர்கள் வாடுவதில்லை. ஓவியத்தில் வரையப்பட்ட செடி ஒடிந்து போகாது, ஆடு தின்னாது, எந்தக் காற்றாலும் அதை ஒன்றும் செய்ய முடியாது.

இப்போது பெருமிதமாகப் தோட்டத்துப் பூச்செடியின் முன்னால் போய்ச் சொன்னாள்

"உன்னால் செய்ய முடியாததை நான் செய்யக்கூடியவள். இதோ என் வாடாத மலர்கள், அழியாத செடி, மறையாத சூரியன்."

அதன்பிறகு அவள் இயற்கையைத் தனது போட்டியாளராக நினைக்கவேயில்லை.

...

114

புலியின் சல்யூட்

அந்த சர்க்கஸில் புலியைப் பழக்குவதற்கென ஒருவர் இருந்தார். அவரது பெயர் ரோனி. அது தான் உண்மைப் பெயரா எனத் தெரியாது. பொதுவாக சர்க்கஸ் கலைஞர்கள் வசீகரமான பெயர்களை வைத்துக்கொள்வது வழக்கம். ரோனி நீண்டகாலமாகவே சர்க்கஸில் இருந்தார். காட்டிலிருந்து பிடித்துக் கொண்டுவரப்படும் புலியைப் பழக்கி சர்க்கஸ் விளையாட்டுகளைச் செய்ய வைப்பது அவரது வேலை.

புலியைப் பழக்குவது எளிதானதில்லை. புலி பயமற்றது. புலியின் ஒரே பலவீனம் பசி. அதை வைத்துத் தான் ரோனி புலியைக் கட்டுபடுத்த ஆரம்பிப்பார். தொடர்ந்து பட்டினி போட்டால் புலி வெறி கொண்டுவிடும். வயிறு நிறைய உணவு கொடுத்தால் சொன்னபடி நடக்காது.

ஆகவே நீண்ட நேரம் புலி பசியோடு காத்திருக்கும்படி செய்வார். முடிவில் ஒரு துண்டு இறைச்சியை மட்டுமே வழங்குவார். நிறைய துண்டு இறைச்சிகள் இரும்பு வாளி நிறைய இருப்பதைப் புலி கண்ணில் படும்படி வைப்பார். பசியில் கூண்டைத் தாண்டிக்கொண்டு அந்த இறைச்சிகளை எடுக்க புலி முயலும். அப்போது அதன் மீது சவுக்கடி விழும். பசியோடு புலி முடங்கிக் கொள்ளும்.

ஒருவரை ஒடுக்கி நம் வசப்படுத்த வேண்டும் என்றால் அவரது உணவில் கைவைக்கவேண்டும் என்று ரோனிக்குத் தெரியும். அது போலவே எந்த உணவினை மறுக்கிறோமோ அதைக் கருணையோடு தருவது போலக் கொஞ்சமாகத் தர வேண்டும். அதுவும் ஒரு தந்திரம் என ரோனி அறிந்திருந்தார்.

பசி கொஞ்சம் கொஞ்சமாகப் புலியின் கோபத்தை ஒடுக்கும், ஆவேசத்தைக் கட்டுப்படுத்தும். புலியின் கண்களில் உணவின் மீதான வேட்கை மட்டுமே தென்படும். அந்த நேரம் கூண்டின் கதவைத் திறந்து ரோனி இறைச்சித் துண்டுகளை வீசுவார்.

புலி ஆவேசமாக இறைச்சியைக் கடித்துத் தின்னும். உண்மையில் அது இறைச்சியில்லை. ரப்பர் துண்டுகள். புலியால் அதைத் தின்னமுடியாது வீசி எறியும். புலிக்கு எது உண்மையான இறைச்சி, எது ரப்பர் துண்டு என அறியாத குழப்பம் உருவாகும். அது தான் ரோனிக்குத் தேவை. புலியின் பலவீனத்தை ரோனி அதிகப்படுத்திக் கொண்டேயிருப்பார்.

பின்பு அவரது தயவால் மட்டுமே தனக்கு உணவு கிடைக்கும் என்பதைப் புலி உணர ஆரம்பித்தவுடன் தனது சவுக்கைக் கொண்டு சர்க்கஸ் விளையாட்டுகளைப் பயிற்சி தர ஆரம்பிப்பார்.

வயிற்றுப்பசிக்காக எதையும் செய்வதற்கு மனிதர்கள் மட்டுமில்லை காட்டுப்புலியும் தயாராகும் என்பதே அவரது அனுபவம்.

நினைத்த பொழுதில் வேட்டையாடி உண்ட அதன் நினைவுகள் மெல்ல அழியத் துவங்கும். பசித்த பொழுதில் தனக்கான உணவைக் கொண்டு வந்து தருவார்கள் என்று புலி காத்திருக்கும். பின்பு பழக்கம் ரோனியைக் கண்டதும் புலியை ஒரு காலைத் தூக்கி சல்யூட் அடிக்க வைக்கும்.

அது தான் சர்க்கஸின் முதல் விளையாட்டு. பார்வையாளர்கள் ஆரவாரமாகப் புலியின் சல்யூட்டை ரசிக்கும் போது ரோனி தானும் வயிற்றுப்பாட்டிற்காகத் தான் இப்படிப் புலியின் முன்னால் நின்று கொண்டிருப்பதாக உணருவார்.

புலியின் விதி தான் ரோனிக்கும். ஒரே வித்தியாசம் ரோனி சவுக்கடி இல்லாமலே முதலாளி முன்னால் சல்யூட் அடிக்கப் பழகியிருந்தார் என்பதே.

…

115
கசந்த உறவு

அந்தப் பகுதியின் பெரிய பல்பொருள் அங்காடி ராணி ஸ்டோர்ஸ். இரண்டு தளங்கள் கொண்டது.

சிவராமன் அந்தக் கடைக்குப் போகும் போதும் கடை உரிமையாளர் அமர்ந்திருக்குமிடத்தில் அவரது தலைக்கு மேலுள்ள சுவர்க்கடிகாரம் ஓடாமல் இருப்பதைக் கவனிப்பார். அது பழைய சாவி கொடுக்கும் கடிகாரம்.

ஏன் அதற்குச் சாவி கொடுத்து ஓட வைத்தால் என்ன. ஏன் இந்த அசிரத்தை என நினைத்தபடியே வாங்க வேண்டிய பலசரக்குச் சாமான்களை வாங்குவார். பணம் கொடுக்கும் போது உரிமையாளரிடம் கடிகாரம் ஓடவில்லை என்று சொல்லுவார்.

அவர் அதைக் காது கொடுத்துக் கேட்டுக் கொண்டதாகவே இருக்காது. ஆனாலும் சிவராமன் ஒவ்வொரு முறையும் கடிகாரம் ஓடவில்லை என்பதைச் சுட்டிக் காட்டவே செய்வார்.

அது உரிமையாளரை எரிச்சல்படுத்துகிறது என அறிந்த போதும் அவரால் சொல்லாமல் இருக்க முடியவில்லை.

ஒரு நாள் கடை உரிமையாளர் கோபித்துக் கொண்டு "ஆமா கடிகாரம் ஓடலை. அது எங்களுக்குத் தெரியாதா உம்ம ஜோலியை மட்டும் பாரு வோய்" என்று திட்டினார்.

இனி அந்தக் கடைக்குப் போகவே கூடாது என சிவராமன் நினைத்துக் கொண்டார். ஆனால், அவசியமான பொருட்களை வாங்க அங்கே போகவேண்டிய சூழலே இருந்தது.

கடைக்குள் நுழையும் போதே கடிகாரத்தைப் பற்றிச் சொல்லக்கூடாது என்று மனதில் நினைத்துக் கொள்வார்.

சிவராமனைப் பார்த்த மாத்திரம் கடை உரிமையாளர் முகம் மாறிவிடும். சிவராமனால் தனது மனதைக் கட்டுப்படுத்த முடியாது. எப்போதும் போல வாங்கிய பொருளுக்குப் பணம் கொடுத்துவிட்டு கடிகாரம் ஓடவில்லை என்று சுட்டிக்காட்டுவார்.

கடை உரிமையாளர் முகம் சிவந்துவிடும்.

தன்னைத் தவிர வேறு எவரும் கடிகாரத்தைச் சுட்டிக்காட்டுவதில்லை. எவ்வளவு சொல்லியும் உரிமையாளர் கடிகாரத்திற்குச் சாவி கொடுப்பதுமில்லை. பின் ஏன் அதை நினைவுபடுத்திக் கொண்டேயிருக்கிறோம். சிவராமனுக்குப் புரியவேயில்லை.

கடிகாரம் ஓடாமல் இருந்தால் தான் கடை நன்றாக ஓடும் என நினைக்கிறாரோ என்னவோ.

ஒவ்வொரு கடையிலும் விளக்கமுடியாத, விசித்திரமான நம்பிக்கையோ, நிகழ்வோ, பழக்கமோ இருக்கிறது. அது எல்லோர் கண்ணிலும் படுவதில்லை.

பின்பு ஒரு நாள் ராணி ஸ்டோர்ஸ் போன போது உரிமையாளரைக் காணவில்லை. உடல்நலமில்லை இனி அவர் வரமாட்டார். எனக் கடைப் பணியாளர்கள் பேசிக் கொண்டார்கள்.

மீசையில்லாத அவரது இருபத்தைந்து வயது மகன் கல்லாவில் அமர்ந்திருந்தான். பருத்த உடம்பு. பொருத்தமில்லாத தலை. அதே ஓடாத கடிகாரம் தலைக்கு மேல்.

மகனிடம் பில் பணத்தைக் கொடுத்துவிட்டுச் சில்லறை வாங்கிக் கொண்டார். கூடுதலாக ஒரு வார்த்தை பேசவில்லை.

எல்லோரிடமும் குறைகளைச் சொல்லிவிட முடியுமா என்ன.

ஏனோ உடல்நலமற்ற கடை உரிமையாளரை நினைத்து வருத்தமாக இருந்தது.

கடிகாரம் ஓடவில்லை எனத் தனக்குத்தானே சொல்லியபடியே வீட்டினை நோக்கி நடக்க ஆரம்பித்தார் சிவராமன்.

▪▪▪

எஸ்.ராமகிருஷ்ணன் ● 317

116

விளையாட்டுச் சிறுவன்

கள்ளன் போலீஸ் விளையாட்டின் போது வாசு ஒளிந்து கொள்வதற்காக மர ஸ்டூலில் ஏறித் தானியங்கள் சேமித்து வைக்கும் குலுக்கையினுள் குதித்துவிட்டான். அவனைத் துரத்தி வந்த சிறுவர்கள் வீட்டின் வெளியே தேடிக் கொண்டிருந்தார்கள்.

ஒன்பதடி உயரமுள்ள அந்தக் குலுக்கையினுள் தானியமில்லை. ஆனால், இருள் நிரம்பியிருந்தது. நிச்சயம் தன்னை யாராலும் கண்டுபிடிக்க முடியாது என வாசுவிற்குச் சந்தோஷமாக இருந்தது.

குலுக்கையினுள் நெல் போட்டு வைத்திருந்த வாசம் நாசியில் ஏறியது. அடர்ந்த மணம். காலடியில் எலிப்புழுக்கைகளும் மக்கிப்போன நெல்மணிகளும் தென்பட்டன. அவன் வெளியே கேட்கும் சப்தங்களை உன்னிப்பாகக் கவனித்துக் கொண்டிருந்தான். ஒரு சிறுமி குலுக்கை இருந்த அறைக்குள் வரும் சப்தம் கேட்டது. அவளால் எட்டிப்பார்க்க முடியவில்லை.

தானியக் குலுக்கை இருந்த அறையின் இருள் அவளைப் பயமுறுத்தியது. சிறுமி அவசரமாக வெளியே ஓடினாள்.

வாசு இனி தன்னை யாரும் பிடிக்கவே முடியாது என மிகுந்த மகிழ்ச்சி கொண்டான். சில நிமிஷங்களின் பின்பு தன்னைக் கைவிட்டு அவர்கள் ஆட்டத்தைத் தொடர்வதைக் கண்ட வாசு ஆத்திரமாகி நான் இருக்கேன் என்று கத்தினான். அது வெளியே கேட்கவேயில்லை.

குலுக்கையிலிருந்து எப்படி வெளியே போவது எனத் தெரியவில்லை. எக்கி எக்கிப் பார்த்தபோதும் மிக உயரமாகவே இருந்தது. பயத்தில் நான் இங்கே ஒளிந்து இருக்கிறேன் என்று

கத்தினான். அந்தக் குரலை இருள் விழுங்கிக் கொண்டுவிட்டது போலிருந்தது.

ஒரு வேளை தன்னை யாரும் காப்பாற்றாவிட்டால் என்னவாகும் என நினைத்தபோது அடிவயிற்றில் மூத்திரம் முட்டுவது போலிருந்தது. பயமும் குழப்பமுமாக அவன் கத்தினான். யாரும் அதைக் கேட்கவேயில்லை.

திடீரென அந்தத் தானியக் குலுக்கை ஓர் அரக்கன் போலவும் தான் அவனிடம் மாட்டிக் கொண்டுவிட்டதைப் போலவும் உணர்ந்தான்.

குலுக்கையின் சுவர்களைக் கையால் குத்தி உடைக்க முயன்றான். கை வலித்தது தான் மிச்சம்.

இனி கள்ளன் போலீஸ் விளையாடவே கூடாது என மனதிற்குள் முடிவு செய்து கொண்டான்.

குலுக்கையின் வாய் ஒரு குகையைப் போலத் தோன்றியது. வெளியேற வழி தெரியாமல் வாசு அழுதான். அவன் அழுகையை இருள் பொருட்படுத்தவேயில்லை.

நீண்ட நேரம் அழுது சோர்ந்து குலுக்கையினுள் சுருண்டு படுத்து உறங்கிவிட்டான்.

இரவில் அவனது சுந்தர் மாமா டார்ச் அடித்துக் குலுக்கையிலிருந்த அவனைக் கண்டுபிடித்து வெளியே தூக்கிக் கொண்டு வந்து கட்டிலில் படுக்க வைத்தது அவனுக்குத் தெரியாது.

விடிந்து கண்விழித்தபோது அவன் கட்டிலிலிருந்தான். எப்படி வெளியே வந்தோம் எனப் புதிராக இருந்தது.

கோபத்துடன் நடந்து குலுக்கை இருந்த அறைக்குப் போனான். அதன் வயிற்றில் ஒரு குத்து குத்தி உன்னால் என்னை ஒன்றும் செய்ய முடியாது என்று வீரமாகச் சொன்னான்.

தானியக்குலுக்கையின் வாய் ஏதோ சொல்வது போல அவனுக்குத் தோன்றியது.

அதை வாசு பொருட்படுத்தவில்லை.

...

117

தொலைந்த பொருட்கள்

சிறுவயதிலிருந்து தான் தொலைத்த பொருட்களை நினைவு கொண்டு ஒரு பட்டியலை உருவாக்கினான் பரந்தாமன்.

விளையாட்டுப் பொம்மைகள், சில்லறைக்காசுகள், பென்சில், பேனா, சட்டை, டிபன் பாக்ஸ், சைக்கிள், மணிப்பர்ஸ், குடை, ஸ்பூன், மருந்துப்பாட்டில், கடிதம், காசோலை, விபூதிபாக்கெட், மோதிரம், வீட்டுச்சாவி, பேங்க் பாஸ்புக், ரப்பர் செருப்பு, குடை, தூக்குவாளி, ரசீதுகள், துண்டு, சோப், சான்றிதழ் எனத் தொலைத்த பொருட்களின் பட்டியல் மிகப்பெரியதாக இருந்தது.

ஒவ்வொரு மனிதனும் தன்னைப் போலவே இப்படி ஏராளமாகத் தொலைத்திருப்பானில்லையா.

தொலைந்து போன பொருட்கள் தனியொரு உலகில் வாழுகின்றன. அவை யாருக்கும் உரிமையானவையில்லை. அற்ப நேரம் அவை தனித்து வாழுகின்றன. பின்பு யாரோ அதைத் தனக்குக் கிடைத்த அதிர்ஷடமாக எடுத்துக் கொண்டுவிடுகிறார்கள்.

பொருட்களைத் தொலைத்த வேதனையை விடவும் எப்போது, எங்கே தொலைத்தோம் என்ற நினைவு தான் துல்லியமாக இருக்கிறது.

ஐந்து வயதில் காவேரி ஆற்றில் குளிக்கப்போய்விட்டுத் திரும்பும் வழியில் ஈரத்துண்டைப் படித்துறையில் தொலைத்துவிட்ட நினைவு அப்படியே இருக்கிறது. துண்டின் நிறமும் ஆற்றின் நீர்சுழிப்பும் மறக்கவேயில்லை.

பதினாலு வயதில் கோவில் வாசலில் விட்டுவந்த செருப்பு எவ்வளவு நேரம் அங்கேயே இருந்திருக்கும்?

அப்பாவின் பர்மாக்குடையை ரேஷன் கடையில் தானே மறந்து வைத்தோம். திரும்பிப் போவதற்குள் அதை யார் எடுத்துப் போயிருப்பார்கள்?

பேருந்து பயணத்தில் நிலாவை ரசித்தபடியே வந்த காரணம் தான் சர்பிடிகேட் இருந்த பையைத் தொலைக்கக் காரணமா?

சில்லறை கொடுத்துவிட்டு மணிபர்ஸை பேண்ட் பாக்கெட்டில் போடுவதற்குப் பதிலாகத் தரையில் நழுவ விட்ட போது மணி பர்ஸ் ஏன் சப்தம் போடவேயில்லை?

மனைவியோடு திருச்செந்தூர் கோவிலுக்குப் போன போது தானே மோதிரம் தொலைந்து போனது. கோவில் முன்பாக மனைவி கோபத்தில் திட்டிய போது யாரோ சிரித்தார்களே. யாரது?

ரயிலில் யாராவது கைக்கடிகாரத்தைக் கழட்டி ஓரமாக வைப்பார்களா. எப்படித் தொலைத்தேன் அதை?

ஊட்டியின் காட்டுப்பங்களாவில் காயப்போட்டுத் திரும்ப எடுக்காமல் போன அந்த நீலநிறச்சட்டை எத்தனை நாள் காய்ந்து கொண்டிருக்கும்?

இப்படி அவன் தொலைத்த பொருட்கள் பற்றி நினைத்துக் கொண்டிருந்தான்.

ஒவ்வொன்றும் அழகான நினைவுகளாக மட்டும் மிஞ்சியிருந்தன.

பள்ளியோடு தொலைந்து போன அவனது நண்பர்களைப் பற்றியோ, கல்லூரி நாட்களில் காதலித்துத் தொலைத்த சரளாவைப் பற்றியோ, எந்தச் சந்தோஷமும் கிடைக்காமல் தொலைத்த தனது இளமைப்பருவ நாட்களைப் பற்றியோ, வீணை கற்றுக் கொள்ள வேண்டும் என ஆசைப்பட்டு முடியாமல் போன கனவைத் தொலைத்ததைப் பற்றியோ அவன் கணக்கில் கொள்ளவேயில்லை.

அறிந்து தொலைப்பதும் அறியாமல் தொலைப்பதும் ஒன்றா என்ன?

•••

118
கல்லின் குழந்தைகள்

ஒரு பாறாங்கல் தன்னை விட்டுப் பிரிந்து போன தனது குழந்தைகளைத் தேடிக் கொண்டிருந்தது.

கல்லின் குழந்தைகளுக்கு என்ன அடையாளம் எனக் கேட்டது ஒரு புறா.

"என்னைப் போலத்தானிருக்கும். ஆனால், எங்கேயிருக்கிறார்கள் எனத் தெரியாது. மண்ணில் புதையுண்டு போயிருக்கலாம். கட்டடம் கட்டும் பணியினுள் கலந்துவிட்டிருக்கலாம். அல்லது எவரோ கோபத்தில் அதை வீசி எறிந்து ஆயுதமாக்கியிருக்கலாம்" என்றது பாறாங்கல்.

"அப்படியானால் உன் பிள்ளைகளைக் கண்டுபிடிப்பது கடினம்" என்றது புறா.

பாறாங்கல் தன் பிள்ளைகளைத் தேடி வீதி வீதியாக அலைந்தது. கண்ணில்பட்ட கற்கள் யாவும் தன் பிள்ளைகளைப் போலத் தெரிந்த போதும் அவை அடுத்தவரின் பிள்ளைகள் என்றது கல்.

"ஒரு கல்லுக்கும் இன்னொரு கல்லுக்கும் என்ன வித்தியாசம்" எனக் கேட்டது ஒரு எறும்பு.

"உருவத்தை வைத்து மதிப்பிடாதே. ஒவ்வொரு கல்லும் ஒரு வகை நிசப்தம். அதைக் கல்லின் தாயான என்னால் கண்டறிய முடியும்" என்றது பாறாங்கல்.

உன் பூர்வீகம் எதுவெனக் கல்லிடம் கேட்டது ஒரு காகம்.

"தொலைதூரத்து மலை. அங்கிருந்து என் பாட்டன் பூட்டன் புறப்பட்டார்கள். நான் என் பூர்வீக இடத்தைக் கண்டதில்லை. ஆனால் எனக்கும் பிறப்பிடமிருக்கிறது" என்றது கல்.

"உன் பிள்ளைகளை எதற்குத் தேடுகிறாய்."

"என் பிள்ளைகள் பிடிவாதமானவர்கள். பசியற்றவர்கள். ஆனால், அவர்களை யாரோ தனது வீம்பிற்காகப் பயன்படுத்திக் கொண்டு கெட்டவராக்கி விடுகிறார்கள். என் குழந்தைகளை நான் மலராகவே கருதுகிறேன்" என்றது பாறாங்கல்.

இதைக் கேட்ட ஈ சொன்னது,

"ஒரு போது ஒரு கல் மலராக முடியாது"

அதைக்கேட்ட கல் சொன்னது,

"தோற்றத்தை மட்டுமே நிஜம் என நம்பும் உங்களுக்குப் புரிய வைக்க முடியாது. நான் கல்லின் தாய். எனக்கு என் பிள்ளைகளைத் தெரியும்."

பாவம் அந்தத் தாய் முடிவில்லாமல் அலைந்து கொண்டிருக்கிறாள்.

கல்லின் பிள்ளைகள் என்ன ஆனார்கள்.

எங்கே போனார்கள் என யாருக்கும் தெரியாது.

ஒரு கல்லின் விதியை யாரால் அறிந்து சொல்ல முடியும்.

●●●

எஸ்.ராமகிருஷ்ணன்

119
கனவுகளின் கணக்கெடுப்பு

அந்தத் தேசத்தில் முதன்முறையாக மக்கள் எவ்வளவு கனவு காணுகிறார்கள். என்ன கனவு காணுகிறார்கள் என்பதைப் பற்றிய கணக்கெடுப்பு நடத்தப்படுவதாக அறிவிக்கப்பட்டது.

இதன்படி அரசாங்க ஊழியர்கள் வீடு வீடாக வந்து விசாரணை மேற்கொள்வார்கள் என்றும் அந்த நாட்களில் சிறுவர்கள் முதல் கிழவர்கள் வரை தங்கள் கனவுகள் குறித்த கணக்கை முறையாகப் பதிவு செய்ய வேண்டும் என்று ஊடகங்களில் அறிவிப்பு வெளியானது.

கனவுகளை ஏன் கணக்கெடுப்புச் செய்ய வேண்டும் என ஒருவரும் மறுப்பு தெரிவிக்கவில்லை. ஆனால், எத்தனை கனவு கண்டோம் என்று எப்படி நினைவு வைத்திருப்பது. சென்ற வாரம் கண்ட கனவு இன்று நினைவில்லையே என மக்கள் ஆதங்கப்பட்டார்கள்.

சிலர் ஒரே கனவைத்தான் திரும்பத் திரும்பக் கண்டுவருகிறேன். அதை எப்படிப் பதிவு செய்ய வேண்டும் எனக் குழப்பமாக உள்ளதாகச் சொன்னார்கள். வேறு சிலரோ தனது கனவுகள் குறித்துப் பேசவே பயமாக இருக்கிறது. அத்தனையும் துர்கனவுகள். அவற்றைக் கணக்கெடுப்பது இயலாத காரியம் என்றார்கள்.

சிறுவர்களோ விடிந்து எழுந்தவுடன் என்ன கனவு கண்டோம் என மறந்துவிடுகிறது. ஆகவே உறங்கும் போது கணக்கெடுக்க வாருங்கள் என்றார்கள்.

ஓர் இளம்பெண் சொன்னாள். "என் கனவுகளைச் சொல்லவே மாட்டேன்." அவை ரகசியமானவை. அரசியல்வாதி ஒருவர் "பகல் கனவுகளையும் இதில் சேர்க்க வேண்டுமா" எனக் கேட்டார். இல்லத்தரசி ஒருத்தி கேட்டாள். "கனவில் சுட்ட இட்லிகளை எண்ணிச் சொல்ல வேண்டுமா."

முதியவர் ஒருவர் "கனவுகளைத் தான் கணக்கு வைக்கவில்லை. இதற்கென ஒரு கனவு இயந்திரத்தை உருவாக்கித் தந்தால் அதைத் தான் உறங்கும் போது தலையில் பொருத்திக் கொண்டுவிடுவேன். தானே அது கனவின் எண்ணிக்கையைப் பதிவு செய்யும் தானே" என்றார்.

இப்படி ஆளுக்கு ஒருவிதமாகக் கனவுகளைப் பற்றிச் சொன்னார்கள். ஆனால், கணக்கெடுப்பு என்று வந்தபிறகு பொதுமக்களின் அபிப்ராயங்களுக்கு என்ன மதிப்பு இருக்கப் போகிறது. ஒரு படிவத்துடன் வீடு வீடாக ஆட்கள் ஏறி விசாரிக்கத் துவங்கினார்கள்.

அந்தப் படிவத்தைப் பார்த்த பிறகு தான் கனவு குறித்து இவ்வளவு இருக்கிறதா எனத் தோன்றியது.

முதன்முறையாகக் கண்ட கனவு எது. எந்தக் கனவு உங்களைத் தொந்தரவு செய்கிறது. எந்தக் கனவை விரும்புகிறீர்கள். நீங்கள் யார் கனவில் வந்திருக்கிறீர்கள். உங்கள் கனவில் அடிக்கடி வருபவர் யார். கனவில் உங்களைச் சந்தோஷப்படுத்தும் விஷயம் எது, என அந்தப் படிவத்தில் முப்பது கேள்விகள் இருந்தன.

பெரும்பான்மையினருக்குச் சரியான பதில் தெரியவில்லை. களப்பணியாளரே தனக்குத் தெரிந்த எண்ணையோ, தகவலையோ பூர்த்தி செய்து கொண்டார். சிலர் கனவுகளின் எண்ணிக்கையை மிக அதிகமாகச் சொல்வதில் ஆனந்தம் கொண்டார்கள்.

இந்தக் கணக்கெடுப்பு ஆண்டு முழுவதும் நடந்து முடிந்தது. புத்தாண்டு பிறக்கும்போது அரசு புதியதொரு கனவு வரியை அறிமுகப்படுத்தியது. அத்துடன் இதுவரை அவர்கள் கண்ட கனவுகளுக்குக் கட்டணம் செலுத்த வேண்டும் என்று அதற்குச் சிறப்புச் சலுகைகள் உண்டு எனவும் அறிவித்தார்கள்.

கனவுகளுக்கு எதற்கு வரி எனச் சிலர் முணுமுணுத்த போதும் சிறப்புச் சலுகை எவ்வளவு தருவார்கள் என்பதிலேயே அதிகம் கவனம் கொண்டார்கள்.

வயது வாரியாக கனவுத் தொகையைக் கணக்கிட்டு அதில் சிறப்புச் சலுகையை அரசு விரைவில் அறிவிக்கும் என்று ஊடகங்கள் தெரிவித்தன.

அந்த நாளுக்காக மக்கள் காத்திருக்க ஆரம்பித்தார்கள்.

...

120

இரட்டையர்கள்

இரட்டைக் குழந்தைகளின் தோற்றம் ஒன்றாக இருக்கும் என்பதை நாம் அறிவோம். ஆனால், இரட்டையர்கள் இருவரும் ஒரே புத்தகத்தைத் தான் வாசிப்பார்கள் என்பதோ, இருவரும் ஒன்று போலத் தான் எழுதுவார்கள் என்பதும் வியப்பான செய்தியாகவே இருந்தது.

அப்படியான இரட்டையர்கள் இருவர் காசியாபாத்தில் இருந்தார்கள். அவர்களின் தந்தை பீங்கான் பாத்திரங்கள் செய்கிறவராக இருந்தார்.

இரட்டையர்கள் பள்ளியில் சேர்ந்த நாட்களில் தான் இந்த வியப்பான விஷயத்தை ஆசிரியர்கள் கண்டறிந்தார்கள். இருவரும் ஒன்று போலவே படித்தார்கள். ஒன்று போலவே பரீட்சைக்கு விடை எழுதினார்கள். ஒரே மதிப்பெண் பெற்றார்கள். இது எப்படிச் சாத்தியம் எனப் பலருக்கும் புரியவில்லை.

அந்த இரட்டையர்கள் எதையும் வேகமாகக் கற்றுக் கொண்டார்கள். பள்ளிப்படிப்பு முடிவதற்கு அவர்களுக்கு ஆறு மொழிகள் பேசவும் எழுதவும் தெரிந்ததிருந்தன. அவர்கள் இருவரும் எப்போதும் ஒன்றாகவே இருந்தார்கள். ஒரே படுக்கையில் உறங்கினார்கள். ஒன்று போலவே உடை அணிந்தார்கள். அவர்கள் இருவரின் மௌனமும் கூட ஒன்று போலவே இருந்தது.

இருவருக்கும் ஓவியம் வரைவதில் ஆர்வம் அதிகமிருந்தது. ஒரே ஓவியத்தை ஒருவன் வலதுபுறத்திலிருந்தும் மற்றவன் இடது புறத்திலிருந்தும் வரைய ஆரம்பிப்பான். அவர்கள் ஓவியம்

வரைந்து முடிக்கும் போது சிறிய வித்தியாசம் கூட இல்லாமல் ஒரே ஓவியமாகிவிடும்.

இளைஞர்களாக இருந்த நாட்களில் இருவரும் ஒரே புத்தகத்தைத் தான் கடையில் வாங்குவார்கள். வாசிக்க ஆரம்பித்து முடிப்பதும் ஒன்று போலவே இருக்கும். ஒருவன் 120 பக்கத்தில் வாசிப்பை நிறுத்தினால் மற்றவனும் அதே பக்கத்தில் வாசிப்பை நிறுத்தியிருப்பான். புத்தகம் எப்படியிருந்தது என்பது பற்றிய இருவரது அபிப்ராயமும் ஒன்று போலவே இருந்தது.

அவர்கள் இருவரும் ஒரு பெண்ணைக் காதலித்தார்கள். அவள் ஒரு நடனமங்கை. அவளது அழகைப் பற்றி இருவரும் ஒன்று போலவே வியந்து பேசினார்கள். எழுதினார்கள்.

அவளோ இருவரில் ஒருவனைத் தேர்வு செய்தாள்.

மற்றவன் தனக்கும் அவனுக்கும் ஒரு வேறுபாடும் இல்லையே எனக் கேட்டபோது, அது உங்களுக்குத் தெரியாது. என்னால் கண்டறிய முடிகிறது என்றாள்.

தோற்றவனுக்கு என்ன வேறுபாடு என்று தெரியவில்லை.

பெண்ணை அடைந்தவனுக்கும் எதனால் தன்னைத் தேர்வு செய்தாள் என்பதும் புரியவில்லை.

அந்தப் பெண் இரட்டையர்களில் ஒருவனைத் திருமணம் செய்து கொண்டாள். மற்றவன் இதனால் கோபம் கொண்டு விலகிப் போனான்.

அதன்பிறகு இருவருக்குமான இடைவெளி விரியத் துவங்கியது. ரசனைகள் மாற ஆரம்பித்தன. ஒருவன் படித்த புத்தகத்தை மற்றவன் படிப்பதேயில்லை. இருவரும் வேறுவேறு ஊர்களில் வசிக்க ஆரம்பித்தார்கள். தோற்றவன் தாடி வைத்துக் கொண்டான். குடிக்க ஆரம்பித்தான். ஊர் ஊராகச் சுற்றியலைந்தான்.

நடுத்தர வயதை அடைந்த போது இருவரும் தற்செயலாக ஒருமுறை சந்தித்துக் கொண்டார்கள்.

பெண்ணை அடைய முடியாதவன் அப்போதும் ஆதங்கமாகக் கேட்டான்.

"என்னை விட உன்னிடம் என்ன சிறப்பு இருக்கிறது. எதனால் அவள் உன்னைத் தேர்வு செய்தாள்."

அவன் சொன்னான்,

"நம்மால் அறியமுடியாத ஏதோ ஒரு வேறுபாடு பெண்களுக்குத் தெரிகிறது. என்ன வேறுபாடு கண்டுபிடித்தாள் என்று அவள் சொல்லவேயில்லை. எவ்வளவு முறை கேட்டாலும் அவள் சொல்லவேயில்லை" என்கிறான்.

இரட்டையர்கள் இருவருக்கும் அந்தப் பெண் எப்படி முடிவு செய்தாள் என்பது கடைசி வரை தெரியவேயில்லை

...

121
புத்தனின் நினைவு

நீண்ட காலத்தின் பிறகு கபிலவஸ்து திரும்பும் புத்தரை வரவேற்க நகரே விழாக் கோலம் பூண்டிருந்தது.

அரண்மனையில் யசோதா காத்துக் கொண்டிருந்தாள். தந்தையின் முகம் காண ராகுலனும் ஆசையுடனிருந்தான். ஞானம் பெற்ற புத்தருக்குக் கடந்த காலத்தின் நினைவுகளிருக்காது. அவரை யாரும் உரிமை கொண்டாட முடியாது என்றார்கள். இயற்கைக்கு மட்டும் தான் கடந்த கால நினைவுகள் கிடையாது.

கௌதம புத்தர் தனது சீடர்களுடன் வருகை புரிந்தார். மக்கள் மலர் தூவி வரவேற்பு செய்தார்கள். வணிகர்கள் பொற்குவியல்களை அவரது காலடியில் கொட்டினார்கள். புத்தன் மலர்களைப் போலவே பொற்குவியல்களையும் பார்வையால் கடந்து போனார். மலரின் அநித்யம் தானே பொற்குவியலுக்கும்.

தந்தையிடம் என்ன கேட்க வேண்டும் என ராகுலினுக்கு அவனது அன்னை யசோதா சொல்லியனுப்பியிருந்தாள். தந்தையிடம் அவற்றை யாசிக்க ராகுலன் காத்துக் கொண்டிருந்தான்.

புத்தரோ தனது அரண்மனையின் அருகில் வந்த போது தெரிந்த முகங்களை, பால்யத்திலிருந்து தன்னை அறிந்த பெண்களை, மனைவி யசோதாவை, மகன் ராகுலனைப் பார்த்தார். மனதில் சலனமேயில்லை. ஆனால், அவர்களைத் தாண்டி அவரது கண்கள் வேறு எதையோ தேடின.

புத்தரின் மனதில் அவரது ஆசைக்குத்திரை காந்தகாவின் நினைவு எழுந்தது. எத்தனை அழகான குதிரை. எவ்வளவு நேசித்தோம். அந்தக் குதிரையின் நினைவில் புத்தரின் கண்கள் வெற்றிடத்தினைத் துழாவின.

ராகுலன் தந்தையிடம் எதையோ யாசித்தான். புத்தரும் பதில் சொன்னார். ஆனால், மனதில் குதிரையின் நினைவு மட்டுமே மேலோங்கியிருந்தது.

புத்தரின் மனதில் மனைவியில்லை மகனில்லை, அறிந்த மனிதர் எவர் மீதும் நாட்டமில்லை. ஆனால், தன்னைச் சுமந்த காந்தகன் எனும் அக்குதிரையின் மீளாநினைவுகள் ஒரு வானவில் போல மனதில் எழுந்து நின்றது.

ஒரு நிமிஷம் புத்தன் சித்தார்த்தன் ஆகினான்.

அரண்மனையினுள் புத்தனின் கண்கள் எதையோ தேடுவதை அறிந்து கொண்ட சீடன் ஒருவன் மெல்லிய குரலில் கேட்டான்.

"தாங்கள் யாரையேனும் தேடுகிறீர்களா ததாகதரே."

இல்லையெனத் தலையசைத்தார் புத்தர்.

அரண்மனையைத் துறந்து வெளியேறிய தனது பிரிவைத் தாளமுடியாமல் குதிரை அந்த இடத்திலே இறந்து போனது. நிகரற்ற நேசமது என்பதை புத்தர் உணர்ந்திருந்தார்.

நினைவின் அலைபட்டு ஈரமாகாத ஒருவன் கூட இந்த உலகில் கிடையாது. எல்லோரையும் பின்னுக்கு இழுக்கும் அழுத்தமான ஒரு நினைவு இருக்கத்தானே செய்கிறது

மழையில் நனைந்த வஸ்திரம் போலானது அவரது மனது.

நல்லவேளை யாரும் தனது மனத்தடுமாற்றத்தை அறியவில்லை என நினைத்துக் கொண்டபடியே

புத்தர் சீடர்களுடன் வெளியேறி நடக்க ஆரம்பித்தார்.

•••

122
இரண்டு கோமாளிகள்

இரண்டு சர்க்கஸ் நிறுவனங்களுக்குள் போட்டி இருந்தது. இதில் ஜாய் சர்க்கஸில் வேலை செய்த ரிங்கோ என்ற கோமாளியின் வேடிக்கைகளைக் காண்பதற்காக மக்கள் திரண்டு வந்தார்கள்.

ரோமன் சர்க்கஸில் வேலை செய்த கோமாளி தனாவிற்கு ரிங்கோவைவிடத் தான் சிறந்தவன் எனக் காட்ட வேண்டும் என ஆசையிருந்தது. இதற்காக ஒவ்வொரு ஷோவிலும் புதிய வேடிக்கைகளை உருவாக்கிக் கொண்டிருந்தான்.

தன்னைவிடத் திறமையற்றவனாக இருந்த போதும் எப்படி ரிங்கோ ஜெயிக்கிறான் எனத் தனாவிற்குப் புரியவேயில்லை.

தன்னை ரிங்கோ சிரிக்க வைத்துவிட்டால் தான் சர்க்கஸை விட்டு விலகி விடுவதாகப் பகிரங்கப் போட்டி ஒன்றை அறிவித்தான் தனா. ஆனால், அதை ரிங்கோ ஏற்றுக் கொள்ளவில்லை.

"ஒரு கோமாளியால் இன்னொரு கோமாளியைச் சிரிக்க வைக்க முடியாது" என்றான்.

ஆனால், தனா அதை மறுத்துத் தன்னால் எந்தக் கோமாளியையும் சிரிக்க வைக்க முடியும் என்றான். இந்தப் போட்டி நடைபெறவில்லை.

ஆனால், எந்த ஊருக்கு ரோமன் சர்க்கஸ் போனாலும் அங்கே வரும் பார்வையாளர்கள் கோமாளி ரிங்கோ போலத்

தங்களைச் சிரிக்க வைக்கவில்லை என்றே தனா மீது குற்றம் சாட்டினார்கள். இதனால் ரிங்கோவைக் கடுமையான வெறுத்தான் தனா.

கருணையற்ற காலம் சர்க்கஸ் நிறுவனங்களில் இருந்த விலங்குகளைத் தடை செய்தது. சினிமாவும், தொலைக்காட்சியும், புதிய பொழுதுபோக்குகளும் சர்க்கஸ் நிகழ்ச்சிகளுக்குக் கூட்டம் வராமல் செய்தது. இரண்டு கோமாளிகளும் வேலையற்றுப் போனார்கள்.

ஒரு நாள் ஜாய் சர்க்கஸ் நிறுவனம் மூடப்பட்டது. ரிங்கோ தனது சொந்த ஊருக்குத் திரும்பிப் போனான்.

சில மாதங்களில் ரோமன் சர்க்கஸ் மூடப்பட்டது. தனா சேமித்து வைத்திருந்த பணத்தைக் கொண்டு சிறியதாகப் பழக்கடை ஒன்றைத் துவக்கினான்.

எப்போதாவது சில இரவுகளில் அவன் ரிங்கோவைப் பற்றி நினைத்துக் கொள்வதுண்டு. அன்றாட வாழ்க்கையின் நெருக்கடிகள் தனாவின் ஆளுமையை மாற்றியது. தான் ஒரு காலத்தில் கோமாளியாக இருந்தோம் என்பதையே அவன் மறந்து போனான்.

பின்பு ஒரு நாள் அவன் திருத்தணி கோவிலுக்குப் போன போது சாலையோரம் இருந்த பரோட்டா கடையில் ரிங்கோ பரோட்டா மாஸ்டராக வேலை செய்து கொண்டிருப்பதைக் கண்டான்.

ரிங்கோவும் ஆள் உருக்குலைந்து போயிருந்தான். நரைத்த தலை. ஒடுங்கிப் போன முகம். கண்களில் ஆழ்ந்த துயரம்.

தனா அவனிடம் "நீ ரிங்கோ தானே" எனக் கேட்டபோது "இல்லை நான் சாத்தப்பன்" என்றான்.

அது தான் அவனது உண்மைப் பெயர்.

தனா தன்னைத் தெரியவில்லையா. ரோமன் சர்க்கஸில் வேலை செய்த தனா என அறிமுகம் செய்து கொண்டான்.

அதைக் கேட்ட ரிங்கோ வெறுப்பான குரலில் சொன்னான்.

"அதெல்லாம் போன பிறவியில் நடந்த கதை. இப்போ என்ன வேணும்"

எஸ்.ராமகிருஷ்ணன்

"நான் உன்னைப் போட்டிக்கு அழைத்தேன். நினைவு இருக்கிறதா" எனக் கேட்டான் தனா.

ரிங்கோ சொன்னான்,

"ஒரு கோமாளியால் இன்னொரு கோமாளியைச் சிரிக்க வைக்கமுடியாது. ஆனால், ஒரு கோமாளியால் இன்னொரு கோமாளியின் மனதைப் புரிந்து கொள்ள முடியும்."

அதைக் கேட்டவுடன் தனா அமைதியாகத் தலைகவிழ்ந்து கொண்டான்.

இருவரும் ஒரு வார்த்தை பேசாமல் ஒருவர் கையை மற்றவர் பிடித்துக் கொண்டார்கள்.

யாரும் அவர்களைக் கவனிக்கவில்லை என அறிந்தபிறகு இருவரும் கண்ணீர் விட்டு அழுதார்கள்.

...

123

சிறியதொரு கிரகம்

அந்தக் கிரகத்தை ஒரு புத்தகம் ஆட்சி செய்து வந்தது. அதை எழுதியவர் யார் என்றோ, எப்படி அந்தப் புத்தகம் ஆட்சிக்கு வந்தது என்றோ யாராலும் கண்டறிய முடியவில்லை. ஆனால், அந்தப் புத்தகத்தின் சொற்கள் பல்வேறு ரூபங்களில் அக்கிரகத்தினை நிர்வகிக்கத் துவங்கின.

புத்தகத்தை மீறி யாராலும் நடந்து கொள்ள முடியாது. மீறுபவர்களுக்கான தண்டனைகளையும் புத்தகமே முடிவு செய்தது.

அந்தப் புத்தகத்தின் ஒரே பலவீனம், அது பாராட்டிற்கு ஏங்கியது. எவ்வளவு பாராட்டினாலும் போதாது என ஆசைப்பட்டது. புத்தகத்தைப் புகழ்ந்து பேசுகிறவர்களோடு அது தாராளமாக நடந்து கொண்டது.

சிலர் புத்தகத்தின் உத்தரவுகளைக் கேள்வி கேட்டார்கள். அவர்களைப் புத்தகம் அடையாளமற்றுச் செய்தது. புத்தகம் தானே எனச் சிலர் ஏளனமாக நினைத்தார்கள். அவர்களைப் புத்தகம் அடக்கி ஒடுக்கியது. ஆட்சியிலிருந்த புத்தகத்தை யாராலும் முழுமையாகப் புரிந்து கொள்ள முடியவில்லை.

அந்தப் புத்தகத்திற்கு எதிராக எழுதப்பட்ட மற்ற புத்தகங்களை அது தடை செய்தது. அந்தக் கிரகத்தின் பிரஜைகள் இந்த ஒரேயொரு புத்தகத்தை மட்டுமே அறிந்திருந்தார்கள்.

அந்தப் புத்தகம் தன்னைத் தானே விரிவுப்படுத்திக் கொண்டேயிருக்கிறது. அதை யாராலும் கட்டுப்படுத்த

முடியாது எனக் கிரகவாசிகள் பயந்தார்கள். சில புத்தகங்கள் ஏன் இப்படிச் சர்வாதிகாரிகள் போல நடந்து கொள்கின்றன என அவர்களுக்குப் புரியவேயில்லை.

அந்தக் கிரகவாசிகள் புத்தகத்திடம் எப்படி மன்றாடுவது என்றோ, கருணையை எதிர்பார்ப்பது என்றோ தெரியாமல் திண்டாடினார்கள்.

வயதில் மூத்த ஒரு கிரகவாசிகள் சொன்னான்,

"நாமில்லாமல் புத்தகம் தனியே வாழ முடியாது. அது அதிகாரம் செலுத்த நாம் தேவைப்படுகிறோம். உண்மையில் நாம் அதிகாரம் செய்யும் புத்தகத்தைக் கண்டு பயப்படுகிறோம். அது தான் நமது பலவீனம். தகுதியில்லாமல் மிகையாகப் புகழப்படும் புத்தகம் தானே வீழ்ச்சியைத் தேடிக் கொள்ளும். அது தான் புத்தகங்களின் விதி. பொறுத்திருங்கள். மிகையாகப் புகழ்ச்சி இந்தப் புத்தகத்தினைக் காலம் தானே வீழ்ச்சி அடையச் செய்யும்."

கிரகவாசிகள் அவன் சொன்னதை நம்பவில்லை.

ஆனால், இறுதியில் அப்படியே நடந்தது.

...

124

பெரிய தோசை

அந்தச் சிறுமிக்கு நான்கு வயதிருக்கும். உணவகத்தில் தன் மேசைக்கு எதிரில் உட்கார்ந்து சாப்பிட்டுக் கொண்டிருப்பவர்களின் இலையில் உள்ள உணவை வெறித்துப் பார்த்துக் கொண்டிருந்தாள்.

"என்ன சாப்பிடுறே தேவி" எனக் கேட்டார் அவளது அப்பா.

"பெரிய தோசை" என இரண்டு கைகளையும் அகல விரித்துக் காட்டினாள் சிறுமி.

"உன்னாலே பெரிய தோசையைச் சாப்பிட முடியாது. இட்லி வாங்கிக்கோ" என்றாள் அம்மா.

"இல்லை. நான் வானம் அளவுக்குப் பெரிய தோசைன்னாலும் சாப்பிட்ருவேன்" என்றாள் சிறுமி.

அதைக்கேட்டுச் சிரித்தபடியே சர்வர் "அப்போ ஒரு பேப்பர் ரோஸ்ட் சொல்லிருவோம். அது இந்த மேஜை நீளம் இருக்கும்" என்றார்.

"அதெல்லாம் வேண்டாம்" எனத் தேவியின் அம்மா அப்பா இருவரும் ஒரே குரலில் சொன்னார்கள்.

சிறுமி கோபித்துக் கொண்டு ஆள் இல்லாத பக்கத்து மேசையில் தனியே உட்கார்ந்து கொண்டாள்.

"அவளை அப்படியே விட்ருங்க. பிடிவாதம் ஜாஸ்தி" எனத் திட்டினாள் சிறுமியின் அம்மா.

சிறுமி அம்மா பக்கம் திரும்பவேயில்லை. தண்ணீர் டம்ளரை வெறித்துப் பார்த்துக் கொண்டிருந்தாள்.

சிறுமியின் அப்பா அவளை அருகில் அழைத்து "சரி பேப்பர் ரோஸ்ட் வாங்கித் தர்றேன்" என்றார்.

தேவி மறுபடியும் அவர்கள் மேசைக்கு வந்து உட்கார்ந்தாள்.

சர்வர் தோசை கொண்டுவரும் நேரம் வரை மற்றவர்கள் சாப்பிடுவதைக் கவனமாகப் பார்த்தபடியே இருந்தாள் தேவி.

நீளமான தோசையைக் கொண்டுவந்து மேசையில் வைத்தார் சர்வர்.

தேவியின் முகத்தில் சந்தோஷம் பரவியது.

"கொஞ்சம் கொஞ்சமாகப் பிய்த்துச் சாப்பிடு" என்றார் அவளது அப்பா.

கண்களை விரித்தபடி தோசையைப் பார்த்தாள் தேவி.

"என்ன பாக்குறே சாப்பிடு" எனக் கோபமாகச் சொன்னாள் அவளது அம்மா.

"தோசையைப் பிய்க்காமல் எப்படிப்பா சாப்பிடுறது" எனக் கேட்டாள் தேவி.

"பிய்க்காமல் எப்படிச் சாப்பிட முடியும்" என முறைத்தாள் தேவியின் அம்மா.

"தோசையைப் பிய்க்காமல் எப்படிப்பா சாப்பிடுறது" என மறுபடியும் கேட்டாள் தேவி.

"பிய்க்காமல் சாப்பிட முடியாதுடா. சின்னத்துண்டா பிய்த்துக்கோ" என்றார் அப்பா.

"எனக்குத் தெரியலை. அந்தச் சர்வர் அங்கிள் கிட்ட கேளு" எனத் தேவி தோசை கொண்டுவந்த சர்வரை கையைக் காட்டினாள்.

"அறிவில்லாமல் பேசாதடி. தோசையைப் பிய்க்காமல் எப்படிச் சாப்பிடுறது. ஏன்டி இம்சை பண்ணுறே" என அம்மா கோபமாகத் திட்டினாள்.

தேவிக்குத் தோசையைப் பிய்க்காமல் எப்படிச் சாப்பிடுவது எனத் தெரியவில்லை. அப்பா, அம்மா, சர்வர் என எவருக்கும்

தெரியவில்லை. இந்தச் சின்ன விஷயம் கூடத் தெரியாமல் எப்படி இருக்கிறார்கள் என்பது போல அவர்களை முறைத்துப் பார்த்தாள்.

ஆத்திரத்தில் அம்மாவே தோசையைப் பிய்த்துத் தேவி வாயில் ஊட்டிவிட்டாள். அவளுக்குத் தோசை பிடிக்கவேயில்லை. அப்பாவும் தேவியைக் கோபித்துக் கொண்டார். தேவி சப்தமாக அழுதாள். “வாயை மூடு” என அம்மா தேவியின் முதுகில் ஓங்கி அடித்தாள். தேவி தோசையைத் தரையில் வீசி எறிந்தபடியே அழுது கொண்டிருந்தாள்.

சிறுவர்களின் பிரச்னைகள் விநோதமானவை. அவற்றைப் பெரியவர்களால் ஒரு போதும் புரிந்து கொள்ளவே முடியாது.

•••

125
கவலைகளின் குளியலறை

அந்த நகரில் கவலைகளின் குளியலறை ஒன்றிருந்தது. அது ஒரு பொதுக்குளியலறை. நாள் முழுவதும் மக்கள் அங்கே குளிக்கக் காத்திருந்தார்கள்.

உண்மையில் அது ஒரு நீரூற்று. அந்த நீரூற்று பொங்கி வழிந்து தாரையாகச் செல்லும் வழியினைத் தடுத்து பதினாறு குளியலறைகளை உருவாக்கியிருந்தார்கள்.

ஆண்களுக்கு எட்டு. பெண்களுக்கு எட்டு.

கவலைகளின் குளியலறையில் மரத்தால் செய்யப்பட்ட தொட்டி ஒன்றிருந்தது. அந்த தொட்டியினுள் இறங்கிக் குளிக்க வேண்டும். குளித்து வெளியேறும்போது கவலைகள் அத்தனையும் மனதிலிருந்து நீங்கிவிடும். துவைத்த உடையைப் போலப் புதிதாக மாறிவிடுவார்கள்.

ஆகவே கவலைகளின் குளியலறையின் முன்பாக எப்போதும் ஆட்கள் காத்துக்கிடந்தார்கள். ஒரு நபருக்கு ஐந்து நிமிஷம் மட்டுமே அனுமதி.

பெரியவர்கள் காரணமற்ற கவலைகளைத் தங்கள் மீது ஏற்றிவிடுவதாக இளைஞர்கள் வருத்தப்பட்டார்கள். இளைஞர்களின் எதிர்காலம் குறித்துத் தான் அதிகம் கவலைப்படுவதாக பெற்றோர்கள் சொன்னார்கள்.

பாடபுத்தகங்கள் குறித்தும் ஆசிரியர்களின் மிரட்டல் குறித்தும் கவலை கொள்வதாகச் சிறுவர்கள் வேதனைப்பட்டார்கள்.

காதலிப்பவர்களோ ஏன் நேரம் இவ்வளவு வேகமாகப் போய்விடுகிறது எனக்கவலை கொண்டார்கள்.

குடிகாரன் மதுபோத்தல் தீர்ந்துவிடுமோ எனக்கவலை கொண்டான். வயதானவர்கள் மரணத்தைக் கண்டும், விவசாயிகள் வானத்தைக் கண்டும் கவலை கொண்டனர்.

அடுத்த வேளை சோறு கிடைக்குமா? எனப் பிச்சைக்காரன் கவலை கொண்டான்.

ரோகிகள் நோய் குறித்து கவலை கொண்டார்கள். வட்டிக்கடைக்காரன் பணம் வசூல் செய்வது பற்றி கவலை கொண்டான். கவிஞன் சரியான சொல் கிடைக்காமல் கவலையுற்றான். சோம்பேறி ஒரு நாள் ஏன் இவ்வளவு நீளமாக இருக்கிறது எனக் கவலை கொண்டான். பயணி இரவு தங்குமிடம் கிடைக்குமா என்பதை நினைத்து கவலையுற்றான். இப்படி ஓராயிரம் கவலைகள்.

புல்லை விட வேகமாக வளர்ந்துவிடும் கவலைகளால் மக்கள் அவதிப்பட்டார்கள்.

கவலையுற்றவர்களின் முகங்கள் ஒன்று போலவேயிருந்தன. அவர்கள் பேச்சில் கவலையின் எதிரொலிப்பினைக் கேட்க முடிந்தது.

கவலைகளின் சுமையிலிருந்து விடுபடுவதற்காகவே அவர்கள் குளியலறையை நோக்கி வந்தார்கள்.

அந்தக் குளியலறையில் பலரும் தன்னைக் குழந்தையைப் போலவே உணர்ந்தார்கள்.

தண்ணீரால் எவ்வளவு பெரிய கவலையையும் போக்கிவிட முடிகிறதே என வியப்படைந்தார்கள்.

மனிதனின் எல்லாத் துயரங்களுக்கும் இயற்கை தீர்வு வைத்திருப்பதை உணர்ந்தார்கள்.

மனிதர்களின் வயதை விடவும் அவரது கவலைகளின் எண்ணிக்கை அதிகமாகிவிடுவது ஏன் என்று தான் ஒருவருக்கும் புரியவேயில்லை.

...

தேசாந்திரி பதிப்பகம்

உபபாண்டவம்	ரூ.375
நெடுங்குருதி	525
யாமம்	400
துயில்	525
சஞ்சாரம்	340
இடக்கை	375
பதின்	235
கடவுளின் நாக்கு	350
உலக இலக்கியப் பேருரைகள்	325
எழுத்தே வாழ்க்கை	175
பதினெட்டாம் நூற்றாண்டின் மழை	230
தாவரங்களின் உரையாடல்	150
வெயிலைக் கொண்டு வாருங்கள்	140
விழித்திருப்பவனின் இரவு	225
காற்றில் யாரோ நடக்கிறார்கள்	325
கோடுகள் இல்லாத வரைபடம்	75
மலைகள் சப்தமிடுவதில்லை	250
வாசகபர்வம்	210
காண் என்றது இயற்கை	115
செகாவின் மீது பனி பெய்கிறது	150
கூழாங்கற்கள் பாடுகின்றன	75
எனதருமை டால்ஸ்டாய்	100

ரயிலேறிய கிராமம்	150
உலகை வாசிப்போம்	200
நாவலெனும் சிம்பொனி	140
இலக்கற்ற பயணி	175
செகாவ் வாழ்கிறார்	150
தனிமையின் வீட்டிற்கு நூறு ஜன்னல்கள்	150
காட்சிகளுக்கு அப்பால்	75
கால் முளைத்த கதைகள்	100
எலியின் பாஸ்வேர்டு	35
சிரிக்கும் வகுப்பறை	110
விலங்குகள் பொய் சொல்வதில்லை	225
கதாவிலாசம்	380
தேசாந்திரி	275
துணையெழுத்து	350
எனது இந்தியா	650
மறைக்கபட்ட இந்தியா	375
நிமித்தம்	450
நம் காலத்து நாவல்கள்	350
எஸ்.ராமகிருஷ்ணன் நேர்காணல்கள்	250
நகுலன் வீட்டில் யாருமில்லை	150
புத்தனாவது சுலபம்	200
காந்தியோடு பேசுவேன்	175
உறுபசி	175
ஆதலினால்	175
சிறிது வெளிச்சம்	450
இந்தியவானம்	240
வீடில்லா புத்தகங்கள்	250
நூறு சிறந்த சிறுகதைகள்	1000

அப்போதும் கடல் பார்த்துக்கொண்டிருந்தது	125
சைக்கிள் கமலத்தின் தங்கை	450
ஏழு தலைநகரம்	200
அயல் சினிமா	150
ஆயிரம் வண்ணங்கள்	140